இளைஞர்களே
வென்றெடுப்போம் நாம்
ஓய்வில் இல்லை!

திருச்சி சிவா

கேளுங்கள்!
சொல்கிறேன்...

திருச்சி சிவா எம்.பி.

நியூ செஞ்சுரி புக் ஹவுஸ் (பி) லிட்.,
41-பி, சிட்கோ இண்டஸ்டிரியல் எஸ்டேட்,
அம்பத்தூர், சென்னை - 600 050.
☎ : 044 - 26251968, 26258410

Language: Tamil
Kelungal! Solgiren...
Author: **Tiruchi Siva M.P.**

First Edition: September, 2024
Second Edition: December, 2024
Copyright: Author
No.of Pages: xxiv + 143 = 167
Publisher:
New Century Book House Pvt. Ltd.,
41-B, SIDCO Industrial Estate,
Ambattur, Chennai - 600 050.
Tamilnadu State, India.
Email: info@ncbh.in
Online: www.ncbhpublisher.in

ISBN: 978 - 81 - 980502-2-9

Code No. A 5185

₹ 250/-

Branches

Ambattur 044 - 26359906, **Spenzer Plaza (Chennai)** 044-28490027
Trichy 0431-2700885 **Pudukkottai** 04322- 227773 **Thanjavur** 04362-231371
Tirunelveli 0462-2323990, 4210990, **Madurai** 0452-4374106
Dindigul 0451-2432172 **Coimbatore** 0422-2380554 **Erode** 0424-2256667
Salem 0427-2450817 **Hosur** 04344-245726 **Krishnagiri** 04343-234387
Ooty 0423-2441743 **Vellore** 0416-2234495 **Villupuram** 04146-227800
Pondicherry 0413-2280101 **Nagercoil** 04652-234990

கேளுங்கள்! சொல்கிறேன்...
ஆசிரியர்: **திருச்சி சிவா எம்.பி.**
முதல் பதிப்பு: செப்டம்பர், 2024
இரண்டாம் பதிப்பு: டிசம்பர், 2024

அச்சிட்டோர்: **பாவை பிரிண்டர்ஸ் (பி) லிட்.,**
16 (142), ஜானி ஜான் கான் சாலை, இராயப்பேட்டை, சென்னை - 14
☎: 044-28482441

All rights reserved. No part of this book may be reprinted or reproduced or utilised in any form or by any electronic, mechanical, or other means, now known or hereafter invented, including photocopying and recording, or in any information storage or retrieval system, without permission in writing from the publishers.

இந்நூல்
கழகத் தோழர்களுக்கு...

உள்ளே...

- அணிந்துரை - ஆர்.நல்லகண்ணு..................................ix
- அணிந்துரை - சுப.வீரபாண்டியன்..................................xv
- அணிந்துரை - திலகவதி ஐ.பி.எஸ்..................................xix
- ஜனநாயகத்தின் நான்காவது தூண்! - திருச்சி சிவா........xxi

1. இசையும் இலக்கியமும் மனதைக் கனிய வைக்கும்..................01
2. இலங்கைப் பிரச்சினையில் கழகத்தின் நிலைப்பாடு..................12
3. காஷ்மீர் மக்களின் உணர்வுகள் மதிக்கப்பட வேண்டும்...........19
4. "நீங்கள் ஏன் திருநங்கையர், விதவைகள், பெண்கள் பிரச்சினைகளுக்கு முக்கியத்துவம் கொடுக்கிறீர்கள்?".................22
5. அரசியல் சட்டம் 370வது பிரிவு நீக்கத்தின் விளைவு என்ன?..40
6. குடியுரிமைச் சட்டத்திருத்தத்திற்கு எதிராகப் போராட்டம் ஏன்?..57
7. கழகத்தின் அடித்தளம் மேடைதானே!..................................66
8. தி.மு.க.வுக்குள் பெரியாரின் தாக்கம் எந்த அளவுக்கு வேலை செய்கிறது?..................98
9. அண்ணா எந்த அளவுக்கு உங்களுக்கு வியப்புக்குரிய மனிதராகத் தெரிகிறார்?..................108
10. ஸ்டாலினைப் பொருத்தவரை உங்கள் கனவு எப்படிப்பட்டதாக இருக்கிறது?..................123

அணிந்துரை

இயற்றலும் ஈட்டலும் காத்தலும் காத்த
வகுத்தலும் வல்லது அரசு.

என்கிறார் திருவள்ளுவர்.

"அரசியல் பிழைத்தோருக்கு அறம் கூற்றாகும்"
என்கிறது சிலப்பதிகாரம்.

இதுதான் தமிழர்களின் அரசியல் அடிப்படை.

'அரசியல்' என்பது சமுதாயத்தின் ஆணிவேர். இதில் விஷம் ஊற்றப்பட்டால் அரசியல் அழிந்து விடும்.

இன்று ஒன்றிய அரசியலில் கார்ப்பரேட் கடும் தாக்குதல் மற்றும் வகுப்பு வெறிக் கொடும் தாக்குதல் என்ற இரட்டை விஷம் பரவி அரசியலை அழித்து வருகிறது.

உலக மயம், தனியார்மயம், தாராள மயம் என்பதுடன் பார்ப்பனியம் மற்றும் வகுப்பு வெறி ஆகிய ஐம்பூதங்கள் அரசியலை ஆட்டிப் படைத்து வருகின்றன.

'அரசு' தோன்றிய காலம் தொட்டு உழைப்பைச் சுரண்டிக் கொழுக்கும் மூலதனச் சக்திகளும், மக்களிடையே சமூகப் பிளவுகளை ஏற்படுத்தி ஆதாயம் தேடும் மதம், சாதிவாதச் சக்திகளும் அரசியலில் தலையிட்டே வந்திருக்கின்றன.

இவை நிலப்பிரபுத்துவக் காலனி ஆதிக்க மற்றும் முதலாளித்துவ ஆட்சியிலும் உரம் பெற்று இன்றைய உலகமய கார்ப்பரேட் ஆட்சியிலும் உருமாறி ஆதிக்கம் செலுத்தி வருகிறது.

மதவாதம், சாதிவாதம் இரண்டும் சமூகம் மற்றும் பண்பாட்டு அடிப்படையிலே மட்டும் பேசப்படுகிறது என்று கூறுவது முழுமையான உண்மை அல்ல. இது ஒருவகை பிரித்தாளும் சூழ்ச்சியோடு அரசியல் படுத்தப்படுகிறது.

மதவாதம், சாதிவாதம் என்பதற்கும் பொருளாதார அரசியல் அடிப்படை உண்டு. இந்த அடிப்படையின் மீதுதான் மதவாதமும், சாதிவாதமும் கட்டமைக்கப்பட்டுச் செயல்படுகின்றன.

மதவாதச் சாதிவாதச் சக்திகளுக்கும் பொதுவான பொருளாதார அரசியல் சமூகப் பண்பாட்டு நலன்கள் உண்டு.

மத அடையாளத்தை, சாதி அடையாளத்தை அரசியலுக்குப் பயன்படுத்தி அரசியல் ஆதாயம் தேடும் போது அது மதவாதமாக, சாதிவாதமாக மாறுகிறது. அரசியல் அரங்கில் இது தெளிவாகப் புரிந்து கொள்ளப்பட வேண்டும்.

இந்தியாவில் பொதுவுடமை இயக்கம், சுயமரியாதை இயக்கம், ராஷ்ட்ரிய சுயம் சேவக் சங்கம் ஆகிய மூன்றும் 1925 இல் சமகாலத்தில் துவங்கப்பட்டது. 1936 இல் சுதந்திரத் தொழிலாளர் கட்சியை டாக்டர் அம்பேத்கர் தொடங்கினார்.

இந்தியாவில் தேசிய இயக்கம், பொதுவுடைமை இயக்கம், தலித் இயக்கம், திராவிட இயக்கம் ஆகியவை தங்களுக்கு இடையே வேறுபாடுகள் இருந்த போதும் ஒன்றுபட்டும், வேறுபட்டும் அரசியல் அரங்கில் தங்களின் சக்திகளுக்கு ஏற்ப சாதனைகளை ஏற்படுத்தி அதற்கான வரலாற்றுப் பதிவுகளையும் செய்துள்ளன.

இந்திய அரசியலில் கார்ப்பரேட் தாக்குதலும், வகுப்பு வெறித் தாக்குதலும் இரட்டைக் குழல் துப்பாக்கியாக இந்திய உழைக்கும் மக்கள் மீது தாக்குதல் தொடுத்து வருகிறது.

இந்நிலையில் தேசிய இயக்கம், பொதுவுடைமை இயக்கம், திராவிட இயக்கம், தலித் இயக்கம் ஆகியவை ஒன்றிணைந்து போராட வேண்டிய கட்டாய அரசியல் சூழல் ஏற்பட்டுள்ளது. இந்தச் சூழலில்தான் தோழர் திருச்சி சிவா அவர்களின் ‘கேளுங்கள் சொல்கிறேன்’ என்ற நூல் வெளிவந்துள்ளது.

திருச்சி சிவா தான் பிறந்த மூன்றாவது மாதத்தில் தந்தையை இழந்தவர், தாயாரால் வளர்க்கப்பட்டவர். கலைஞரின் பேச்சால், எழுத்தால் ஈர்க்கப்பட்டவர். அரசியல், இலக்கியம், எழுத்து, வாசிப்பு, இசை போன்றவற்றில் ஈடுபாடு கொண்டவர். படிக்கும் காலத்திலேயே சுயமரியாதை உணர்வு மிக்கவர். கல்லூரி மாணவர்கள் மத்தியில் நன்கு அறிமுகமானவர்.

திமுக இளைஞரணி உருவாகிய போது திருச்சி மாநாட்டில் ஐந்து பேர் கொண்ட குழு அமைக்கப்பட்ட போது, அதில் மு.க.ஸ்டாலினுக்கு அடுத்து இரண்டாவது இடத்தில் இருந்தவர். திராவிட இயக்கக் கருத்துகளை, தாய்மொழி பற்றிய உணர்வுகளை எடுத்துச் சொல்வதில் தனி ஆர்வம் கொண்டவர். அரசியலில் அடி எடுத்து வைத்து 20 ஆண்டுகால அனுபவத்திற்குப் பின்பு நாடாளுமன்றத்திற்குள் அடி எடுத்து வைத்தார். 1976 இல் மிசா சட்டத்தில் கைது செய்யப்பட்டவர்.

சாக்ரடீஸ், காண்டேகர், ராகுல்ஜி, கார்ல்மார்க்ஸ், மகாத்மா காந்தி, நேருஜி, டாக்டர் அம்பேத்கர், நேதாஜி, தந்தை பெரியார், பேரறிஞர் அண்ணா, முத்தமிழறிஞர் டாக்டர் கலைஞர் போன்றோரின் நூல்களைப் படித்தவர். இலக்கியத்தில் கல்கியின் படைப்புகள், கு.ப.ராஜகோபாலன், தி.ஜானகிராமன், வடுவூர் துரைசாமி ஐயங்கார் போன்றோரின் படைப்புகளைப் படித்துள்ளார். சிறையில் இருந்த போது கிடைத்த நேரத்தை முழுமையாகப் படிப்பதற்குப் பயன்படுத்திக்கொண்டார்.

'தலைநகரில் தமிழன் குரல்' மற்றும் 'குற்றவாளிக் கூண்டில் சாக்ரடீஸ்' (மொழிபெயர்ப்பு) ஆகிய நூல்களைப் படைத்துள்ளார். தற்போது 'கேளுங்கள் சொல்கிறேன்' என்ற நூல் வெளிவந்துள்ளது.

நூல்களில் இலக்கிய நூல்கள், அறிவியல் நூல்கள், மருத்துவ நூல்கள், தொழில்நுட்ப நூல்கள், தத்துவ நூல்கள், அரசியல் நூல்கள் என்று பல வகைகள் இருக்கின்றன.

இந்த வகைகளில் குறைவாக இருப்பது கடித நூல்கள் மற்றும் கேள்வி பதில் நூல்களாகும். கேள்வி பதில் நூல்களில் இரு வகைகள் உண்டு. ஒன்று கேள்விகளைத் தேர்ந்தெடுத்து அதற்கான பதில்கள் படைப்பாக அமைவது. இரண்டு கேள்விக்கான பதில்கள் பேட்டிகளாக அமைவது.

திருச்சி சிவா எம்.பி அவர்களின் 'கேளுங்கள் சொல்கிறேன்' என்ற இந்த நூல் அவருடைய பேட்டிகளின் தொகுப்பாக அமைந்துள்ளது. புதிய தலைமுறை, கலைஞர் தொலைக்காட்சி, கலைஞர் செய்திகள், நியூஸ் 7, பாலிமர், கலாட்டா வாய்ஸ், கிழக்கு வாசல் உதயம், விகடன் போன்ற ஊடகங்களில் திருச்சி சிவா எம்.பி அளித்த பேட்டிகள் நூலாகத் தொகுக்கப்பட்டுள்ளது.

படைப்பாக்கத்தில் ஒருமுறைக்குப் பலமுறை படித்துத் திருத்த முடியும். இதுபோன்ற வாய்ப்பு நேர்காணலில் அமைவதில்லை. இது இந்த நூலிலும் பிரதிபலிக்கிறது. பக்கம் மூன்றில் கடைசிப் பாராவில் "பொதுவாக தீவிரவாதச் செயல்களில் ஈடுபடுபவர்கள் யார் என்று பார்த்தால் அதில் கல்வியறிவில்லாதவர்கள், ஏழ்மையில் வாடுபவர்கள், தங்கள் தேவை நிறைவேறாதவர்கள் அல்லது வஞ்சிக்கப்படுகிறோம் என்று ஆவேசப்படுபவர்கள் சில தவறானவர்கள் கூட இருக்கிறார்கள்" என்று உள்ளது.

மேலே கூறப்படுபவர்கள் நேரடிக் காரணம் அல்ல. இவர்கள் அம்பு மட்டுமே! அம்பை எய்துபவர்கள் இவர்களுக்குப் பின்னால் ஒளிந்திருக்கிறார்கள். எய்தவரை விட்டுவிட்டு இப்படிச் சொல்வதால் இவர்களை இயக்குபவர்கள் யார்? என்பது தெரியாமல் போய்விடும்.

தொலைக்காட்சி பேட்டி என்பதால் கேள்விக்கான பதில் முடியும் முன்பே அடுத்த கேள்வி எழுந்து விடுகிறது. எனவே, முழுமையான பதில் கிடைப்பதில்லை.

நூலில் பத்து நேர்காணல்கள் அத்தியாயங்களாகத் தொகுக்கப்பட்டுள்ளன. நேர்காணலில் திருச்சி சிவாவுக்கென்று தேர்ந்தெடுத்து பல கேள்விகள் கேட்கப்பட்டுள்ளன. திருச்சி சிவாவின் பதில்களும் அரசியல் ரீதியாகவும் இலக்கிய நயத்துடனும் சொல்லாட்சியுடன் அமைந்துள்ளது சிறப்புக்குரியது.

தந்தை பெரியாரின் கொள்கைகள் நீர்த்துப் போய்விட்டன என்று சொல்லப்படுகிறதே? என்ற கேள்விக்குப் பதில் கூறும் போது...

"இறுக்கமாக இருந்த சமூக உறவுகளில் புதிய உறவுகளைப் புகுத்தியவர்கள் தந்தை பெரியாரும், அறிஞர் அண்ணாவும். அவர்கள் எப்படி நீர்த்துப் போக முடியும்!' என்று பதில் கூறியிருப்பது சிறப்பு.

நீங்கள் ஏன் திருநங்கையர், விதவைகள், பெண்கள் பிரச்சனைகளுக்கு முக்கியத்துவம் கொடுக்கிறீர்கள்? என்று கேட்கப்பட்ட கேள்விக்கு..

"இதுவும் சமுதாயத்தில் எழுப்பப்பட வேண்டிய முக்கியக் குரல்தான். இந்த உணர்வுகள் பெரியார், பேரறிஞர் அண்ணா,

டாக்டர் கலைஞர் ஆகியோர் எங்களுக்கு ஊட்டியது. இதுதான் இன்றைக்கு தளபதி தலைமையில் தொடர்ந்து இருந்து கொண்டிருக்கிறது" என்று பொருத்தமாகப் பதில் கூறியுள்ளார்.

தந்தை பெரியார் தொடர்ந்து ஏன் விமர்சிக்கப்பட்டுக் கொண்டே இருக்கிறார் அல்லது விவாதப் பொருளாக இருக்கிறார்? என்று கேட்கப்பட்ட கேள்விக்கு..

"காலம் காலமாக தங்களிடமிருந்து ஆதிக்கம், அதிகாரம், பறி போகின்றனவே என்ற ஆதங்கம் எழுகிற போது அவர்கள் எதிர்க்கத்தான் செய்வார்கள். இது காலம் காலமாக நடை பெறுவதுதான்!" என்று நேர்த்தியாகப் பதில் சொல்லியிருக்கிறார்.

பெரியார் சமூக நீதி, சுயமரியாதை, கடவுள் மறுப்பு, பெண் உரிமை, பொதுவுடைமை, திராவிடம், தமிழ், தமிழினம் பற்றி எல்லாம் பேசுகிறார். அவர் தொடாத துறையே இல்லை என்றாலும் அவரிடம் மிகவும் சிறப்பு என்று எதைச் சொல்வீர்கள்? என்ற கேள்விக்கு...

"பெரியாரிடம் அப்படி எதையும் வேறுபடுத்திப் பார்க்க முடியாது. ஒரு கருத்தை பெரியார் போன்று விளக்குவதற்கு வேறு யாராலும் முடியாது. பெரியார் தமிழை காட்டுமிராண்டி மொழி என்று சொன்னார். அவர் இப்படிச் சொன்னதை இப்போது சிலர், நீங்கள் உயர்த்திப் பிடிக்கிற தமிழை பெரியார் காட்டுமிராண்டி மொழி என்று சொல்லி இருக்கிறாரே? என்று கேட்கிறார்கள்.

இதற்கு பெரியார், "இது காட்டுமிராண்டிக் காலத்து மொழியாகவே இருந்துவிடக் கூடாது. அது கால ஓட்டத்திற்கு ஏற்ப வளர்கின்ற ஒரு மொழியாக மாற வேண்டும்"என்று சிறப்பான விளக்கத்தைக் கொடுத்தார்.

பெரியார் குறித்துக் கேட்கப்பட்ட கேள்விக்கு பெரியாரின் விளக்கத்தையே பொருத்தமாகக் கூறியிருப்பது மிகச் சிறப்பு.

இளைய தலைமுறையினருக்கு நீங்கள் பெரியாரிடம் இருந்து கண்டிப்பாகக் கற்றுக் கொண்டே ஆக வேண்டும் என்று எதைச் சொல்வீர்கள்? என்ற கேள்விக்கு.

"விடாமுயற்சி, எதிர்ப்புகளைக் கண்டு சோர்ந்து போகாமல் இருத்தல், தெளிவாக முடிவெடுத்தல், முடிவெடுத்த பின்னால் முடிவில் உறுதியாக இருத்தல், எவ்வளவு எதிர்ப்புகள் வந்தாலும்

அதைப் பற்றிக் கவலைப்படாமல் இருத்தல், யாரும் இல்லை என்றாலும் நான் என் வழியில் போய்க்கொண்டேதான் இருப்பேன்” இதைத்தான் ஒவ்வொரு இளைஞனும் மனதில் பதிய வைக்க வேண்டும் என்கிறார்.

இளைஞர்கள் பற்றியும் பெரியார் பற்றியும் மிகச்சரியான புரிதல் இருந்தால் மட்டுமே இவ்வாறான பதிலைக் கூற முடியும். திருச்சி சிவா அவர்களுக்கு இரண்டு புரிதல்களுமே இருந்திருக்கின்றன.

அறிஞர் அண்ணா எந்த அளவுக்கு உங்களைப் பாதித்திருக்கிறார்? என்ற கேள்விக்கு..

“எனக்கு பெரியார் மீது ஈர்ப்பு இருந்தது. நான் அண்ணாவைப் படிக்க ஆரம்பித்த போது அந்த ஈர்ப்பு என்பது எல்லை மீறிப் போனது. அண்ணாவின் பேச்சைக் கேட்டு மயங்குகிற மனதைப் பெற்றவன் நான். ஆனால், அண்ணாவின் எழுத்துகளைப் படிக்கிற போது அவர் மீது மோகம் ஏற்பட்டது. மோகம் என்றுதான் சொல்ல வேண்டும். அண்ணாவின் எழுத்து நடை, அதிலிருந்த கருத்துப் பிரவாகம், அழுத்தம், வாதங்கள், லட்சிய நோக்கங்கள் இவையெல்லாம் எனக்குள் இரண்டறக் கலந்து விட்டன” என்று உணர்ச்சிமயமாய் இலக்கிய நயத்தோடு பொருத்தமாகப் பதில் கூறியிருக்கிறார்.

இதேபோன்று நூல் முழுவதும் கேட்கப்பட்ட கேள்விகளுக்கு அரசியல் ரீதியாகவும் இலக்கிய நயத்தோடும், பொருத்தமாகவும், நேர்மையாகவும், உள்ளத்தின் அடித்தளத்திலிருந்து பதில் சொல்லியிருக்கிறார் திருச்சி சிவா அவர்கள். அரசியலில் ஆர்வம் உள்ளவர்கள் மட்டுமல்ல, இன்றைய இளைய தலைமுறை மட்டுமல்லாது அனைவரும் வாசிக்க வேண்டிய நூல்.

நூலாசிரியர் திருச்சி சிவா அவர்களுக்கு எனது மனமார்ந்த வாழ்த்துகள், பாராட்டுகள்.

அன்புடன்

ஆர். நல்லகண்ணு

12-9-2024

ஆர். நல்லகண்ணு
இந்தியக் கம்யூனிஸ்ட் கட்சி

ஆரியத்தால் வீழ்ந்தோம்! திராவிடத்தால் எழுந்தோம்!

திராவிட இயக்கத் தமிழர் பேரவை

120, என்.டி.ஆர். தெரு, ரெங்கராஜபுரம், கோடம்பாக்கம், சென்னை-24,
தொலைபேசி - 044-4204 7162, மின்னஞ்சல் - kanunchstaiKamal.com

தலைவர்: சுப.வீரபாண்டியன்

நாள்: 19.08.2024

அணிந்துரை

குழந்தையாக இருக்கும்போதே அப்பா இறந்து போய் விடுகிறார். தாயினால் வளர்க்கப்பட்ட அம்மா பிள்ளை அவர். பொதுவாக, தகப்பன் இல்லாத வீட்டில் பிள்ளைகளைப் பயந்து பயந்து வளர்ப்பார்கள். அரசியலுக்கோ வேறு வம்பு தும்புகளுக்கோ போய்விடக் கூடாது என்று கருதுவார்கள். ஆனால் இந்தக் குழந்தையின் தாய் இயல்பான தாய்மார்களிடம் இருந்து வேறுபட்டு நின்ற ஒரு தாய்!

அதனால்தான் நாகசுந்தரம் என்னும் அண்ணாவின் கட்சிக்காரரர் தோற்றுப் போனபோது, வெற்றி பெற்றவர் கொண்டு வந்து கொடுத்த இனிப்பைக் கூடச் சாப்பிடக்கூடாது, திருப்பிக் கொடுத்துவிடு என்று சொல்கிறவராக அந்தத் தாயைப் பார்க்கிறோம்!

அந்தத் தாய் வளர்த்த பிள்ளை பிற்காலத்தில் எப்படி வளர்ந்து நிற்கும்? இதோ.... இப்படி நம் திருச்சி சிவாவாக வளர்ந்து நிற்கும் என்பதை இந்தப் புத்தகம் நமக்கு எடுத்துக்காட்டுகிறது!

தி.மு.கழகத்தின் கொள்கை பரப்புச் செயலாளராக, நான்காவது முறை நாடாளுமன்ற உறுப்பினராக, நாடறிந்த பேச்சாளராக, கண்ணியமிக்க அரசியல்வாதியாக இன்று வளர்ந்து நிற்கும் திருச்சி சிவா, கடந்து வந்த பாதையை மட்டுமின்றி,

நடந்து கொண்டிருக்கும் நாள்களின் அரசியலையும் சேர்த்து இந்தப் புத்தகத்தின் நேர்காணல்கள் நமக்கு எடுத்துரைக்கின்றன!

திருச்சி சிவாவின் தனிமனித வாழ்க்கை, அரசியல் அனுபவங்கள், நாடாளுமன்ற விவாதங்கள் பெரியார், அண்ணா, கலைஞர் போன்ற தலைவர்களின் பேச்சு, செயல் என எல்லாவற்றிலும் காணப்பட்ட நேர்த்தி ஆகிய அனைத்தையும் இந்த நேர்காணல்களின் மூலம் நாம் அறிந்து கொள்ள முடிகிறது!

21 ஆவது வயதில் நெருக்கடி நிலைக் காலத்தில், மிசா கைதியாகச் சிறைக்குப் போய், தன் ஐஏஎஸ் கனவை எல்லாம் நொறுக்கிவிட்டு, ஓர் அரசியல்வாதியாக ஓராண்டுக்குப் பிறகு வெளிவந்திருக்கிறார் சிவா! வெளிவந்த பிறகு சட்டென்று பெரிய உயர்வுகளை அவர் பெற்று விடவில்லை. படிப்படியாக அவர் அரசியல் வாழ்க்கை முன்னேறியிருக்கிறது. 1996ஆம் ஆண்டு நாடாளுமன்றத்தில் அவர் முதன் முதலாக அடி எடுத்து வைத்திருக்கிறார்.

நாடாளுமன்றத்தில் அவர் நடவடிக்கைகள், முரசொலி மாறனின் நம்பிக்கையைப் பெறும் அளவுக்கு - அது அத்தனை எளிதானது அன்று - அவர் வளர்ச்சி அமைந்திருக்கிறது. இன்று வரை அந்தப் பணியில் அவர் தொடர்ந்து கொண்டிருக்கிறார்.

இந்த நேர்காணல்களைப் படிக்கும்போது, அவருடைய விரிந்து பரந்த அறிவு, நாடாளுமன்றத்தில் அவர் கொண்டுவந்த குறிப்பிடத்தக்க சில தனி நபர் தீர்மானங்கள், காஷ்மீர் சிக்கல் உள்ளிட்ட பல பிரச்சனைகளில் அவர் ஆற்றியுள்ள பங்கு என்று பலவற்றையும் உள்வாங்கிக்கொள்ள நமக்கு ஒரு வாய்ப்பு கிடைக்கிறது!

தமிழ்நாட்டு மேடைகளில் அவருக்கென்று ஒரு தனி இடம் இருக்கிறது. எதிர்க்கட்சியினரும் கூட ஏற்றுக் கொள்ளும் அளவிற்கு ஒரு வாதத்திறமை, அடுக்கடுக்காய் அதை எடுத்துச் செல்லும் நேர்த்தி என்று பலவற்றை நாம் குறிக்கலாம். அதனால்தான் "எத்தனை தொழில்நுட்பங்கள் வந்தாலும், மேடைப் பொழிவுக்கு என்று ஒரு தனி இடம் இருக்கிறது" என்கிறார் அவர்.

தந்தை பெரியார், அறிஞர் அண்ணா, தலைவர் கலைஞர், இன்றைய முதல்வர் தளபதி என்று திமுக தலைவர்கள் பலரைப் பற்றியும் கூடுதலாக அறிந்து கொள்வதற்கு இந்த நூல்

பேருதவியாக இருக்கிறது. பெரியாரையும் அண்ணாவையும் அவர் ஓர் இடத்தில் ஒப்பிடும் அழகு தனிச் சிறப்புடையது.

பெரியார் புயல் என்றால், அண்ணா ஒரு தென்றல் எனச் சொல்லிவிட்டு, அண்ணா தென்றலாகத்தான் தவழ்ந்தார், ஆனால் புயல் போல மாற்றங்களைக் கொண்டு வந்தார் என்கிறார்.

இந்த நூல் எல்லோருக்கும் உரியது. படிப்பவர்கள் அனைவரும் பயன்பெறுவார்கள். ஆனாலும் தி.மு. கழக இளைஞர்கள் எல்லோரும் இதனை ஒரு பாடப் புத்தகமாகவே படித்துக் கொள்ளவேண்டும் என்று தோன்றுகிறது!

நானும் இன்றைய அரசியல் மேடைகளில் பேசிக் கொண்டிருக்கிறவன்தான். என்றாலும், இப்போதும் திருச்சி சிவாவின் பேச்சு எனக்கு வியப்பாகவும், முயற்சி செய்தும் எட்ட முடியாததாகவுமே இருக்கிறது. அப்படிப்பட்ட ஒருவரின் நூலுக்கு அணிந்துரை எழுதும் வாய்ப்பைப் பெற்றதில் நான் பெருமிதம் கொள்கிறேன்!

நன்றி

தோழமையுடன்

சுப.வீரபாண்டியன்

15-9-2024

அணிந்துரை

'We do not remember days, we remember moments.'
- Cesare Pavese (Italian Novelist).

திருச்சி சிவா அவர்கள் பழுத்த அரசியல்வாதி, பண்பான மனிதர், ஒவ்வொரு நாளும் படித்துப் படித்துத் தன் எண்ணங்களைக் கூர்தீட்டி வைத்திருப்பவர். பல்வேறு பத்திரிகைகளுக்கும், தொலைக்காட்சிகளுக்கும் அவர் அளித்த நேர்காணல்கள் இந்த நூலில் தொகுக்கப்பட்டிருக்கின்றன. கேள்வி - பதில்களின் ஊடாக அவருடைய வாழ்க்கை, அரசியல் பயணம், தான் சார்ந்த கட்சியின் தலைவர்கள் கலைஞர் கருணாநிதி, மு.க.ஸ்டாலின் உள்ளிட்டவர்கள்மீது அவருக்கு இருக்கும் அபிமானம், சமூகப் பார்வை எனப் பலவற்றையும் அறிந்துகொள்ள முடிகிறது.

வாசிப்பின் மீது தீராக் காதல் கொண்டவர் திருச்சி சிவா அவர்கள். இப்போதுகூட 'Comparative Study of Sir Winston Churchill and Doctor Kalaingar' என்ற தலைப்பில் முனைவர் பட்ட ஆய்வுப் படிப்பை மேற்கொண்டிருக்கிறார் என்பது ஆச்சர்யமளிக்கிறது.

மிசாவின்போது கைதாகி சிறையில் ஆறு காவலர்கள் பாதுகாப்போடு, பரீட்சை எழுத ஆரம்பித்து பாதியில் எழுந்துபோனதை திருச்சி சிவா அவர்கள் விவரிக்கும்போது அவருடைய உணர்வுகளைப் புரிந்துகொள்ள முடிகிறது. பெரியார், அண்ணா குறித்து விரிவாகப் பேசுகிறார். முக்கியமாக, நிருபர்கள் முன்வைக்கும் ஒவ்வொரு கேள்விக்கும் தன் மனதிலிருந்து, உண்மையாக பதில் சொல்லியிருக்கிறார். சமூக நீதி, சுயமரியாதை, பா.ஜ.க உள்ளிட்ட எதிர்க்கட்சிகளின் அணுகுமுறை, குடியுரிமை சட்டத் திருத்தம், காஷ்மீர் பிரச்னை... என பலவற்றுக்கும் தெளிவான, அழுத்தமான பதில்களை முன்வைக்கிறார்.

'திருக்குறள் என்பது பைபிளுக்கு அடுத்தபடியாக அதிகமாக மொழிபெயர்க்கப்பட்ட ஒரு நூல். ஆனால், திருக்குறளுக்கு இந்த நாட்டில் இன்னும் முழுமையான அங்கீகாரம் கிடைக்கவில்லை' என்கிற ஆதங்கமாக இருக்கட்டும்; 'என்னுடைய இடத்திற்கு இன்னொருவர் வரலாம். ஆனால், என்னைப்போல் ஒருவர் வர முடியாது. ஓர் அண்ணாதான். ஒரு பெரியார்தான். ஒரு

கலைஞர்தான். ஒரு தளபதிதான். ஒரு திருச்சி சிவாதான்' என்கிற தெளிவாகட்டும்... அழுத்தம் திருத்தமாக பதில் சொல்கிறார் திருச்சி சிவா அவர்கள்.

நாவல், சிறுகதை, கவிதை, கட்டுரை, சிறார் இலக்கியம், ஆய்வு நூல், மருத்துவ நூல்கள், சங்க இலக்கியங்கள்... இவைதான் பரந்துபட்ட அளவில் நூலாக்கம் பெறுகின்றன. தமிழில் வெளியாகும் நூல்களில் நேர்காணல்களுக்கான இடம் ஒரு சதவிகிதத்துக்கும் குறைவாகவே இருக்கும் என்று எனக்குத் தோன்றுகிறது. அதே நேரத்தில், பத்திரிகைகளும் காட்சி ஊடகங்களும் பேட்டி. நேர்காணல்களுக்கான முக்கியத்துவத்தை வெகுவாக உணர்ந்திருக்கின்றன. பத்திரிகைகள் பரவலாகத் தொடங்கிப் பல ஆண்டுகளாக திரைப் பிரபலங்கள், அரசியல்வாதிகள், முக்கிய பிரமுகர்கள், கலை இலக்கிய ஆளுமைகள் ஆகியோரின் நேர்காணல்கள் பத்திரிகைகளிலும் தொலைக்காட்சிகளிலும் தொடர்ந்து வெளியாகிக்கொண்டுதான் இருக்கின்றன.

ஆனால், அவற்றின் முக்கியத்துவத்தை உணர்ந்து, அவற்றை நூலாக்கி, ஆவணப்படுத்த வேண்டும் என்கிற பிரக்ஞை பலருக்கும் இருப்பதில்லை. அந்த வகையில் நாடாளுமன்ற மாநிலங்களவை உறுப்பினர் திருச்சி சிவா அவர்களின் இந்த நூல் வரவேற்கத்தக்க ஒன்று. இதில் சிவா அவர்களின் அனுபவம் இருக்கிறது அவருடைய வாழ்க்கை இருக்கிறது: தமிழகத்தின் வரலாறும் இருக்கிறது.

இது கைக்கடக்கமான நூல். விறுவிறுவெனப் படித்து, பக்கங்கள் தீர்ந்துபோனதும் திருச்சி சிவா அவர்களுடன் நேரில் பேசிய ஒரு நிறைவு கிடைத்துவிடுகிறது. அவரிடம் இன்னும் என்னென்னவோ கேட்க வேண்டும்போல் தோன்றுகிறது. இதுதான் இந்த நூலின் வெற்றி. ஒரு முக்கியமான தமிழ்நாட்டு அரசியல்வாதியின் சமூகம் சார்ந்த கருத்துகளை அறிய, கட்சி பேதமின்றி எல்லோரும் படிக்க வேண்டிய ஒரு புத்தகம்.

மறுபடியும் சொல்கிறேன்... மனதுக்கு மிகவும் நிறைவாக இருக்கிறது.

வாழ்த்துகள்!

அன்புடன்,

திலகவதி

கோ.திலகவதி ஐ.பி.எஸ்
மேனாள் காவல்துறை இயக்குநர், தமிழ்நாடு.

5-09-2024

xx / கேளுங்கள்! சொல்கிறேன்...

ஜனநாயகத்தின் நான்காவது தூண்!

பொதுவாழ்க்கையில் ஈடுபட்டிருப்போரிடமும் திரைப்படத்துறை சார்ந்தோரிடமும் ஊடகவியலாளர்கள் பேட்டி எடுக்க விரும்புவது இயற்கையான ஆர்வம் என்பதை விட அவர்களின் முக்கிய கடமைகளில் ஒன்றாகவும் அது இருப்பதோடு பரபரப்பான செய்திகளோடு அதன் தொடர்ச்சியாக வேறு கருத்துகளும் உருவாகும் என்பதும்தான்!

பேட்டி காண வருபவர்கள் ஒலிவாங்கி மற்றும் படப்பிடிப்புக் கருவிகளோடு மட்டுமல்ல! கண்ணுக்குத் தெரியாத ஒரு தூண்டிலோடும் வருவார்கள். எந்த வார்த்தையில் பேட்டி கொடுப்பவரை மடக்கலாம் என்ற முயற்சி கடைசிக் கேள்வி வரை தொடர்ந்து கொண்டேயிருக்கும். பேட்டி கொடுப்பது என்பது ஒரு தனிக்கலைதான்! பத்திரிகையாளர்களின் கேள்விகளை தலைவர் கலைஞர் இலாகவமாக எதிர் கொள்வதே சுவராஸ்யமாக இருக்கும். எந்த கிடுக்கிப் பிடியிலும் சிக்காமல் ஆனால் தனக்கே உரிய தனித்தன்மையோடு பதிலளிப்பார். சொல்ல வேண்டிய பதிலை சுருக்கமாவும் தெளிவாகவும் சொல்வதோடு பெரும்பாலும் அதில் நகைச்சுவை இழையோடச் சொல்வது அவரின் தனிச்சிறப்பு! அவர் பேட்டிகளைப் போல சுவையானவை என்பது பெரும்பாலும் வேறு இல்லை என்றே சொல்லலாம்.

அதிகமான ஒலிபெருக்கிகளுக்கு முன்னால் நிற்பது பெருமை மட்டுமல்ல! பரீட்சையும் கூட. ஊடகவியலாளர்கள் நிறைய விபரம் தெரிந்தவர்கள் மட்டுமல்ல, தாங்கள் பணியாற்றும் நிறுவனத்துக்கு ஏற்றவாறு கேள்விகள் கேட்பார்கள். யதார்த்த நிலைமையை விளக்குவதோடு நம்முடைய கட்சியின் நிலைப்பாட்டையும் கவனத்தில் கொண்டே விடை சொல்ல

வேண்டும். நாடாளுமன்ற கூட்டத்தொடர் நடைபெறும்போது பெரும்பாலும் தினந்தோறும் ஊடகங்களை சந்திக்க வேண்டிய அவசியம் ஏற்படும். நம்முடைய பதிலானது நாம் சார்ந்திருக்கின்ற இயக்கத்துக்கு எந்தவிதமான ஊறும் ஏற்படுத்தி விடக்கூடாது என்பதோடு கட்சியின் நிலையினை தெளிவாகச் சொல்லுகின்ற பொறுப்புணர்ச்சி அதிகம் தேவை!

என்னைப் பொறுத்தவரை நான் தனியாக ஒருவருடைய கேள்விகளுக்கு அரை மணி அல்லது ஒருமணி நேரம் பதில் சொல்லுகின்ற பேட்டிகளை தேர்ந்தெடுத்து கொடுத்திருக்கின்றேன். அன்றன்று நிகழும் பிரச்னைகள் தொடர்பாக விமான நிலையத்திலோ, நாடாளுமன்ற வளாகத்தின் வெளியிலோ கேட்கப்படும் கேள்விகளுக்கு பதில் சொல்லாமல் செல்லுவதும் இல்லை கடமை உணர்வுடனும், பொறுப்புணர்ச்சியுடனும்!

ஒரு ஜனநாயக நாட்டில் நான்காவது தூண் என்று வர்ணிக்கப்படுவது ஊடகத்துறைதான். அவர்களுடைய பங்களிப்பும், அவர்கள் தருகின்ற தகவல்களுமே மக்களுக்கு நாட்டு நடப்புகளைக் கொண்டுசேர்க்கின்றன என்பது மகத்தான ஓர் உண்மை. அதனால் அவை நடுநிலையோடு இருந்திட வேண்டும் என எதிர்பார்ப்பதும் இயற்கையே! விடுதலைப் போராட்ட காலத்திலும் அவசர நிலை காலத்திலும் அடக்குமுறைகளைக் கண்டு அஞ்சாமல் ஆசை வார்த்தைகளுக்கு இரையாகாமல் துணிந்து நியாயத்தின் பக்கம் நின்று கடமை ஆற்றிய ஏடுகளும், இதழ்களும் உண்டு. அவைகள் இந்த வகையில் சிறந்த எடுத்துக்காட்டுகள்!

ஒரு சில கட்சி சார்புடையவைகளைத் தவிர ஏனையோர் நாட்டுக்கு நல்ல தொண்டு ஆற்றி ஜனநாயகத்திற்கு வலிமை சேர்க்கின்றனர் என்பதை யாரும் மறுக்க முடியாது. தகவல் தொழில்நுட்பம் வளர்ந்திருக்கின்ற இந்தக் காலத்தில் தனியார் காட்சி ஊடகங்கள், அச்சு ஊடகங்களை விட மிக அதிகம். எங்கு பார்த்தாலும் அவர்கள் இருப்பார்கள். அதுபோன்ற சில காட்சி மற்றும் அச்சு ஊடகங்களுக்கு, சிறந்த பேட்டியாளர்கள் சிலருக்கு நான் தந்த நேர்காணல்களில் அரசியல் தொடர்பான செய்திகளோடு தனிப்பட்ட என்னைப் பற்றியும் நிறைய தகவல்கள் பகிர்ந்து கொள்ளப்பட்டிருக்கின்றன. அவற்றில் சிலவற்றை மட்டும் தொகுத்து "கேளுங்கள்! சொல்கிறேன்..."

என்ற தலைப்பிட்டு நியூ செஞ்சுரி பதிப்பகத்தார் ஒரு நூலாகக் கொண்டு வந்திருக்கிறார்கள்.

பொதுவுடைமை இயக்கத்தின் தனிப் பெரும் தலைவர், தியாகத் தழும்புகள் பல பெற்ற விடுதலைப் போராட்ட வீரர், நூறாவது வயதைத் தொட இருக்கும் அப்பழுக்கற்ற அரசியல் தலைவர் அய்யா ஆர். நல்லகண்ணு அவர்கள் இந்நூலுக்கு அணிந்துரை தந்திருப்பது என் வாழ்நாள் பேறு. என் நினைவுப் பேழையில் நான் பாதுகாத்து வைக்க இருக்கும் பெரும் செல்வம்!

தந்தை பெரியாரின் வழி நின்று சுயமரியாதை இயக்கக் கொள்கைகளை ஓய்வென்பதே இல்லாமல், அழுத்தமான கொள்கைப் பிடிப்புடைய ஒரு சிறு கருஞ்சட்டைப் படையோடு நாள்தோறும், நாடுதோறும் சுமந்து சென்று சமுதாய சீர்திருத்தக் கடமையினை பிரச்சாரத்தின் மூலம் ஆற்றி நாட்டுக்கு இன்றியமையாத தொண்டினை ஆற்றி வரும் திராவிட இயக்கத் தமிழர் பேரவையின் பொதுச்செயலாளர் என்னிடம் மாறாத அன்பு கொண்ட பேராசிரியர் சுப.வீரபாண்டியன் அவர்களும் தமிழ்நாட்டின் முதல் பெண் ஐ.பி.எஸ் அதிகாரியும், தமிழ்நாடு காவல்துறை இயக்குநர் பொறுப்பு வரை உயர்ந்து பணியாற்றி ஓய்வு பெற்றவரும் சாகித்ய அகாடமி விருது பெற்ற சீரிய தமிழ் எழுத்தாளரும் பெண்ணுரிமை பேணுகின்ற சிறந்த சொற்பொழிவாளருமான திருமதி திலகவதி அவர்களும் அணிந்துரை தந்திருப்பதற்கு உளமார்ந்த என் நன்றி!

இலக்கிய நூல்களின் வரிசையில், கடித இலக்கியமும், நேர்காணல் இலக்கியமும் அதிகம் இல்லை என்ற ஒரு குறை உண்டு. அந்தக் குறையினை ஓரளவுப் போக்குகின்ற ஒன்றாக இந்நூல் அமையுமேயானால் அது எனக்கு மட்டற்ற மகிழ்ச்சியைத் தரும்.

20-09-2024 - திருச்சி சிவா

1

இசையும் இலக்கியமும் மனதைக் கனிய வைக்கும்

- எங்களுக்கொரு சந்தேகம்...! இது ஒரு அரசியல்வாதியின் வரவேற்பறைதானா...? அல்லது நூலகமா...? என்று எத்தனை புத்தகங்கள்! அதுவும் வெவ்வேறு கோணங்களில்... ஆச்சரியமா இருக்குங்க...!

ஏன்? அரசியல்வாதி வீட்டில் புத்தகங்கள் இருக்கக்கூடாதா? இது சிறிய அளவுதான். மாடியில் விசாலமான ஒரு நூலகம் இருக்கிறது. 'வாசிப்பது சுவாசிப்பது போல' என்பார்களே, என் சுவாசம் வாசிப்பதில்தான்!

- திருச்சியில் நடந்த கவிஞர் ரத்திகாவின் 'தேய்பிறையின் முதல் நாளிலிருந்து' என்ற கவிதைத் தொகுப்பு வெளியீட்டு விழாவில் நீங்கள் பேசிய பேச்சே ஒரு நெடுங்கவிதை போல் இருந்தது. அந்த வியப்பில், பாதிப்பில்தான் உங்களைச் சந்திக்க விரும்பினோம்.

(புன்னகையோடு) "அப்படியா... மிக்க மகிழ்ச்சி!"

- நீங்கள் ஓர் அரசியல்வாதி, ஓர் இலக்கியவாதியும்கூட. உங்களுக்குள்ளிருக்கும் அரசியல்வாதியும், இலக்கியவாதியும் எந்த இடத்தில் சந்தித்துக் கொள்வார்கள்? அப்படி சந்திக்கும்போது என்ன உணர்வீர்கள்? அதனுடயை பாதிப்பு என்னவாக இருக்கும்?

ஓர் அரசியல்வாதிக்குள் இருக்கும் இலக்கியவாதி மிகச் சாதாரண செயலைக்கூட மிக நுட்பமாக, மிக அழகாக யோசிப்பான். அதன் வெளிப்படாத தன்மையை வெளிக்கொண்டுவந்து செயல்படுத்துவான். அதனால், அவனுடைய செயற்பாடுகளில் நேர்த்தி அதிகமிருக்கும். இலக்கியவாதியாக இருக்கிற ஓர் அரசியல்வாதிக்கு எதையும் நுட்பமாக யோசிக்கும் தன்மை இயற்கையாகவே வந்து விடும்!

- **இலக்கியம் மனிதனை மேம்படுத்த உதவுமா?**

நிச்சயம்... நிச்சயம். தீவிரவாதமும் வன்முறையும் பெருமளவில் கற்பனைக்கெட்டாத அளவுக்கு தலைவிரித் தாடுகிறது. அண்மையில் வால்மீகி ராமாயணத்தில் ஒரு சிறு பகுதியை படித்தேன். "தவறுகளிலேயே மிகக் கொடுமையான தவறு, பகைமையே இல்லாதவனை – சம்பந்தமே இல்லாதவனை பழி வாங்குவதுதான்" என்று சொல்கிறது. தீவிரவாதிகளின் தாக்குதலுக்கு, இலக்குக்கு ஆளாகுபவர்கள், உயிரிழப்பவர்கள் பெரும்பாலும் அப்பாவி பொதுமக்கள்தான். தாக்குதல் தொடுப் பவர்களின் கொள்கைகளுக்கு குறுக்கே வராதவர்கள் அல்லது மற்றவர்களுக்கு எந்தவித பிரச்சினையுமே கொடுக்காதவர்கள்தான். நேரடியாகவோ மறைமுகமாகவோ சம்பந்தப்படாதவர்கள். இப்படிப்பட்டவர்கள்தான் உயிர்ப் பலியாகிறார்கள்.

- **உண்மைதான்! அப்படியெல்லாம் செய்தால்தான் மற்றவர்களின், அரசாங்கங்களின் கவனம் தன் பக்கம் திரும்பும் என்பதுதான் அவர்களின் எண்ணம். அதனால்தான் அப்பாவி மக்களின் உயிரிழப்புகளைப் பற்றிக் கவலைப்படுவதில்லையோ என்று தோன்றுகிறது!**

அதனால்தான் இதிகாசங்களும், வரலாறுகளும் ஒரு பொதுவான கருத்தைச் சொல்கின்றன, 'சம்பந்தமில்லாதவர்களை பழி தீர்ப்பது குற்றங்களிலேயே மிகக் கொடுமையான குற்றம்' என்று. ஆனால், அதுதான் இங்கே பெருமளவில் நடந்து கொண்டிருக்கிறது. அதற்கு மிகப் பொருத்தமான உதாரணம், மும்பையில் நடந்த தீவிரவாதிகளின் தாக்குதல்.

பொதுவாக, தீவிரவாதச் செயல்களில் ஈடுபடுபவர்கள் யாரென்று பார்த்தால் அதிக கல்வி அறிவில்லாதவர்கள். ஏழ்மையில் வாடுபவர்கள். தங்களது தேவை நிறைவேறாதவர்கள் அல்லது வஞ்சிக்கப்படுகிறோம் என்று ஆவேசப்படுகிறவர்கள். சில தவறானவர்களும்கூட இருக்கிறார்கள். இவர்களில் படித்தவர்கள், பொறியாளர்கள், மருத்துவர்கள், ஆராய்ச்சியாளர்கள் என்று உயர்கல்வி படித்தவர்களும் இருக்கிறார்கள். ஆனால், இவர்களில் ஓர் இலக்கியவாதி இருந்தால்கூட அப்பாவி மக்களைக் கொல்லும் அவலம் நிச்சயம் நடக்காது. காரணம் ஒருவனுக்கு இலக்கியத்தின் மீது, இசையின் மீது, கலைகளின் மீது ஆர்வம் வந்துவிட்டால் அவன் மனது கனிந்து போகும். மென்மையும் நேயமும்

நிரம்பி வழியும். ஒருபோதும் அவனால் இதுபோன்ற கொடுஞ் செயல்களில் ஈடுபட முடியாது. அதுதான் கலை இலக்கியத்தின் தனித்தன்மை!

● மிகச் சரியாக சொன்னீங்க! நீங்கள் மிகவும் ரசித்த இந்திய இலக்கியம், தமிழ் இலக்கியம் என்று சிலவற்றைக் குறிப்பிட்டுச் சொல்லலாமா?

என்னை முழுமையாக ஆக்கிரமித்து இருப்பவை திராவிட இயக்க எழுத்துகள்தான். கலைஞர் எழுதியவை, எழுதிக் கொண்டிருப்பவை. அண்ணா எழுதியவை. பெரியார் சிந்தனையில் பிறந்த எழுத்துகள். இவற்றைத் தாண்டி நான் விரும்பிப் படித்த எழுத்துக்களும் உண்டு. காண்டேகரின் எழுத்துகள், ராகுல் சாங்கிருத்யாயனின் எழுத்துகளை விரும்பிப் படிப்பேன். மீண்டும் தமிழுக்கு வந்தால் கல்கியின் படைப்புகள் நிரம்பப் பிடிக்கும். அதிலும் பொன்னியின் செல்வனை பலமுறை ஆர்வத்தோடு படித்திருக்கிறேன். பிறகு கு.ப.ரா., தி.ஜானகிராமன், இந்துமதி, வடுவூர் துரைசாமி ஐயங்கார் எழுதிய நாவல்கள் என ஏராளமானவற்றை விருப்பத்தோடு படித்துள்ளேன், படித்துக்கொண்டிருக்கிறேன். இன்னும் சொல்லப்போனால் நான் சிறையிலிருந்தபோது நிறைய படிக்க வாய்ப்பு கிடைத்தது. புத்தகங்களை மட்டுமல்ல, மனிதர்களையும்!

● சிறையிலா...?

ஆமாம்! 'மிசா' கைதியாக ஓராண்டு காலம் சிறையிலிருந்தேன். அப்போது என் வயசு 21. இளமை தன் கனவுச் சிறகுகளை விரிக்கும் இனிமையான பருவம் அது. அது மட்டுமல்ல! நான் ஒரு ஐ.ஏ.எஸ். ஆகவேண்டும் என்பது என் பெருங்கனவு. ஆனால், அது நிறைவேறாக் கனவாகவே முடிந்துபோனது. என் வாழ்க்கைப் பாதையும் மாறிப்போனது.

சிறைக்குச் சென்ற சில நாட்களில் என்னை வந்து பார்த்தார் என் அம்மா. "ஐ.ஏ.எஸ். ஆகப் போகிறேன் என்றாயே" என்று கேட்டார். அந்த ஒரே கேள்வியில் அவரது ஒட்டுமொத்த ஆதங்கமும் அடங்கியிருந்ததைப் புரிந்துகொண்டேன். "நான் தவறேதும் செய்யவில்லை" என்றேன். "சரி எப்போது விடுதலையாவாய்?" என்றார். "ஒரு நாள், என்றாவது ஒரு நாள்" என்றேன். கொஞ்ச நேரம் மௌனமாக இருந்தார். "சரி! நாட்டுக்கு ஒரு பிள்ளை என்று நினைத்துக்கொள்கிறேன்" என்று போய்விட்டார்.

- கேட்கும்போதே சிலிர்ப்பாக இருக்கிறதே!

    என்னிடம் ஏதாவது நல்ல தன்மை இருக்கிறது என்று நீங்கள் நினைத்தால், ஒரு பண்பட்ட அரசியல்வாதியாக, கலையுள்ளம் கொண்டவனாக, நல்ல மனிதனாக இருக்கிறேன் என்று நீங்கள் கருதினால், அதற்குக் காரணம் என் தாய்தான். என்னிடம் இருக்கும் எல்லா மேன்மைகளும் அவர் தந்த சீதனம்தான்.

- அம்மா, அப்பாக்கள் 'வீண் சுமை' என்று நினைக்கும் சின்ன மனசுக்காரர்கள் எண்ணிக்கை கூடிக்கொண்டிருக்கும் காலம் இது. நீங்களோ அம்மாவைத் தெய்வமாகக் கொண்டாடுகிறீர்கள். கேட்கவே நிறைவாக, மகிழ்ச்சியாக இருக்கிறது.

    (கரகரத்த குரலில்) பிறகு? கண்ணுக்குத் தெரிந்த சாமி அவங்க தானே! என் தேவை, என் பசி, என் ஆசை எல்லாவற்றையும் செய்து கொடுத்தது அவங்கதானே! நான் பிறந்து மூன்றே மாதத்தில் என் தந்தை இறந்துவிட்டார். அப்போது என் தாயின் வயது 29.

    ஆமாம். வெறும் 29 வயதுதான். என்னை வளர்த்து ஆளாக்குவதை ஒரு தவம் போல் செய்தார்கள்.

    (கொஞ்ச நேரம் அழுத்தமான மௌனம்)

- பிறகு உங்க படிப்பு என்ன ஆச்சு?

    சிறையில் படித்தேன் என்று சொன்னேனே. உண்மையாகவே சிறையில் இருந்தபோது தேர்வு எழுத அனுமதித்தார்கள். இருபுறமும் துப்பாக்கி ஏந்திய ஆறு காவலர்கள் காவலிருக்க!

- துப்பாக்கி ஏந்திய காவலர்களா?

    ஆமாம். நான் மிசா கைதியாயிற்றே! தேர்வு எழுதும் மன நிலையும் சூழ்நிலையும் இல்லாததால் பாதியிலேயே எழுந்து வெளியேறிவிட்டேன். சிறையிலிருந்து விடுதலையாகி, எம்.ஏ. படிப்பை முடித்துப் பட்டம் பெற்றேன். பின்னர் பதினைந்து ஆண்டுகள் கழித்து சட்டக் கல்லூரியில் சட்டம் படித்து முடித்தேன். இப்போது பிஎச்.டி செய்துகொண்டிருக்கிறேன்.

- பிஎச்.டி.யா...! எதைப் பற்றி சார்...?

    'Comparative study of Sir Winston Churchill and Doctor Kalaignar' என்ற தலைப்பில்.

'ஒரு வெற்றிகரமான அரசியல்வாதியால் நல்ல இலக்கியவாதியாக இருக்கமுடியுமா?' என்று பேச்சோடு பேச்சாகக் கேட்டீர்கள். இதுவரை இலக்கியத்திற்கான நோபல் பரிசு பெற்ற ஒரே அரசியல்வாதி வின்ஸ்டன் சர்ச்சில்தான். அவருக்கு சற்றும் குறையாதவர் நம் டாக்டர் கலைஞர். அந்த அடிப்படையில்தான் சர்ச்சிலையும் கலைஞரையும் ஒப்பிட்டு ஆய்வு செய்துகொண்டிருக்கிறேன்.

● இலக்கியம், எழுத்து தவிர வேறு எதிலும் ஈடுபாடு உண்டா?

இசையில் நிரம்ப ஈடுபாடு உண்டு. சிறுவயதில் என் தாயார் கிருபானந்த வாரியார் நிகழ்ச்சிகளுக்கு அழைத்துப் போவார். இசையில் ஈடுபாடு வந்ததற்கு அதுவும் ஒரு காரணம்!

● உங்களுக்கு இசைப்புலமை நிறைய இருப்பதுபோல் தெரிகிறது!

(கூச்சத்தோடு சிரித்தபடியே) இல்லையில்லை! அதெல்லாம் ஒன்றுமில்லை! பழைய திரைப்படப் பாடல்களை விரும்பிக் கேட்பேன். இந்திப் பாடல்களைக்கூட ஆர்வமுடன் கேட்பேன். இசையைக் கேட்பதற்கு புலமை தேவையில்லையே! மொழிகள் தெரிந்திருக்க வேண்டியதில்லை. ஆர்வமும் ரசித்துக் கேட்கும் மனசும் இருந்தால் போதுமே!

● உண்மைதான்! அதனால்தானே இசைக்கு மொழியோ, எல்லையோ இல்லை என்கிறார்கள்.

அண்மையில் திருச்சிக்கு பி.சுசிலா அம்மா அவர்களை அழைத்து தமிழுக்கு அவர்கள் தந்த இசைப் பங்களிப்பை பாராட்டி, நான் நடத்திக்கொண்டிருக்கும் 'கலைப் பேரவை' என்ற அமைப்பின் சார்பாக ஒரு விழா எடுத்தேன். அந்த நிகழ்ச்சிக்கு எம்.எஸ்.விஸ்வநாதன், வைரமுத்து, எம்.என்.ராஜம், ஏ.எல்.ராகவன், வெண்ணிற ஆடை நிர்மலா, ராஜேஷ் போன்றவர்களை அழைத்திருந்தேன்.

● நிகழ்ச்சிக்கு கூட்டம் அதிகம் வந்திருக்குமே!

ஆமாம். மிகப் பிரமாண்டமான கூட்டம். சுசிலா அம்மாகூட வந்திருந்த கூட்டத்தையும் நிகழ்ச்சி ஏற்பாட்டையும் பார்த்துவிட்டு "என் பிள்ளைகூட என் மீது இத்தனை பாசம் கொண்டிருப்பாரா என்பது சந்தேகமே!" என்று நெகிழ்ந்து சொன்னார். நான்கூட ஒரு முறை வானொலியில் பேசும்போது "ஒரு காலத்தில் நமது தமிழ்ச் சமூகத்தில் கண்ணதாசன், வாலி, எம்.எஸ்.

விஸ்வநாதன், ராமமூர்த்தி, கே.வி.மகாதேவன், எம்.ஜி.ஆர்., சிவாஜி, என்.எஸ்.கிருஷ்ணன், ஜே.பி.சந்திரபாபு, டி.எம். சௌந்தர்ராஜன், சுசிலா... இவர்கள் இல்லாத உலகத்தை கற்பனை செய்து பார்ப்பதே கடினம். இவர்கள் நம் வாழ்க்கையின் யதார்த்தங்களை அப்படியே பிரதிபலித்தார்கள். அதனாலேயே அவர்கள் நம் வாழ்வின் அங்கமாக மாறிப்போனார்கள்" என்று குறிப்பிட்டேன்.

● ஆமாம். அப்புறம் பேச்சினூடே சொன்னீர்கள் எழுதுவது பற்றி... என்னவெல்லாம் எழுதியிருக்கிறீர்கள்?

(புன்னகையோடு) எழுத்து என்று வரும்போது நான் கொஞ்சம் சோம்பேறி. ஏன் இப்படி இருக்கிறோம் என்று என் மீதே எனக்குக் கொஞ்சம் வருத்தமும் உண்டு. இப்போதுகூட கவிதை வடிவில் என் மனதில் பாதிப்பு ஏற்படுத்துபவைகளை எழுதி வைத்திருக்கிறேன். அவற்றைச் சரிபார்த்து நூல் வடிவில் கொண்டுவர வேண்டும். சீக்கிரம் அது நடக்கும் என்று நினைக்கிறேன்.

● அச்சாகி வெளிவந்தவை...

எனக்கு சாக்ரட்டீஸை நிரம்பப் பிடிக்கும். அவன் ஒரு கருத்துப் போராளி. கிரேக்க நாட்டு நீதிமன்றத்தில் அவன் எடுத்து வைத்த வாதங்கள் அதி அற்புதமானவை. அதை 'குற்றவாளிக் கூண்டில் சாக்ரடீஸ்' என்ற தலைப்பில் தமிழில் மொழிபெயர்த்து வெளி யிட்டேன். அந்த நூலுக்கு முதல்வர் கலைஞர் அவர்கள்தான் அணிந்துரை தந்து சிறப்பித்தார்கள். பிறகு நாடாளுமன்றத்தில் நான் பேசியவற்றைத் தொகுத்து 'தலைநகரில் தமிழன் குரல்' என்ற நூலாக வெளியிட்டுள்ளேன். இவை இரண்டும்தான் அச்சில் வெளிவந்த எனது நூல்கள். இது தவிர முரசொலியில் அரசியல் கட்டுரைகள் எழுதிக்கொண்டிருக்கிறேன். தலைவர் 2008-இல் தனது பிறந்த நாளுக்காக விழா எடுக்க வேண்டாம் என்றார். அதைப் படித்த எனக்கு மிகவும் வருத்தமாக இருந்தது. 'எங்கள் உரிமையைத் தாருங்கள். ஜூன் 3. எங்களின் திருநாளில் விழா எடுக்க' என்று 'தலைவருக்கு தம்பியின் கடிதம்' என எழுதியிருந்தேன். அது அப்படியே முரசொலியில் பிரசுரமாயிற்று. அதற்கு ஏராளமானோரின் பாராட்டுக் கிடைத்தது. அது என் அடிமனசின் உண்மை உணர்வுகளுக்குக் கிடைத்த அங்கீகாரம் என்று எடுத்துக்கொண்டேன்.

- சரி... பிறகு அரசியலுக்கு வந்தீர்கள்... நாடாளுமன்றம் சென்றீர்கள்...

நீங்கள் ஒரே வரியில் சொன்னதுபோல் அரசியலுக்கு வந்தவுடன் நாடாளுமன்றம் செல்லவில்லை. அதற்கு 20 ஆண்டு காலம் தேவைப்பட்டது. 1976-இல் மிசாவில் நான் கைதானேன். அப்போது கல்லூரி மாணவர்கள் மத்தியில் அறிமுகமானவனாக இருந்தேன். திராவிட இயக்கக் கருத்துகளை, தாய்மொழி பற்றிய உணர்வுகளை எடுத்துச் சொல்வதில் ஒரு தனியான ஆர்வம் எல்லாவற்றையும்விட மிகுந்திருந்தது. என்னைப் போன்றவர்கள் வெளியில் இருப்பது இடையூறாக இருக்கும் என அப்போதிருந்த அரசு எண்ணியிருக்கக்கூடும். அதனால்தான் பெரிய தலைவர்களோடு இப்போதைய துணை முதல்வர் திரு.மு.க.ஸ்டாலின் போன்ற அப்போதைய இளைஞர்களையும் கைது செய்தார்கள். அந்த வகையில் என்னையும் கைது செய்தார்கள்.

- ஆக, இளமையும் முதுமையும் சிறையில் சங்கமித்தன என்று சொல்லுங்கள்...

ஆமாம்! அந்தச் சங்கமம் என்னைக் கூர் தீட்டியது. கருத்தளவில் என்னை செழுமைப்படுத்தியது. 76-இல் வெளிவந்த நான் 96 வரை அதாவது தி.மு.க. எதிர்க்கட்சியாக இருந்து எண்ணற்ற இன்னல்களைச் சந்தித்தத் தருணங்களில் கட்சி எனக்கு கொடுத்த பல்வேறு பொறுப்புகளை ஒழுங்காகச் செய்தேன். மாவட்ட மாணவர் செயலாளராக இருந்தேன்.

முதன் முதலாக மாநில இளைஞரணி தொடங்கியபோது அதன் முதன்மைப் பொறுப்பில் இருந்த ஐவரில் ஒருவராக என்னையும் நியமித்தார்கள். அப்போதுதான் முதன்முதலாக தலைவர் அவர்கள் தன் கைப்பட என் பெயரை 'திருச்சி சிவா' என்று எழுதினார்கள். அதுவரை நான் 'மிசா என்.சிவா'வாகத்தான் இருந்தேன். இந்த மாற்றம் மறக்க முடியாத ஒரு மகிழ்ச்சியான நினைவு. அதற்குப் பிறகு ஸ்டாலின் அவர்கள் செயலாளராகவும், நான் துணைச் செயலாளராகவும் பத்தாண்டுகள் இருந்தோம். அதன் பிறகு மாணவரணி மாநிலச் செயலாளராக பதினைந்து ஆண்டு காலம் இருந்தேன். இப்பொழுது கொள்கைப் பரப்புச் செயலாளராகப் பணியாற்றிக்கொண்டிருக்கிறேன். கட்சி கடுமையான சோதனைகளை சந்தித்தபோது எனக்கு இடப்பட்ட

பணிகளை முறையாக இருபது ஆண்டுகள் செய்து முடித்த பிறகுதான் நாடாளுமன்றம் செல்ல வாய்ப்புத் தந்தது. நீங்கள் சொன்னதுபோல கட்சிக்கு வந்ததும் எம்.பி. ஆகிவிடவில்லை.

● உண்மை. விதைக்கப்பட்டவுடன் எதுவும் மரமாகி விடுவதில்லைதான். முதன் முதலாக மக்களவைக்கு என்ன உணர்வோடு சென்றீர்கள்? அங்கே உங்களுக்கு எந்தவித அனுபவம் ஏற்பட்டது?

ஒருவித சிலிர்ப்போடுதான் சென்றேன். உலகப் புகழ்பெற்ற நேரு, சட்ட மேதை அம்பேத்கர், அறிஞர் அண்ணா போன்றோர் அர்ப்பணிப்பு உணர்வோடு பணியாற்றிய பிரமாண்டமான கட்டிடத்திற்குள் நாமும் ஒரு உறுப்பினராக ஒரு சிறிய பங்களிப்பை செய்யப்போகிறோம் என்கிற அச்சம் கலந்து பெருமிதத்தோடு சென்றேன். எனக்கொரு திடமான எண்ணம் உண்டு. இந்த எம்.பி. உட்பட முக்கியப் பதவிகள் என எதுவும் நமக்காக உருவாக்கப்பட்டதல்ல. அதில் நமக்கு முன்னரும் பலர் இருந்திருக்கிறார்கள். பின்னரும் பலர் வரப்போகிறார்கள். எனவே, அடக்கமாக, பொறுப்பாக நடந்துகொள்ள வேண்டும் என்று. அதோடு எளிமை என்பது எனக்கு இயல்பான ஒன்று!

● அங்கே அதற்கு மாறாக இருந்ததா?

அதுதான் இல்லை. அங்கிருந்த மிக மூத்த தலைவர்கள்கூட மிகமிக எளிமையாக நடந்துகொண்டது நிறைவாக இருந்தது. நான் சுயமரியாதை உணர்வோடு வளர்ந்தவன். எந்தக் காரணம் கொண்டும் யாரேனும் நம்மைத் தாழ்த்திப் பார்க்க நினைத்தால் அதை ஏற்கமுடியாது. நாமும் பிறரைத் தாழ்த்தி நடந்திட எந்தக் காரணத்தை முன்னிட்டும் முனையக்கூடாது. தோழமை உணர்வோடு பழகுவதென்பது சுகமான ஒன்று. அந்தக் கலாசாரம் எனக்குப் பிடித்திருந்தது.

● கேட்க மகிழ்ச்சியாக இருக்கிறது. மக்களவையில் உங்கள் முதல் பேச்சு, முதன்மையான பேச்சுகள் பற்றி...

முதல் பேச்சு. அவைக்குச் சென்ற நான்கே நாட்களில் ஆருயிர் அண்ணன் முரசொலி மாறன் மக்களவை துணைத் தலைவராக சூரஜ்பாண்ட் என்பவர் தேர்ந்தெடுக்கப்பட்டமைக்கு தி.மு.க. சார்பில் என்னை வாழ்த்திப் பேசச் சொல்லிப் பணித்தார். அதன் பிறகு ரயில்வே பட்ஜெட் மீதான விவாதத்தில், கன்னிப்பேச்சாக உரையாற்றும் வாய்ப்புக் கிடைத்தது. அந்தப் பேச்சு, அண்ணன்

முரசொலி மாறன் அவர்களையும், அவர் மூலமாக தலைவர் கலைஞரையும், அப்போதைய ரயில்வே அமைச்சர் ராம் விலாஸ் பாஸ்வான் அவர்களையும் மிகவும் கவர்ந்தது.

கலைஞர் அவர்களாலும் பல்வேறு தமிழறிஞர்களாலும் தமிழைச் செம்மொழி ஆக்கவேண்டும் என்று முயற்சிகள் மேற்கொள்ளப்பட்டிருந்த தருணங்களில் மக்களவையில் தமிழைச் செம்மொழி ஆக்குவது பற்றிப் பேசினேன். தேவகௌடா அரசின் மீது நம்பிக்கை இல்லாத் தீர்மானம் கொண்டுவந்தபோது தி.மு.க. சார்பில் பேசிய பேச்சுகளைக் குறிப்பிட்டுச் சொல்லலாம்.

● நீங்கள் மக்களவைக்குச் சென்றபோது பிரதமர் யார்?

(புன்னகையோடு) வாஜ்பாய் அவர்கள். 13 நாட்களே இருந்தார். பிறகு தேவகௌடா... அதன்பிறகு குஜ்ரால் என்று மூன்று பிரதமர்கள். அந்த மக்களவை ஒன்றரை ஆண்டோடு முடிந்துபோனது.

● பிறகு மாநிலங்களவைக்குப் போனது பற்றி...

2000-இல் மாநிலங்களவைக்குச் சென்றபோது திருக்குறளை தேசிய நூலாக்க வேண்டும், தமிழையும் ஆட்சி மொழியாக்க வேண்டும், கல்லணையை உலகின் தொன்மையானச் சின்னமாக அறிவிக்க வேண்டும் என்று நிறைய முதன் முதலாக, முக்கியமான பிரச்சினைகள் குறித்துப் பேசியிருக்கிறேன்.

● பொதுவாக, "கல்வி என்பதே தாய்மொழியில்தான் இருக்க வேண்டும். அதுதான் எசிந்திக்கும் திறனைப் பெரிதாக்கும். அறிவாற்றலை அளவற்றதாகப் பெருக்கும்'' என்று மொழி அறிஞர்கள் சொல்கிறார்கள். ஆனால், இப்போது தமிழைவிட ஆங்கிலம்தான் அவசியம் என்ற போக்கு நிலவுகிறதே...

தாய்மொழியில் கற்பது மிகவும் எளிது. தாய்மொழியை வளர்க்க வேண்டியது இயல்பாக ஒரு மனிதனோடு இருக்க வேண்டிய அடிப்படை உணர்வு. அவசியம் கருதி ஆங்கிலம் கற்பதில் தவறில்லை. ஆனால், தமிழே எனக்குத் தேவையில்லை என்று தமிழர்கள் சொல்வது கொஞ்சம்கூட ஏற்புடையதில்லை. 'யாமறிந்த மொழிகளிலே தமிழைப்போல் இனிதாவது எங்கும் காணோம்...' என்று பாரதி சொன்னான். எத்தனை மொழிகள் படித்தாலும் தாய்மொழி மிக முக்கியம். அதுவே ஒருவனை

சிந்திக்கும் அறிவாற்றல் உள்ளவனாக மாற்றும். எனது பழக்கம் என்னவென்றால் ஆங்கிலம் பேசும்போது ஆங்கிலத்தில் மட்டுமே பேசுவேன். தமிழில் பேசும்போது தமிழில் மட்டுமே பேசுவேன். பற்றாக்குறை ஏற்பட்டால் இரவல் மொழியில் பேசலாம். தமிழுக்கு ஒருபோதும் பற்றாக்குறை என்ற அவலம் வராது.

● "இந்தி மொழியைப் படிக்க விடாமல் ஒரு தலைமுறையையே வீணடித்துவிட்டார்கள். அதனால் தமிழர்களுக்கு மிகப்பெரும் பாதிப்பு" என்றொரு குற்றச்சாட்டு உள்ளதே?

மறுக்கிறேன். இந்தி படிக்க வேண்டும் என்ற பாதகத்திலிருந்து காப்பாற்றியிருக்கிறோம் என்பதுதான் உண்மை. இந்தியா பல மொழிகள் பேசுகிற நாடு. அதில் 'இந்தி என்கிற எந்தவிதமான இலக்கிய வளமும் இல்லாத மொழியைப் படித்தால்தான் உங்களுக்கு எல்லாம்' என்றால் எப்படி ஏற்றுக்கொள்ள முடியும்? இப்போது மாநில மொழிகளிலும், மத்திய அரசின் தேர்வுகளை எழுதலாம் என்று வந்திருப்பதே எங்கள் கொள்கைக்குக் கிடைத்த வெற்றிதான். எங்களுடைய உணர்வுகள் தனிப்பட்டதொரு மொழியின் மீது கொண்ட விரோதமோ, குரோதமோ இல்லை. இந்தித் திணிப்பின் மீதும் அதன் ஆதிக்கப் போக்கின் மீதும் கொண்ட எதிர்ப்பு உணர்வுதான் காரணம். குறுகிய அணுகுமுறை அல்ல அது. அதனால்தான் இப்போதும் இந்தி சொல்லிக் கொடுக்கும் இந்தி பிரசார சபாக்கள் தமிழகத்தில் இயங்கிக்கொண்டிருக்கின்றன.

● நீங்களெல்லாம் பெரியாரின் சிந்தனையால் வளர்க்கப்பட்டவர்கள். இப்போது சிலர் 'பெரியாரின் கொள்கைகள் நீர்த்துப் போய்விட்டன' என்று சொல்ல ஆரம்பித்திருக்கிறார்களே..?

எங்களைப் போன்றவர்களிடம் இப்படி ஒரு கருத்தைக் கேட்பதற்கு உரிமை தந்தவரே பெரியார்தான். இந்தத் தமிழ் நாட்டில் தந்தை பெரியார், பேரறிஞர் அண்ணா, கலைஞர் இவர்கள் பிறக்காமல் இருந்திருந்தால் நீங்களும் நானும் என்னவாக இருந்திருப்போம். கொஞ்சம் யோசித்துப் பாருங்கள், 'யாரோ' சொன்ன கருத்துக்கு விடை கிடைக்கும்.

நான் பேசுகின்ற சில கூட்டங்களில் ஒரு கருத்தை சொல்லும் வழக்கம் உண்டு. இதோ என் பக்கத்தில் உட்கார்ந்திருப்பவர்

'இன்னார்' என்று தெரியும். இந்தப் பக்கத்தில் உட்கார்ந்திருப்பவர் ஒடுக்கப்பட்ட சமூகத்தவர் என்று தெரியும். ஆனால், நாங்கள் சமமாக நேசத்தோடு அமர்ந்து பேசிக்கொண்டிருக்கிறோம். இந்த நேசமும் உறவும் எனது பாட்டனுக்கும் இவரது பாட்டனுக்கும் இருந்திருக்குமா? இந்தப் புதிய உறவை உருவாக்கியவர் யார்? யோசித்துப் பாருங்கள், எல்லாவற்றிற்கும் பதில் கிடைக்கும்.

- நிறைவாக ஒரே ஒரு கேள்வி. உங்களுக்கென்று ஒரு சில கனவுகள், ஆசைகள் இருக்கும். அதைப் பற்றிக் கொஞ்சம் சொல்லுங்கள்...

வரலாற்றுப் புத்தகத்தின் வைர வரிகளில் ஒன்றாய் இருக்க வேண்டும். அவ்வளவுதான்! (சொல்லிவிட்டு தாடிக்குள்ளிருந்து பளீரென்று சிரிக்கிறார்).

நேர்கண்டவர்: **உத்தமசோழன்**
கிழக்கு வாசல் உதயம்,
பிப்ரவரி–2010.

2
இலங்கைப் பிரச்சினையில் கழகத்தின் நிலைப்பாடு

● வழக்கமான உற்சாகத்தோடு உங்களைப் பார்க்க முடியவில்லை. சற்று சோர்ந்திருக்கிறீர்கள். அண்மையில் ஏற்பட்ட உடல்நலக்குறைவு காரணமா?

தொடர்ந்து அலைச்சல்; ஓய்வில்லை. அவ்வளவுதான். நாடாளுமன்றத்தில் கடந்த 15 நாட்களாக உழைப்பு. இலங்கைப் பிரச்சினை தொடர்பான வாதங்கள். இரவு நான்கு மணி நேரம் மட்டுமே உறங்குகிற அளவுக்குத்தான் நேரமிருந்தது. அந்தக் காரணத்தினால் ஏற்பட்ட ஓர் அயர்வு. பிறகு சரியாகிவிடும்.

● சற்றும் எதிர்பாராத ஒரு திருப்பமாக கடந்த ஒன்பது ஆண்டு காலமாக மத்தியில் காங்கிரஸ் கூட்டணியிலிருந்து திடீரென ஓர் எதிர்பாராத சூழ்நிலையில் கூட்டணியிலிருந்து விலகியிருக்கிறீர்கள். இதை உங்கள் தொண்டர்கள் வரவேற்கிறார்களா?

நிச்சயமாக எல்லா தொண்டர்களுக்கும் மகிழ்ச்சிதான். இரண்டு காரணங்கள். ஒன்று, முடிவெடுத்ததன் நியாயம். இன்னொன்று, எங்கள் தலைவர் எதைச் செய்தாலும் அது சரியாகத்தான் இருக்கும் என்ற ஒரு நம்பிக்கை. குறிப்பாக, இந்தக் கூட்டணியிலிருந்து, இந்த ஆட்சியிலிருந்து நாங்கள் வெளியே வந்தது வலிமையான காரணங்கள். இது சரியான முடிவு என்கிற கருத்து ஒட்டுமொத்தமாக எங்கள் தொண்டர்களிடம் நிறையவே இருக்கிறது. பெரும் வரவேற்பைப் பெற்றிருக்கிறது.

● தொண்டர்கள் விரும்புகிறார்கள் என்று நீங்கள் சொல்வீர்களேயானால், தொண்டர்களின் விருப்பத்திற்கு மாறாக நீண்ட காலம் நீங்கள் அவர்களோடு கூட்டணியில் இருந்திருக்கிறீர்கள் என்று நினைக்கலாமா?

முன்பே சொன்னதுபோல, தலைவர் எதைச் செய்தாலும் சரியாகவே செய்வார்; சரியான நேரத்தில் செய்வார் என்பது எங்கள் கட்சித் தோழர்களுக்குத் தெரியும். தலைவர் இந்தப் பிரச்சினையில் தொடர்ந்து என்னவெல்லாம் செய்துகொண்டார் என்று அறிந்த காரணத்தினால் அவர்கள் பொறுமையோடு இருந்தார்கள். ஒரு முடிவை கொண்டுவருவதற்குச் சரியான இலக்கை நோக்கி தலைவர் நகர்ந்துகொண்டிருக்கிறார். அது இயலாத சூழ்நிலையில் எதைச் செய்வார் என்று எங்களுக்குத் தெரியும். போர் முறைகள் என்பதும் அதிலே முடிவெடுப்பது என்பதும் எங்கள் தலைவரின் தீர்க்கமான செயற்பாடுகள், எங்கள் தோழர்கள் அனைவரும் அறிந்த ஒன்று. அதனால் அதிருப்தி என்பதெல்லாம் இல்லை. எதிர்பார்ப்பு என்பதெல்லாம் இல்லை. அவருடைய போக்கில் போகிறோம். முடிவு சரியாக இருக்கிறது. பெருத்த மகிழ்ச்சியோடு வரவேற்கிறோம்.

இன்னும்கூட சொல்கிறார்கள். தமிழகம் தழுவிய அளவில் மாணவர்கள் மிகப்பெரிய உந்துதலோடு இந்தப் போராட்டத்தை கையிலெடுத்திருக்கிறார்கள். மாணவர்கள் நடத்துகிற அந்தப் போராட்டத்தின் நிர்பந்தம் காரணமாகத்தான் தி.மு.க. வெளியேறி இருக்கிறது என்று சொல்கிறார்கள். மாணவர்களே இப்படி போராட்டத்தில் இறங்கும்போது எதிர்காலத்தில் தி.மு.க.வுக்கு மிகப்பெரிய பாதகமாக அமையலாம் என்ற காரணத்தினால் தி.மு.க. அந்தக் கூட்டணியில் இருந்து விலகிவிட்டதாகச் சொல்கிறார்கள்.

எங்களுக்கு எந்தக் காலத்திலும் புற நிர்பந்தமும் கிடையாது. எந்தவிதமான நிர்பந்தமும் தி.மு.க.வை முடிவெடுக்கக் கட்டாயப் படுத்தியதில்லை. உண்மையில், இன்றைய தினம் தமிழ்நாட்டில் மாணவர்கள் தன்னெழுச்சியோடு இன்றைக்கு ஈடுபட்டிருக்கிற இந்தப் போராட்டம் வரவேற்கத்தக்கது. நாங்கள் மகிழ்கிறோம். நீண்ட காலத்திற்குப் பின்னால் 1965 இந்தி எதிர்ப்புப் போராட்டத்திற்குப் பின்னால் மாணவர்கள் ஒட்டுமொத்தமாகக் கிளர்ந்து எழுந்து அதுவும் அறவழியில் தங்கள் கருத்துகளை வலியுறுத்தி வருவது என்பது மற்ற மாநிலங்களில் இருக்கிற மாணவர்களுக்குக்கூட ஒரு வழிகாட்டி. ஆனால், அதனால்தான் தி.மு.க. முடிவெடுத்தது என்கிறபோது நீங்கள் கொஞ்சம் யோசிக்கவேண்டும்.

1956 தொடக்கக் காலத்திலிருந்தே இன்றைக்கு உச்சத்தை அடைந்திருக்கிற இந்த டெசோ அமைப்பு, நாங்கள்

நாடாளுமன்றத்தில் பேசியதை நீங்கள் பார்த்திருப்பீர்கள். மாணவர் போராட்டம் உக்கிரமடைவதற்கு முன்பாகவே நாடாளுமன்றத்தில் விவாதம் தொடங்கிவிட்டது. அதில் எங்களின் பேச்சுகள் எல்லார் மத்தியிலும் வரவேற்பைப் பெற்றது. காரணம், இந்தப் பிரச்சினையில் சற்றேறக்குறைய எல்லாரும் உணர்வுபூர்வமாகப் பேசினோம். யாரும் கட்சி வளர்ச்சி இது பின்னர் பயன்படும் நோக்கத்தோடு நாங்கள் செயற்படவே இல்லை. அது உணர்வு. அந்த உணர்வின் வெளிப்பாடினால்தான் எங்கள் குரல் அடிவயிற்றிலிருந்து வந்தது. எங்கள் குரல் மத்திய அரசை அசைத்தது. நாங்கள் தினந்தோறும் அங்கிருக்கிற அரசை இயக்குபவர்களைச் சந்திக்கின்ற இடத்தில் இருக்கின்றோம்.

இன்னும் சொல்லவேண்டுமென்றால், நாடாளுமன்றத்தில் சொல்லப்படுகிற ஒரு கருத்துக்கு அரசு எவ்வளவு மரியாதை கொடுக்கும் என்பதை அதை முழுமையாக அறிந்தவர்கள் மட்டுமே உணரமுடியும். பிரதமரோ, பிற அமைச்சர்களோ நேரடியாக வந்த ஒரு பகுதியில் வாழும் மக்களின் கருத்துகளை, எண்ணங்களை நாங்கள் பிரதிபலிக்கிறபோது அதை உள்வாங்கிக்கொண்டு செயற்படுவதற்கான வாய்ப்பு அங்கே அதிகம். ஆக, நாங்கள் அங்கே வேகமாகத்தான் செயல்பட்டுக்கொண்டிருந்தோம். தலைவர் அறிக்கை வெளியிட்டுக்கொண்டிருந்தார். இங்கே போராட்டங்கள் நடைபெற்றுக்கொண்டிருந்தன. டெசோ மாநாடுகள் நடத்தினோம். தலைவர் கடிதம் எழுதிக்கொண்டிருந்தார். மாணவர்களும் போராட்டம் நடத்திக்கொண்டிருந்தார்கள். இவை எல்லாம் இந்தப் பிரச்சினைக்கு வலிமை சேர்ப்பதாக இருந்ததே தவிர, ‘இது அதனால்’ என்றோ, ‘அது இதனால்’ என்றோ கூறுவது சரியாக இருக்காது.

- **பேச்சின் இடையில் சொன்னீர்கள், உங்கள் தீவிரமான போராட்டத்தின் மூலமாகத்தான் மத்திய அரசு கொஞ்சம் அசைந்து கொடுத்தது என்பதுபோல சொன்னீர்கள். என்ன அசைந்து கொடுத்தது? அப்படி எதுவும் தெரியவில்லையே...**

‘முதலில் இந்தத் தீர்மானத்தை ஆதரிப்பார்களா?’ என்கிற வகையில் தான் அவர்களின் பேச்சு இருந்தது. 2012இல் சென்ற முறை அந்தத் தீர்மானம் வந்தபோதுகூட அப்போது நான் தமிழில் பேசினேன். அதில் நான் காங்கிரஸைக் கடுமையாக

விமர்சித்திருக்கிறேன். இன்றைக்கு அல்ல. அப்போது நான் பேசியது தவறாக இருந்திருந்தால், எங்கள் தலைவர் என்னைக் கண்டித்திருப்பார். மாறாக, என் பேச்சை அவர் பாராட்டினார். அன்றைக்கே நான் சொன்னேன், "உங்களைத்தானே நாங்கள் நம்பினோம். நீங்கள் ஏன் எங்களைக் கைவிட்டீர்கள்?" என்று பேசினேன். யாரால் பாதிப்பு என்கிறபோது, யார் காப்பாற்றுவார்களோ அவர்களே உடனிருப்பதுபோல ஒரு நிலை வருகிறதே. எப்போதெல்லாம் ஐ.நா. மன்றத்தில் இலங்கைக்கு எதிரான முடிவு யார் எடுத்தாலும், நீங்கள் அதை எதிர்க்கிறீர்கள். 2012க்கு முன்பு மனித உரிமைகள் மாநாட்டில் இலங்கையை ஆதரித்து இந்தியா வாக்களித்திருந்தது. அதுபோல பல நேரங்களில் அவர்கள் செய்திருக்கிறார்கள். அவர்களுக்கு துணை நின்றிருக்கிறார்கள். அதை நான் தெருவிலோ, தனிப்பட்ட முறையிலோ, ஒரு அறையில் உட்கார்ந்து கொண்டோ சொல்லவில்லை. நாடாளுமன்றத்திலேயே சொன்னோம், "உங்களை நம்பினோம். நீங்கள் ஒவ்வொரு முறையும் அவர்களுக்கே ஆதரவாக செயல்படுகிறீர்களே?" என்று அந்த முறை பேசி, பின்னர் பிரதமரும் மற்றவர்களும் எங்களோடு தனிமையில் சந்தித்தபோது, அப்போது தலைவர் எங்களை எல்லாம் அவர்களோடு தனிமையில் பேசச் சொல்லி கடிதங்கள் கொடுத்து அனுப்பியிருக்கிறார். உங்களுடைய உந்துதலினால் இந்த முடிவை எடுத்தோம். நீங்கள் பேசியதும், உங்களுடைய செயற்பாடுகளும் காரணம் என்று குறிப்பிட்டோம்.

● இப்போது இந்தத் தீர்மானத்தில்...?

இந்தத் தீர்மானத்தின்போது வெளியுறவுத்துறை அமைச்சர் சொல்லிய பதில் எந்த நேரத்திலும் நிறைவைத் தரவில்லை. அவர் ஒவ்வொரு முறை பதில் சொல்கிறபோதும் 'இலங்கையின் மனம் கோணாதவாறு நடந்துகொள்ளவேண்டும்' என்றுதான் பேச்சையே ஆரம்பித்தார். அப்போதெல்லாம்தான் நாங்கள் சீற ஆரம்பித்தோம். எங்களின் கோபத்தைக் காட்ட ஆரம்பித்தது அப்போதுதான். உணர்ச்சிவயப்பட்டெல்லாம் அந்த மன்றத்தில் நாங்கள் பேசுவது இல்லை. ஆனால், எங்கள் எல்லைகளைக் கடந்து பேசுகின்ற அளவுக்கு, கோபப்பட்டெல்லாம் பேசி யிருக்கிறேன்.

"என்ன நினைத்துக்கொண்டிருக்கிறீர்கள். இலங்கையின் நட்பு வேண்டும் என்று எங்கள் உணர்வுகளை அவமதிக்கிறீர்கள்.

தமிழ்நாட்டில் மாணவர் போராட்டங்கள் கிளர்ந்து எழுந்துவிட்டன. லட்சக்கணக்கான மாணவர்கள், பள்ளி மாணவ மாணவியர்கூட நடுத்தெருவிலே உட்கார்ந்து போராடுகிறார்கள். பொதுமக்கள், வியாபாரிகள், சாலையில் காய்கறி வியாபாரம் செய்பவர்கள்கூட தங்கள் வீட்டில் கருப்புக்கொடி ஏற்றுகிறார்கள். நீங்கள் எந்த உலகத்தில் வாழ்கிறீர்கள்?" என்றெல்லாம்கூட கேட்டோம். பின்னர் அவர் சொன்னார், "இந்தத் தீர்மானத்தில் அவர்களும் மனம் கோணாதவாறு..." என்றெல்லாம் சொன்னபோதுதான், "நீங்கள் முயல்கிற எந்த முயற்சியும் சரியானது அல்ல" என்று சொன்னோம்.

ஆக, அந்த வேகமான பேச்சுகள், எடுத்துவைத்த கருத்துகள், இங்கே தலைவர் தொடர்ந்து எழுதிக்கொண்டிருந்தது, பிரதமரோடு பேசியது, மாணவர்களின் போராட்டம் கிளர்ந்தெழுந்து அதன் விளைவாக ஏற்பட்ட தாக்கம், அதுதான் இந்தத் தீர்மானத்தை ஆதரிக்க வைத்தது.

தீர்மானத்தை அவர்கள் ஆதரிப்பார்கள் என்பது ஏறக்குறைய முடிவான விசயம். தீர்மானத்தை எதிர்க்கும் நிலைக்கு அவர்கள் வரமாட்டார்கள். அதே தீர்மானத்தை இந்தியா தனது செல்வாக்கைப் பயன்படுத்தி, அதை நீர்த்துப் போகச் செய்யும் சக்தி இந்தியாவுக்கு இருந்தது. அதைத்தான் இந்தியா இந்த முறையும் செய்திருக்கிறது.

சரியாகச் சொல்லவேண்டும் என்றால், தீர்மானத்தை ஆதரிக்க வேண்டும் என்கிற முடிவில் அவர்கள் இருந்தார்கள் என்று சொல்ல முடியாது. எல்லாரும் ஏற்றுக்கொள்கிற வகையில் வாக்கெடுப்புக்கே வராத மாதிரி ஒரு தீர்மானத்தைக் கொண்டு வருவதாக இருந்தார்கள். இலங்கையே ஏற்றுக்கொள்கிற அளவுக்கு ஒரு தீர்மானத்தைக் கொண்டு வருகிற முயற்சியில் இவர்கள் ஈடுபட்டார்கள்.

● இந்தியா...?

ஆமாம். அதைத் தெரிந்தபிறகுதான் ரொம்பவும் கோபப்பட்டோம். என்ன வேடிக்கையாக இருக்கிறது. இலங்கையை எதிர்த்து ஏற்கெனவே கொண்டு வந்திருக்கிற தீர்மானத்தை இன்னும் நீங்கள் வலிமையாக்கவேண்டுமே தவிர, அதை சாதாரணமாக்கி இலங்கையும் ஏற்றுக்கொள்கின்ற தீர்மானமாக வாக்கெடுப்பே இல்லை. இலங்கையை ஆதரிப்பவர்களும், எதிர்ப்பவர்களும் இலங்கையும் சேர்த்து ஏற்றுக்கொள்கிற ஒரு

தீர்மானத்தைக் கொண்டு வருவதற்கு... கட்டப் பஞ்சாயத்து என்பார்களே, அது மாதிரி இவர்கள் செய்ய முயற்சித்தபோதுதான் "இது தவறு" என்று கண்டித்தோம்.

நாங்கள் ஆதரவைத் திரும்பப் பெறுவதற்கான சூழல் எப்போது உண்டாயிற்று. தலைவர் இங்கிருந்து கோபமாகப் பேசி, இந்த முடிவுகளை எடுக்கவேண்டும் என்கிறபோது மூன்று மத்திய அமைச்சர்கள் இங்கே வருகிறார்கள். அவர்கள் வந்து சென்றதற்கு மறுநாளுக்கு மறுநாள் நாங்கள் இந்த முடிவை எடுக்கிறோம். "சென்று பேசுவதற்குக்கூட நேரம் தரவில்லையே" என்றுகூட அவர்கள் சொன்னார்கள்.

- **முதல் நாளே இப்படி ஒரு மனநிலையில் இருப்பது உங்கள் தலைவருக்குத் தெரிந்துவிட்டது...**

இல்லை, இல்லை. நாங்கள் நம்பினோம். கடைசி நிமிடம் வரை வாய்ப்பு இருக்கிறது என்றுதான் நம்பினோம். ஆதரவைத் திரும்பப் பெற்றபிறகுகூட என்னிடம் சல்மான் குர்ஷித் சொன்னது, "நீங்கள் பொறுத்திருந்து பாருங்கள். இன்னும் எங்களுக்கு அவகாசம் இருக்கிறது. நீங்கள் ஏற்றுக்கொள்கிற மாதிரி திருத்தம் வரும்" என்று சொன்னார்.

இவர்கள் வந்துவிட்டுச் சென்ற பிறகு 4ஆவதாக திருத்தப்பட்ட அமெரிக்கத் தீர்மானம் எங்களுக்குக் கிடைக்கிறது. அதைப் பார்த்தபோதுதான் அதிர்ச்சி மேலிட்டது. ஏற்கெனவே இருந்த வாசகங்கள் நீக்கப்பட்டிருந்தன. சில வார்த்தைகள் மாற்றம் செய்யப்பட்டிருந்தன. 'அர்ஜஸ் த ஸ்ரீலங்கன் கவர்ன்மென்ட்' என்று இருப்பதை எடுத்துவிட்டு, 'என்ங்கரேஜஸ் த ஸ்ரீலங்கன் கவர்ன்மென்ட்' என்று திருத்தி இருந்தார்கள். அதேபோல, 'இலங்கை அரசு இதுவரை எடுத்திருக்கிற நடவடிக்கைகளைப் பாராட்டி...' என்றுதான் அது ஆரம்பிக்கிறது. நாங்கள் சொன்னது, பாரபட்சமற்ற, நடுநிலையான, ஒரு சர்வதேச விசாரணை ஒன்று வேண்டும். நடத்தியிருக்கின்ற போர்க்குற்றங்கள், இனப்படுகொலை, எல்லாவற்றிற்கும் மேலாக, இன்டர்நேஷனல் ஹூமனடேரியன் வயலன்ஸ் இதற்கெல்லாம் ஓர் விசாரணை வேண்டும் என்று நாங்கள் சொன்னோம். ஆனால் அமெரிக்கா சொன்னதில், நாங்கள் சொன்ன இந்த இரண்டும் இல்லை. ஆனால், சர்வதேச மனித உரிமைகள் சட்டத்தை மீறியதற்கான விசாரணை வேண்டும் என்று இருந்தது முழுமையாக நீக்கப்பட்டிருக்கிறது. நாங்கள் புதிதாக இரண்டைச் சேர்க்கச் சொல்கிறபோது,

ஏற்கெனவே இருந்ததும் நீக்கப்பட்டிருந்தது என்பது மிகுந்த அதிர்ச்சியாக இருந்தது.

இதையெல்லாம்விட இன்னும் அதிர்ச்சி, நீங்களும்கூட சேர்ந்து வேதனைப்படவேண்டியது... இப்போதுகூட இலங்கையில் உள்ள அமைச்சர் தன்னுடைய அறிக்கையில், "இதற்காகவே நாங்கள் இந்தியாவுக்கு நன்றி சொல்வோம்" என்று சொல்லி இருந்தார். "சர்வதேச நாடுகளின் பிரதிநிதிகளோ, வெளிநாட்டின் நிருபர்களோ எந்தவிதத் தடையும் இன்றி இலங்கைக்குள் வரலாம்" என்று இருந்த ஒரு தீர்மானத்தின் வாசகத்தை ஒட்டுமொத்தமாக நீக்கியிருந்தார்கள். இதைத்தான் நாங்கள் நீர்த்துப் போனது என்று சொல்கிறோம். இதைப் பார்த்தற்குப் பிறகு எங்களுக்கு அதிர்ச்சியாக இருந்தது. நாங்கள் இதை இன்னும் வேகப்படுத்த வேண்டும் என்கிறபோது, ஏற்கெனவே இருந்ததை நீர்த்துப் போகச் செய்தது. இவர்கள் அங்கே என்ன செய்கிறார்கள்?

நான் நாடாளுமன்றத்தில் கேட்டேன். திருப்பித் திருப்பிக் கேட்டேன். எங்கள் செவிக்கு வந்தது, ஜெனிவாவுக்கு தமிழ்நாட்டிலிருந்து பல பத்திரிகையாளர்கள் சென்றிருந்தார்கள். பலர் அங்கே இருந்தார்கள். அவர்கள் சொன்ன தகவல், அமெரிக்க நாடு தன் தீர்மானத்திற்கு ஆதரவு திரட்டி அதன் பிரதிநிதி மற்ற நாடுகளோடு பேசுகிறார்கள். இது ஐ.நா. மன்றத்தில் வழக்கமாக நடைபெறுகிற ஒன்று. எந்த ஒரு நாடும் தன்னுடைய முயற்சிக்கு ஆதரவு தேடும். இலங்கை அரசு தனக்கு ஆதரவு தேடி எல்லாரோடும் பேசுகிறது. ஆனால், இந்திய அரசின் பிரதிநிதி கைகட்டிக் கொண்டிருக்கிறார். யாருடனும் பேசுவதில்லை!

- மக்களுக்காக...
பாலிமர் தொலைக்காட்சி,
31.03.2013.

3
காஷ்மீர் மக்களின் உணர்வுகள் மதிக்கப்பட வேண்டும்

● காஷ்மீர் இப்போது எப்படி இருக்கிறது?

ஊரடங்கு உத்தரவு சில இடங்களில் இருக்கிறது. கல்லெறி சம்பவங்கள் ஆங்காங்கே நடக்கின்றன. காஷ்மீர், ஜம்மு, லடாக் மூன்று பகுதிகளைக் கொண்ட காஷ்மீரில் இப்போது காஷ்மீரில் மட்டும்தான் பிரச்சினை. காஷ்மீரின் பிரச்சினை மற்ற பகுதிகளுக்கும் பரவி ஓர் அதிர்வலையை ஏற்படுத்தி இருக்கிறது.

காஷ்மீரில், இதுவரை தீவிரவாதிகள் கையெறி குண்டுகளை வீசித் தாக்குதல் நடத்துவார்கள். அவர்களுக்கு எதிராக பாதுகாப்புப் படைகள் பதிலடி கொடுக்கும். ஆனால், இந்த முறை மிகவும் வித்தியாசமான சூழல் அங்கு நிலவுகிறது. இளைஞர்கள், குறிப்பாக கிராமப்புறத்தைச் சேர்ந்தவர்கள் கும்பலாக நின்று கொண்டு பாதுகாப்புப் படையினர் மீது கற்களால் எறிகின்றனர். பாதுகாப்புப் படையினர் அவர்கள் மீது பெல்லட் குண்டுகளால் தாக்குதல் நடத்தியதாக மக்கள் பலர் குழுவினரிடம் தெரிவித்தனர்.

● அனைத்துக் கட்சிகளின் குழுவினரிடம் மக்கள் என்ன சொன்னார்கள்?

அனைத்துக் கட்சிகளின் பிரதிநிதிகள் குழு திறந்த மனதுடன், திறந்த புத்தகமாகத்தான் காஷ்மீருக்குச் சென்றது. எங்களைச் சந்தித்த அரசியல் கட்சிகளின் பிரநிதிகள், காஷ்மீர் பிரச்சினைக்கு ஒவ்வொருவரும் ஒவ்வொரு காரணம் சொல்கிறார்கள். முன்னாள் முதல்வர் உமர் அப்துல்லா முதல் எல்லா அரசியல் கட்சிகளைச் சேர்ந்தவர்களும் வந்து எங்களைச் சந்தித்தனர். அவர்களுக்குத் தெரிந்த காரணங்களை, தீர்வாக உணரும் காரணங்களை

எங்களிடம் எடுத்து வைத்தார்கள். சில ஐயப்பாடுகளை கேள்வி கேட்டுத் தெளிவு பெற்றோம். பல குழுக்கள், அரசியல் கட்சித் தலைவர்கள், வியாபாரிகள், பொதுமக்கள் உள்ளிட்டோர் கருத்துக்களைத் தெரிவித்தனர். வியாபாரிகள் எங்களிடம் பல்வேறு குறைகளைத் தெரிவித்தனர். 15 ஆயிரம் ரூபாய் வியாபாரம் நடந்துகொண்டு இருந்த கடைகளில் சில நூறுகள் மட்டுமே விற்பனை ஆகிறது என்று கூறினர். காஷ்மீரின் சூழல்களால் தற்போது அங்கு சுற்றுலாப்பயணிகளே வருவதில்லை. ஆள் நடமாட்டமே இல்லை. அமைதி திரும்ப வேண்டும் என்று மக்கள், வியாபாரிகள் கூறி உள்ளனர். இந்தியா உடன்தான் இருக்க விரும்புகின்றோம் என்று சொல்கின்றனர்.

● பிரிவினைவாத அமைப்பினர் சந்திக்க மறுத்து விட்டார்களே?

அனைத்துக் கட்சி குழுவினரை சந்திக்க ஹூரியத் அமைப்பைச் சேர்ந்தவர்களுக்கும் அழைப்பு அனுப்பப்பட்டது. அவர்கள் வரவில்லை. தனிநாடு கேட்பவர்கள், பாகிஸ்தானுடன் இணைய வேண்டும் என்று நினைப்பவர்கள் எங்களைச் சந்திக்க வரவில்லை. அதற்கான காரணத்தை குழுவைச் சேர்ந்தவர்களுடன் பேசி அது குறித்து மத்திய அரசுக்கு அறிக்கையாக அளிப்போம்.

● காஷ்மீர் பிரச்சினை குறித்துத் தனிப்பட்ட வகையில் என்ன உணர்ந்திருக்கிறீர்கள்?

"காஷ்மீர் பிரச்சினை திடீரென இன்று உருவானது அல்ல. வரலாற்றுப் பிழைகள் இருக்கின்றன. முந்தைய காலத்தில் இருந்தே இருக்கின்றன. காஷ்மீர் அருகே பாகிஸ்தான் இருக்கிறது. சீனா இருக்கிறது. இந்த அண்டை நாடுகளின் தூண்டுதல்களுக்குப் பலியாகக்கூடிய வகையில் காஷ்மீர் மக்கள் இருக்கின்றனர். பாகிஸ்தான்தான் குறிப்பாக இந்த வேலையைச் செய்கிறது. காஷ்மீரில் வன்முறை ஏற்படும்போதெல்லாம் அந்தப் பிரச்சினையில் மத்திய அரசும், மாநில அரசும் வேகவேகமாகத் தலையிடுகின்றனர். அப்போதைக்குத் தற்காலிகமாக ஒரு தீர்வை முன் வைக்கின்றனர். பிரச்சினை முடிந்த உடன் தொடர் நடவடிக்கைகள் ஏதும் எடுக்காமல் விட்டுவிடுகின்றனர். எதைச் செய்தாலும் அதைத் தொடர்ந்து செய்யவேண்டும் என்று காஷ்மீர் மக்கள் எதிர்பார்க்கின்றனர். மக்கள் மனதில் சில ஆதங்கங்களை

உணரும்போது ராணுவத்தின் மூலமும் துப்பாக்கிக் குண்டுகள் மூலமும் அதனைத் தீர்த்துவிட முடியாது."

காஷ்மீர் வீதிகளில் ஆயுதம் தாங்கிய காவலர்கள், ஆள் நடமாட்டம் அற்ற வீதிகள், வெறிச்சோடிக் கிடக்கும் கடைகள், கோபமாகத் திரியும் இளைஞர்கள் என்ற நிலை மாறி பரபரப்பான வீதிகள், சுற்றுலாப் பயணிகள், அங்கிருக்கும் ஆண்களும், பெண் களும் கையில் குல்மோஹர் மலர்களோடு நடமாடும் சூழல் வர வேண்டும் என்பதே என் ஆசை.

நேர்கண்டவர்: **கே.பாலசுப்பிரமணி**

விகடன், *07.09.2016.*

4
"நீங்கள் ஏன் திருநங்கையர், விதவைகள், பெண்கள் பிரச்சினைகளுக்கு முக்கியத்துவம் கொடுக்கிறீர்கள்?"

● நிறைய அரசியல் பேட்டிகள் கொடுத்திருப்பீர்கள். திருச்சி சிவா சிறந்த அரசியல் ஆளுமையாக மாறிய கதையைத்தான் பார்க்க இருக்கிறோம். உங்களுடைய மாணவப் பருவம் என்ன மாதிரியான கனவுகளோடு அமைந்திருந்தது சார்?

இளமைக்காலத்தில் என்னுடைய பள்ளிச் சூழ்நிலையே மாறுபட்ட ஒன்று. ஒரு பிராமண நிறுவனம் அது. தமிழையும், ஆங்கிலத்தையும் ஒரேநேரத்தில் கற்றுக்கொடுத்தது. திருச்சியைப் பொறுத்தவரை அன்றைய தினத்தில் தலைசிறந்த கல்வி நிறுவனங்களில் ஒன்றாக இருந்தது. இன்றைக்கு நான் ஆங்கிலத்தில் நாடாளுமன்றத்தில் பேசுகிறேன் என்றாலோ, அல்லது ஐ.நா. மன்றம் வரை சென்று வருகிறேன் என்று சொன்னாலோ அதற்கான அடித்தளம் நான் படித்த ஆங்கில இலக்கியம் அல்ல. அந்தப் பள்ளி ஆசிரியர்கள் எனக்குச் சொல்லித் தந்த ஆங்கிலம்தான். அவர்கள் விதைத்த விதை அல்லது அவர்கள் காட்டிய வழி. அவர்களுடைய மொழி ஆளுமைதான் என்னைப் பற்றி இழுத்தது. ஆனால், வகுப்பிலே மாணவர்கள் கொஞ்சம் மாறுபட்டவர்களாக இருந்தார்கள். எனக்குக் கனவுகள் நிறைய.

நான் பிறந்த மூன்றாவது மாதத்திலேயே என் தந்தையை இழந்தேன். தாயாரால்தான் வளர்க்கப்பட்டவன். ஆகவே, எனக்குக் கனவுகள் இருந்தன. ஆனால், கனவுகள் நிறைவேறுவதற்கான பின்னணி கிடையாது. அதேசமயம், மனதிற்குள் ஊக்கம் இருந்தது... என் தாயார் கொடுத்த ஊக்கம் இருந்தது.

என்னுடைய இளவயதுக் கனவு, ஐ.ஏ.எஸ். அதிகாரி ஆகவேண்டும் என்பதே. அதை நோக்கித்தான் என்னுடைய பயணம். ஆனால், பள்ளியில் அதை ஊக்கப்படுத்த ஆளில்லை. காரணம், என்னோடு படித்த மாணவர்கள் எல்லாருடைய வீட்டிலும் தந்தையோ, அல்லது குடும்பத்தைச் சார்ந்த யாரோ ஒருவர் உயர்ந்த பொறுப்புகளில் மருத்துவராக, பொறியாளராக, வழக்கறிஞர்களாக, கல்வியாளர்களாக இருந்தார்கள். ஒரு பின்னணியும் இல்லாத நான் பெரிய கனவைச் சொல்கிறபோது அது நகைப்புக்குரியதாகத்தான் பார்க்கப்பட்டது.

அப்போது ஆங்கிலத்தில் நன்கு தேர்ச்சி பெற்றால் ஐ.ஏ.எஸ். எளிதாக வெற்றிபெறலாம் என்ற ஒரு கருத்து விதைக்கப்பட்டது. அதனால் அதில் முழுகவனம் செலுத்தினேன். அதனால்தான் பின்னர் நான் பி.ஏ., எம்.ஏ., ஆங்கில இலக்கியம் படித்தேன்.

● **இன்றைக்கு ஐ.ஏ.எஸ். ஆக முடியவில்லையே என்கிற வருத்தம் உங்களுக்கு இருக்கிறதா?**

நிச்சயமாக இல்லை. சிலர் சில கனவுகளை இளம் வயதில் வைத்திருந்து அது நிறைவேறாமல் போகிறபோது அதைவிட வேறு சிறந்த ஒன்று காத்திருக்கும் என்று நம்பிக்கை கொள்ளவேண்டும். அதாவது 'ஒரு சன்னல் மூடப்படுகிறபோது, ஒரு கதவு திறக்கும்' என்று சொல்வார்கள்.

நீங்கள் கேட்ட கேள்வி, பின்னால் சொல்லவேண்டியதை முன்னால் சொல்வதற்கு இழுத்துச் செல்கிறது. கடந்த மூன்று ஆண்டுகளாக யு.பி.எஸ்.இ. தேர்வுகளில், ஐ.ஏ.எஸ். நேர்முகத் தேர்விலும் எழுத்துத் தேர்விலும் ஒரு கேள்வி கேட்கப்படுகிறது.

அந்தக் கேள்வி: 'அண்மைக் காலத்தில் நாடாளுமன்றத்தில் நிகழ்ந்த ஒரு முக்கியமான சரித்திர நிகழ்வு என்ன?'

அதற்குப் பதில்: '45 ஆண்டுகளுக்குப் பின்னால் ஒரு தனிநபர் மசோதா நாடாளுமன்றத்தில் நிறைவேற்றப்பட்டிருக்கிறது. (தி.மு.க. உறுப்பினர்) திருச்சி சிவாவின் மசோதா.'

அதாவது நான் செல்லவேண்டும் என்று நினைத்த இடத்திற்குச் செல்ல நினைப்பவர்கள் என்னைப் பற்றிப் படிக்கிறார்கள் என்கிறபோது நான் இழந்ததைப் பற்றி வருத்தப்படவில்லை.

- ஐ.ஏ.எஸ். படிக்கவேண்டும் என விரும்புகிற நீங்கள் எந்தப் புள்ளியில் உங்களின் கவனம் அரசியல் நோக்கித் திரும்ப ஆரம்பித்தது?

திராவிட இயக்கச் சிந்தனை என்பது இளம் வயதிலேயே எனக்கு விதைக்கப்பட்டது. என் தாயார், குடும்பச் சூழல், பின்னணி, மேடைப்பேச்சாளர்கள் என ஏதோ ஒரு காரணத்தினால் இது அழுத்தமாகப் பதிந்துவிட்டது.

பள்ளியில் அப்போது காங்கிரஸ் கட்சி சார்ந்த மாணவர்கள் சிவாஜி ரசிகர்களாக, தி.மு.க. சார்புடைய மாணவர்கள் எம்.ஜி.ஆர். ரசிகர்களாக இருப்பார்கள். அவ்வளவுதான். இதுதான் அடித்தளம். பள்ளியில் அரசியல் எதுவும் கிடையாது. எம்.ஜி.ஆர். ரசிகர்கள், சிவாஜி ரசிகர்கள் என இரண்டு அணியினர் இருப்பார்கள். வளர்ந்து கல்லூரிக்குச் செல்கிறபோது பெரியாருடைய கொள்கைகள், பேச்சு, அண்ணாவினுடைய பேச்சு, (அண்ணா நான் பள்ளியில் படிக்கும்போதே மறைந்துவிட்டார். அந்த இடத்துக்கு கலைஞர் வந்துவிட்டார்) அவருடைய உரைகள், எழுத்துகளைப் படிக்கிற பருவம் வந்துவிட்டது. வளர வளர நமது அணுகுமுறைகளும் மாறிவிட்டது. படம் பார்த்து ரசித்து, கருப்பு சிவப்பைக் காட்டினால் கைதட்டுவது, உதயசூரியனைப் பார்த்தால் பரவசப்படுவது என்பது மெல்ல வளர்ந்து பின்னர் ஆழமாக தத்துவங்களைத் தெரிந்துகொள்கிற, கொள்கைகளை உணர்ந்துகொள்கிற அந்த இடத்துக்கு வந்துவிட்டோம்.

அப்படிப் பார்த்தால், நான் முதன் முதலில் பார்த்தக் கூட்டம், பெரியாருடைய கூட்டம். திருச்சி டவுன் ஹாலில் பேசினார். அது ஒரு மாற்றம் தந்த பேச்சு. அவருடைய லாஜிக்கல் அப்ரோச் மிகவும் பிடித்திருந்தது..

அதாவது, பெரியாரைப் பற்றிச் சொல்லவேண்டுமென்றால், அவர் கருத்துகளை ஏற்றுக்கொள்ளாதவர்களும் அவர் பேசுவதைக் கேட்டுக்கொண்டிருப்பார்கள். அவர் சொல்கிற முறை, நியாயப்படுத்துகிற விதம் அவருடைய அழுத்தமான விளக்கங்கள். இந்தக் கருத்து எனக்கு ஏற்புடையதல்ல. ஆனால், மறுப்பதற்கில்லை என்றுதான் எல்லாரும் நினைப்பார்கள். அதனால்தான் அவருடைய அணுகுமுறை வெற்றி பெற்றது. யாரும் சொல்ல முடியாத ஒன்றை அவர் சொன்னார். "இதை நான் ஒருவன்தான் செய்யமுடியும் என்று வரவில்லை. வேறு யாரும் செய்ய முன் வராததால் நான் வந்திருக்கிறேன்" என்று சொன்னார்.

பிறகு, கலைஞரின் பேச்சு. அது அந்தக் காலத்தில் நெருப்பு. தலைவர் அந்த ஒலிபெருக்கிக்கு முன்னால் நிற்பது, அவருடைய ஒவ்வொரு அசைவையும் பார்த்துச் சிலிர்த்துப் போயிருக்கிறோம்.

● கலைஞரின் பேச்சை நீங்கள் எப்படி ரசித்திருக்கிறீர்கள்?

தலைவருடைய பேச்சு நம்மை அவர் போக்கிலேயே கொண்டு போகும். அதுமட்டுமல்லாமல் அவருடைய உடல் மொழி. அப்போதெல்லாம் நீளமான துண்டு போடுவார். அந்தத் துண்டை அழகாக இடது கையில் ஏந்திக்கொண்டு, மற்றொரு முனையில் தோளில் போட்டுக்கொண்டு சுழன்று சுழன்று பேசுவார். ஒரு கூண்டுக்குள் அடைபட்ட புலி உறுமுவதுபோல இருக்கும் (பின்னாளில், அவர் அருகில் மேடையில் உட்காருகிற வாய்ப்பு எல்லாம் எனக்குக் கிடைத்தது). தலையில் வியர்க்கும். அதைத் துண்டால் லாவகமாகத் துடைத்துக்கொண்டே பேசுவார். விரல் நீட்டிப் பேசுவது, அவருடைய குரல்... இவைதான் என்னை மயக்கிக் கொண்டு போனது. 1972இல் நான் கல்லூரியில் படிக்கிறபோதுதான் எம்.ஜி.ஆர்., தி.மு.க.விலிருந்து பிரிந்து புதிய கட்சியை ஆரம்பிக்கிறார். பெரும்பாலும் என்னோடு இருந்த நண்பர்கள் எல்லாரும் எம்.ஜி.ஆரோடு போய்விட்டார்கள். நாங்கள் மிகச் சிலர்தான் தி.மு.க.வில் தங்கினோம்.

● என்ன காரணம் சார்?

கலைஞர் மீது ஏற்பட்டத் தாக்கம்தான். ஒன்று, ஓர் அறிவாளிக்குப் பின்னால் நிற்கிறோம். அடுத்தது, இந்த லட்சிய உணர்வுகள். எம்.ஜி.ஆர். கட்சியை ஆரம்பித்தபோது கொள்கை எதுவும் இல்லாமல் ஆரம்பித்துவிட்டார் என்பதுதான் உண்மை. அதுதான் கருத்தாகவும் இருந்தது. அதாவது ஓர் எதிர்ப்பை உருவாக்கிவிட்டு வெளியே செல்கிறார். இவர்கள் எனக்கு எதிரி என்பது மட்டும்தான் இலக்கு. தொலைநோக்குப் பார்வையோடு தமிழ் இனத்திற்கும், தமிழ்மொழிக்கோ அவரிடம் சொல்வதற்கு எதுவுமில்லை.

தலைவர் ஆற்றியிருக்கிற பணிகள், தியாகம். முக்கியமாக, அவரால் ஏற்பட்ட ஈர்ப்பிலிருந்து எங்களால் வெளியேற முடிய வில்லை. கிட்டத்தட்ட அவருடைய அன்பு வலையில், அறிவு வலையில் முழுமையாக சிக்குண்டோம் என்றுதான் சொல்ல வேண்டும்.

- உங்கள் முதல் மேடைப் பேச்சு அனுபவம் ஞாபகம் இருக்கிறதா?

மாணவர் தி.மு.க. கூட்டங்களில் என்னைப் பேச அழைக்கிற போது அல்லது மாணவர் போராட்டம் நடக்கிறபோது அதில் பேசுவேன். அதை இன்னமும் பலர் நினைவுகூர்வார்கள். சைக்கிளைக் கொண்டுவந்து நிறுத்தி, அதன் மேலே ஏறி நின்றுகொண்டு பேசுவேன். அது மிகப்பெரிய வரவேற்பைப் பெறும்.

பிறகு போலீசார் வந்து மாணவர்களை வழிமறிக்கிறபோது அவர்களோடு எதிர்த்து வாதிடுவது... ஆனால், இதெல்லாம்தான் பின்னர் கைதாவதற்கு காரணமாக இருந்திருக்கின்றன.

- நீங்கள் அப்போதே கண்காணிக்கப்பட்டுக் கொண்டிருக்கிறீர்கள்...

இதெல்லாம் குறிப்புகளில் ஏறிக்கொண்டிருக்கிறது என்பது அப்போது எனக்குத் தெரியவில்லை. பின்னர் மேடைகளில் ஏறிப் பேசுகிற காலம் வந்தபோது, இன்றைக்கு இருக்கிற இளைஞர்களுக்கு அது வழிகாட்டுதலாக இருக்கலாம். ஒன்றை ஓரிடத்தில் பேசிவிட்டால் மறுபடியும் அந்த இடத்தில் அதையே பேசக்கூடாது. என்கிற வரையறையை வைத்திருந்தேன்.

நாஞ்சிலார் சொல்வார்: "நீ யாரையும் பின்பற்றாதே. உனக்கென்று ஒரு முறை இருக்கிறது. இதையே உன்னுடைய பாணியாக வைத்துக்கொள். நிச்சயமாக வெற்றி பெறுவாய்!" என்று சொல்லிக் கொடுத்திருக்கிறார். இதையே நான் மற்றவர்களுக்கும் சொல்வேன்.

மாணவனாக இருக்கும்போது ரொம்ப வேகமாகப் பேசுவேன். அந்த இடத்தில் வீரம் மட்டும்தான் எதிரே இருப்பவர்களை ஈர்க்கும். கருத்தைக் கொண்டு சேர்ப்பதற்கோ, ஊக்கப்படுத்துவதற்கோ உணர்ச்சிபூர்வமாக இருக்கவேண்டும். அந்த உயிரோட்டம் தலைவரிடம் இறுதிவரை குறையவே இல்லை.

தலைவரின் பேச்சில் எப்போதும் ஜீவனாக வேகம் இருக்கும். ஒரு சொல்லில் அடிப்பார். அவருடைய ஓர் அணுகுமுறையில் அந்தச் சபையே மாறும். இது அவருடைய பாணி. அது எங்களையும் தொற்றிக்கொண்டது.

- உங்கள் வாழ்க்கையில் அரசியல் மீதான மடைமாற்றம் எந்தப் புள்ளியில் உறுதியாக நிகழ்ந்ததாக நினைக்கிறீர்கள்?

கல்லூரிக் காலத்தில் அரசியல் ஈடுபாடு அதிகமாகியது. பெரியார் கொள்கைகளில் பற்றுடைய மாணவர்கள் அங்கே நிறைய இருந்தார்கள். நான் படித்தது பெரியார் கல்லூரி என்பது ஒரு காரணம். பெரியார் இரண்டு முறை அங்கே பேச வந்திருக்கிறார், ஆசிரியர் வீரமணி வந்திருக்கிறார். தலைவர் கலைஞர் இரண்டு முறை வந்திருக்கிறார். ஜெயகாந்தன், கண்ணதாசன் போன்றவர்களை எல்லாம் நாங்கள் அப்போது அழைத்துப் பேச வைத்திருக்கிறோம்.

ஒரு பக்கம் நாங்கள் கல்வியில் சோடை போகவில்லை. எல்லாரும் சொல்வார்கள். "இந்தக் குழு மட்டும் எப்போதும் சுற்றிக்கொண்டே இருக்கிறார்கள். ஆனால், தேர்விலும் தேர்ச்சி பெற்றுவிடுகிறார்கள். நல்ல மாணவர்கள்" என்று சொல்வார்கள். குறும்புக்காரர்களாக இருந்தோமே தவிர, துஷ்டர்களாக இல்லை. எங்களுடைய அணுகுமுறையை எல்லாரும் ரசித்துக் கொண்டிருந்தார்கள். அந்தக் கல்லூரியில் நிறைய போராட்டங்கள் நடத்தி இருக்கிறோம். இப்போது போலல்லாமல் அதிக இறுக்கங்கள் இல்லாத காலம். சென்னை சட்டக் கல்லூரியைப் போல திருச்சியில் அரசியல் பிரச்சினைகளை அதிகமாக எடுத்துக் கையாண்டது அந்தக் கல்லூரிதான். 1970களில் எங்கள் செயலின் விளைவு மற்ற கல்லூரிகளில் எதிரொலிக்கும்.

மாணவர் தி.மு.க. என்கிற அமைப்பு எங்களை ஈர்க்கிறது. பேசுவது, பெரியாருடன் நேரில் பேசுவதற்கான வாய்ப்பு கிடைத்திருக்கிறது. திருச்சியில் பேருந்து நிலையம் அருகில் இருக்கிற பெரியார் சிலைதான் தமிழ்நாட்டில் அவருக்கு வைக்கப்பட்ட முதல் சிலை. காமராஜர் காலத்தில் திட்டமிடப்பட்டு, அண்ணா முதலமைச்சரானவுடன் திறக்கப்பட்டது. பெரியார், 'இது ஒன்று போதும்' என்று சொன்னார். "சிலை வழிபாட்டை எதிர்க்கிற நீங்கள், சிலை வைப்பதை எப்படி ஏற்றீர்கள்?" என்று கேட்டபோது, "இவன்தான் சிலை வழிபாட்டை எதிர்த்தான் என்பதற்காக இருக்கட்டும்" என்று சொன்னார்.

● இந்தப் பயணத்தில் உங்கள் நலம் விரும்பி யாராவது 'நமக்கு அரசியல்லாம் வேண்டாம் தம்பி' என்பதுபோல சொல்லியிருப்பார்கள் அல்லவா?

அவசர நிலைக் காலத்தில் ஒரு ஆறு மாத காலம் தமிழ்நாட்டில் மட்டும்தான் கலைஞர் ஆட்சியில் ஜனநாயகம் இருந்தது. பொதுக் கூட்டங்கள் நடந்தன, தணிக்கை கிடையாது,

எல்லாரும் சுதந்திரமாக இருந்தார்கள். அவசர நிலையின் தாக்கம் தமிழ் நாட்டில் மட்டும்தான் இருந்தது. ஆனால், கலைஞரின் ஆட்சி கலைக்கப்பட்டவுடன் எல்லாரையும் கைது செய்கிறார்கள். என்னைக் கைது செய்வார்கள் என்று நான் எதிர்பார்க்கவே இல்லை. ஜனவரி 31 ஆட்சி கலைக்கப்படுகிறது. மறுநாள் காலையிலிருந்து போலீஸ் என்னைத் தேடுகிறது. நான் வேறு எதற்கோ என்று ஓடி ஓடி தப்பிக்கிறேன். ஒரு நாள் கல்லூரியில் இருக்கும்போது, முதல்வர் ஓர் ஆளை அனுப்புகிறார். "போலீஸ் வந்திருக்கிறது. அலுவலகத்தில் உட்கார வைத்து முதல்வர் பேசிக்கொண்டிருக்கிறார். நீ தப்பித்து விடு" என்று எச்சரித்தார். அது 4ஆம் தேதி.

பிறகு ஒருநாள் இந்திராகாந்தி கட்சி இணைப்புக்காக சென்னைக்கு வந்திருக்கிறார். மறுநாள் வீட்டுக்குப் போகிறேன். மறுநாள் காலையில் பக்கத்து வீட்டு அய்யர்தான் சப்தம் போட்டார், "ஓடிப்போயிடு சிவா... உன்னைத் தேடி போலீஸ் வந்திருக்கு" என்று. அம்மா வெளியூர் போயிருந்தார்கள். நண்பர்கள்தான் வீட்டில் இருந்தார்கள். போலீஸ் "உங்களை அழைத்து வரச் சொன்னார்கள்" என்றுதான் சொன்னார்கள். "என்ன விசயம்?" என்று கேட்டேன். "விசாரிக்கத்தான்" என்றார்கள். ஆனால், காவல்நிலையத்துக்குள் சென்றவுடன் "இந்த மாணவனை பிடித்துக்கொண்டு வந்துவிட்டோம்" என்று சொன்னார்கள். அங்கே அழைத்து வரச் சொன்னார்கள்... இங்கே பிடித்து வந்திருக்கிறோம் என்கிறார்களே...! சந்தேகம் வந்தது.

அப்போது வந்த சப்இன்ஸ்பெக்டர் என்னைப் பார்த்து, "யார் இது?" என்று கேட்டார்.

"தேடிக்கொண்டிருந்தோமே இந்த மாணவன்தான்!"

"போச்சு, ஒரு வருசம்!" என்றார்.

எனக்குத் தூக்கி வாரிப்போட்டது.

"எனக்கு ஒண்ணும் தெரியாது. இன்ஸ்பெக்டர் வந்து பேசுவார்..." என்று சொல்லிவிட்டு அவர் போய்விட்டார்.

அவர் வந்தவுடன் வாரண்டை எடுத்துப் போட்டார். படித்துப் பார்க்கிறேன். தேசப் பாதுகாப்புக்காக கைது செய்யப் படுவதாக அதில் இருக்கிறது. 21 வயது. போட்டோகிராபர் வந்து பல்வேறு விதங்களில் போட்டோ எடுக்கிறார்கள். என்ன

இப்படியெல்லாம் நடத்துகிறார்கள்? என்று வருத்தமாக இருந்தது. மதியம் வரை சில நடைமுறைகள். யார் யாருக்கோ போன் செய்து, "அந்த மாணவனை இப்படிப் பிடித்துவிட்டோம்... அப்படிப் பிடித்துவிட்டோம்" என்று சொல்லிக்கொண்டிருந்தார். அப்போதுதான், என்னைத் தீவிரமாகத் தேடியிருக்கிறார்கள் என்று எனக்குத் தெரிந்தது. பிறகு ஒரு வேனில் ஏற்றி அனுப்பினார்கள். எனக்குத் தெரிந்த போலீஸ்காரர் எனக்குத் தேவையானதை எல்லாம் வாங்கிக் கொடுத்தார். என் நண்பன் ஒருவன் பின்னாடியே சைக்கிளில் வந்தான். அவன்தான் நான் திருச்சி சிறையில் அடைக்கப்பட்டிருக்கிறேன் என்கிற தகவலை வெளியில் சொன்னவன். இல்லையென்றால் நான் எங்கே இருக்கிறேன் என்று யாருக்கும் தெரிந்திருக்காது. ஒரு மாத காலம் கழித்து ஒரே ஒரு கார்டு கொடுத்தார்கள். அதற்குப் பிறகுதான் ரத்தம் சம்பந்தப்பட்டவர்கள் அம்மா, அப்பா, மனைவி, மக்கள், உடன்பிறந்தவர்கள் பார்க்க அனுமதிக்கப்பட்டார்கள். எனக்கு அப்போது திருமணம் ஆகவில்லை. அம்மா, அக்கா இருவரும்தான் பார்க்க வருவார்கள். வேறு யாரும் கிடையாது. இப்படியே ஓராண்டு காலம் ஓடிவிட்டது. நான் அந்தச் சிறை வாழ்க்கையில் நிறைய படித்தேன், நிறைய எழுதினேன். என்னோடு இருந்த தலைவர்களோடு நெருக்கம் ஏற்பட்டது. மனதில் ஒரு பக்குவம் உண்டானது.

நான் விடுதலையாகி வெளியே வந்து நின்றேன். அதுதான் வாழ்க்கையில் நடந்த திருப்பம். அந்தச் சிறையின் மதில் சுவரைத் திரும்பிப் பார்த்து, இதற்குள்ளேயா ஒரு வருடம் இருந்திருக்கிறோம் என்கிற வியப்பு ஏற்பட்டது. சினிமா போல இருந்தது. அடுத்து என்ன செய்யப் போகிறோம்? மறுபடியும் படித்து வேலைக்குப் போவதா? அல்லது ஒரு தவறும் செய்யாமல் அனுபவித்த தண்டனைக்குப் பரிகாரம் தேடப் போகிறோமா? எனக்கு ஏற்பட்ட நிலைமை இன்னொரு இளைஞனுக்கு வரக்கூடாது. என்னுடைய விதவைத்தாய் வடித்த கண்ணீர், இன்னொரு தாய் வடிக்கக்கூடாது. அதற்கு தனிமனிதக் கனவுகளைவிட அரசியல்தான் சிறந்த வழி என்று மீண்டும் பையைத் தூக்கி தோளில் மாட்டிக்கொண்டு நடக்க ஆரம்பித்தேன். அதன் பிறகு அரசியலில் நான் மிகவும் உறுதியாக இருந்தேன்.

ஐ.ஏ.எஸ். ஒரு முறை எழுதினேன். அப்போது தலைவரின் பார்வை பட்டு மாணவர் அணி அமைப்பாளர் ஆகிவிட்டேன்.

- **நீங்கள் குறிப்பிடுகிற இந்தக் காலகட்டத்தில் தி.மு.க.வில் நிறைய இரண்டாம் நிலை, மூன்றாம் நிலை தலைவர்கள் இருந்திருப்பார்கள். அந்தக் கட்சிக்குள் இன்றைக்கு திருச்சி சிவா என்றால் எல்லாராலும் அறியப்படுகிற அளவுக்கு வளர்ந்திருக்கிறீர்கள். கட்சிக்குள் அந்த வளர்ச்சிப் படிநிலை எப்படி இருந்தது?**

உங்கள் கேள்வி என்னைப் படிப்படியாக அழைத்துச் செல்கிறது. ரொம்ப மகிழ்ச்சி.

நான் சிறையிலிருந்து விடுதலையான சில நாட்களில் தலைவரின் பார்வைக்குப் போகிறேன். யாருடைய சிபாரிசும் இல்லாமல் என்னை மாணவர் அணியின் அமைப்பாளராக நியமிக்கிறார். அப்போது மாணவரணி அமைப்பாளர்கள் கட்சியின் பொதுக்குழு உறுப்பினர்களாக இருப்பார்கள். அன்பில், மன்னை, தென்னரசு, வீரபாண்டி ஆறுமுகம் இப்படி பெரிய பெரிய தலைவர்கள் இருப்பார்கள். அவர்கள் பங்கேற்கிற நிகழ்ச்சிகளில் நான் பேசுவேன். "இளைஞர்கள் கட்சிக்குள் இல்லை என்று சொல்கிற சிலருக்காக, இளைஞர்களை ஊக்கப்படுத்த தி.மு.க. தலைவர்கள் எப்படி உதவி செய்கிறார்கள்?" என்றெல்லாம் நான் பேசியிருக்கிறேன்.

தலைவரை தமிழன் இல்லை என்று அன்றைய ஓர் அமைச்சர் பேசியதற்கு, 'என்னை ஏன் தமிழன் இல்லை என்று சொல்கிறார்கள்?' என்று உண்ணாவிரதம் இருக்கத் தலைப்பட்டார். அப்போது நான் அனுமதி வாங்கிக்கொண்டு பேசியபோது, "நீங்களே போராடிக் கொண்டிருந்தால் நாங்கள் எல்லாம் எதற்காக இருக்கிறோம்? தோளுக்கு மேல் பிள்ளை வளர்ந்த பிறகு கவலைப்படத் தேவையில்லை என்பார்கள். நாங்கள் தலைக்கு மேல் வளர்ந்து நிற்கிறோம். உங்களைக் களத்திற்கு அனுப்பிவிட்டு நாங்கள் வேடிக்கை பார்த்துக் கொண்டிருக்க முடியாது. நாங்கள் களத்திற்குச் செல்கிறோம். நீங்கள் வழியனுப்பி வையுங்கள்!'' என்று பேசினேன். தலைவருக்கு மிகவும் பிடித்துவிட்டது. அதனால்தான் பின்னாளில் இளைஞரணி என்கிற அமைப்பு உருவாகிறபோது, திருச்சியில் நடந்த மாநாட்டில் ஐந்து பேர் கொண்ட ஒரு குழுவை அமைத்தார். அதில் தளபதியை அறிவித்துவிட்டு அடுத்து என்னைதான் அறிவிக்கிறார். அதன்பிறகு நாங்கள் ஒன்றாக தமிழ்நாடு முழுவதும் சுற்றுப்பயணம் செய்தோம்.

ஒரே கார். அவர்தான் கார் ஓட்டுவார். நாங்கள் மூன்று பேர் உடனிருப்போம். இரவு முழுவதும் மேடை நிகழ்ச்சி. பகலில் கொடியேற்று விழாக்கள், செயல்வீரர் கூட்டம் என பரபரப்பாக இரண்டாண்டு காலம் ஓடியது.

ஒரு முறை தலைவர் கலைஞருக்கு முன்பு நான் நன்றியுரை சொல்கிறேன். திட்டமிட்டு அல்ல, இயல்பாகப் பேசினேன். "நான் யாருக்கு நன்றி சொல்வது? நான் இந்த மேடையிலிருந்து இதுவரை யாரும் பார்க்காத ஒரு கூட்டத்தைப் பார்க்கிறேன். எங்கு பார்த்தாலும் இளைஞர்கள். கரும் தலைகள். அந்தக் கரும் தலைகளைப் பார்க்கிறபோது, தீப்பெட்டித் தொழிற்சாலையில் தீக்குச்சிகளை காயவைத்திருப்பார்கள் அதுபோலத் தெரிகிறது. அதேபோல தீக்குச்சிகளுக்கு... தலையில் இருக்கிற மருந்துக்கு எப்படி சக்தி அதிகமோ, அதுபோல உங்கள் கரும் தலை, அதிலிருக்கிற மூளை, அதிலிருந்த கிளம்பும் சிந்தனைப்பொறி, இதை ஒருங்கிணைக்கிற வாய்ப்பு எனக்குத் தந்த கலைஞருக்கு ஒட்டுமொத்தமாக நன்றி" என்று பேசினேன். அதன்பிறகு தலைவர் பேசுகிறார். "நான் யார் என்பதை பல நேரங்களில் எனக்கு தம்பி புரியவைத்திருக்கிறார். தம்பி சிவா பேசுகிறபோது, உங்களை எல்லாம் தீக்குச்சிகள் என்று சொன்னார். ஆம். தம்பிமார்களே! நீங்கள் எல்லாம் தீக்குச்சிகள்தான். திராவிட முன்னேற்றக் கழகம் என்கிற தீப்பெட்டிக்குள் அடங்கி இருக்கும் தீக்குச்சிகள். தமிழனுக்கு இன்னல் வரும்போது தேவையான நேரத்தில் எடுத்து உரசுவோம். அறிவைப் பற்ற வைக்க வேண்டிய நேரத்தில் பற்ற வையுங்கள். அது ஊரை எரிக்கிற தீப்பந்தம் அல்ல; இருட்டை விலக்குகிற ஒளிவிளக்கு... அறியாமையை விலக்குகிற அறிவுவிளக்கு!" இப்படிப் பேசுகிறபோது தலைவர் நம் மனதில் எங்கேயோ போய்விடுகிறார் அல்லவா! ஒன்று, நம்ம பேச்சை தலைவர் உயர்த்திப் பேசியது. இன்னொன்று, அவரின் அந்த அணுகுமுறை. அவரிடம் உள்ள சிறப்பம்சங்களுள் ஒன்று. யார் சொன்னதையும் அவர் இன்னொரு கோணத்திலிருந்து சிந்தித்துப் பேசுவார்.

பிறகு, தளபதியுடன் சேர்ந்து சுற்றுப்பயணம் சென்றது. பிறகு இளைஞரணிக்கு அவர் செயலாளர் ஆனார். நான் துணைச் செயலாளர் ஆனேன். ஆக, அந்த இளைஞரணிக் காலம் என்பது எனது வளர்ச்சிக்கான அருமையான காலம்.

- **சார், உங்களின் தேர்தல் அரசியல் பயணம் என்படி இருந்தது?**

1977 மிசாவிலிருந்து விடுதலையான பின் 1980இல் ஒரு முறை நண்பர்கள் சொன்னார்கள் என்பதற்காக நாடாளுமன்றத்திற்கு இடம் கேட்டேன். ரொம்ப நாள் இந்திராகாந்தி அம்மையாரை எதிர்த்துவிட்டு கூட்டணி சேர்ந்த நேரம். பலவிதமான காரணங்கள் சொல்லப்பட்டன. பொருளாதாரப் பிரச்சினை. இப்போது ஒன்றும் அவசரமில்லை என்று சொன்னார்கள். கேட்டுக் கொண்டேன். பெரிய பாதிப்பு ஏதுமில்லை. அதன் பிறகு சட்டமன்ற, நாடாளுமன்றத் தேர்தல்களுக்கு முயற்சி செய்தபோது திருச்சியைப் பொறுத்தவரை கூட்டணிக்கே போய்க்கொண்டிருந்தது. சட்டமன்றத்திற்கு அன்பில் போன்ற பெரிய தலைவர்கள் இருந்தார்கள். அதனால் வாய்ப்பு தள்ளிக்கொண்டே போனது. ஆனால், நான் தலைவர் மனதில், தளபதியோடு நெருக்கமாக இருந்த காரணத்தினால் எனக்கு வருத்தமில்லை. அதாவது, என்னோடு பழகியவர்கள், என்னைப் பார்த்து இயக்கத்தில் தன்னை ஈடுபடுத்திக்கொண்டவர்கள் எல்லாம்கூட பொறுப்புக்கு வந்துவிட்டார்கள். எனக்கு அந்த வாய்ப்பு கிடைக்காமல் போனது. 1996 தேர்தலில் திருச்சிக்கு நான் கேட்டிருந்தேன். என்னுடைய நண்பர் ஒருவர், என்னுடைய பெயரில் புதுக்கோட்டைக்குக் கேட்டிருந்தார். புதுக்கோட்டையை எனக்கு ஒதுக்கினார்கள். புதுக்கோட்டை எனக்கு பக்கத்து மாவட்டம். திருச்சி சிவா அங்கே போய் நிற்கிறபோது ஒரு பேச்சு வரத்தானே செய்யும். என்னை எதிர்த்து நின்றவர் காங்கிரசில் மிகப்பெரிய செல்வந்தர். அந்த மாவட்ட செயலாளர் பெரியண்ணன் என்னோடு மிசாவில் இருந்தவர். அவர் என்னைத் தோழமைக் கட்சியினரிடம் அருமையாக அறிமுகம் செய்துவைத்தார். தலைவர் அறிவித்திருக்கிறார் என்று சொல்லி, என்னை பேசச் சொல்வார். அந்தத் தேர்தலில் ஏறத்தாழ இரண்டு லட்சம் வாக்குகள் வித்தியாசத்தில் வெற்றி பெற்றேன். அதுதான் என் முதல் தேர்தல். ஒன்றரை ஆண்டு காலம் மட்டும்தான் நாடாளுமன்ற ஆயுட் காலம். அதற்குள் மூன்று பிரதமர்கள். முதலில் வாஜ்பாய். பின்னர் தேவகௌடா. அதன்பின் குஜ்ரால்.

மக்களவை என்பது பெரிய கடல் மாதிரி. 545 உறுப்பினர்கள். மாநிலங்களவையில் 245. அவையில் ஒருவர் சரியாகச்

செயல்படுவதன் மூலமாக மக்களுக்கு நன்கு அறிமுகமாகலாம். அந்த ஒன்றரை ஆண்டுகளில் நான் பதினோரு முறை பேசினேன். அது முக்கியமானதாக கருதப்பட்டது.

குறிப்பாக, தேவகௌடா ஆட்சியின் மீதான நம்பிக்கையில்லாத் தீர்மானம் கொண்டுவரப்பட்டபோது, தி.மு.க. சார்பில் பேசச் சொல்லி அண்ணன் முரசொலி மாறன் அவர்களும், அண்ணன் டி.ஆர்.பாலு அவர்களும் பணித்திருந்தார்கள். இந்திய நாடாளுமன்ற வரலாற்றில் முதன்முதலாக நேரடி ஒளிபரப்பு அப்போதுதான். நான் பேசியபோது இரவு எட்டு மணி இருக்கும். அந்தப் பேச்சு தூர்தர்ஷன் மூலமாக நாடு முழுவதும் சென்று சேர்த்து எல்லாருக்கும் அறிமுகமாகிவிட்டேன். இப்போதும்கூட பலர் அதைக் குறிப்பிடுவார்கள். என்னுடைய பேச்சை அண்ணன் முரசொலி மாறன் ஊக்கப்படுத்தினார். அதை தலைவரிடம் எடுத்துச் சொன்னார். அந்தக் காலகட்டத்தில் செயற்பட்ட காரணத்தினால் அடுத்த தேர்தலில் திருநாவுக்கரசு அவர்கள் சுயேச்சையாகப் போட்டியிட்டு 20,000 வாக்குகள் வித்தியாசத்தில் நான் வெற்றி வாய்ப்பை இழந்தேன். அதன் பிறகு என்னை மாநிலங்களவைக்கு அனுப்பினார்கள்.

மிசாவுக்குப் பிறகு தளபதி, கலைஞர் மற்ற எல்லாரிடமும் நெருக்கமாக இருந்து அரசியல் பணியாற்றினாலும் இருபது ஆண்டுகளுக்குப் பிறகுதான் எனக்கு நாடாளுமன்றத்தில் பங்கேற்பதற்கான வாய்ப்புக் கிடைத்தது.

அறிஞர் அண்ணாவிடம் "ஏன் உங்கள் தகுதிக்கு ஏற்ற பொறுப்புகள் கிடைக்கவில்லை?" என்று கேட்டபோது, "நான் காத்திருக்கிறேன்" என்று சொன்னார். அவர் சொன்னதை நானும் பின்பற்றினேன். தளபதியும் அப்படித்தான்... ரொம்ப காலம் உழைத்து, காத்திருந்து, போராடித்தானே இந்தப் பொறுப்புக்கு வந்திருக்கிறார்.

- டெல்லியை சிலர் 'தந்திர பூமி' என்று சொல்வார்கள். அந்தக் கடலில் நீச்சலடிப்பது என்பது சாதாரண விசயமல்ல. உங்களின் அந்த அனுபவம் எப்படி இருந்தது? ஏனென்றால், ஒரு பெரும் கட்சியின் அறிவுசார் முகமாக நீங்கள் அறியப்பட்டிருக்கிறீர்கள். ரொம்ப சவாலான அனுபவம் என்று நீங்கள் எதைப் பார்த்தீர்கள்?

அண்ணன் முரசொலி மாறனும் அப்படித்தான் "இது தந்திர பூமிடா" என்றுதான் சொல்வார். நான் முதலில்

நாடாளுமன்றத்திற்குச் சென்றபோது, நான் கட்டடத்தை, தூண்களைப் பார்த்துப் பிரமித்துப் போயிருக்கிறேன். இதற்குள் நாம் ஓர் உறுப்பினர்! அண்ணா உட்கார்ந்த இடம், நேரு, அம்பேத்கர், முத்துராமலிங்க தேவர், காயிதேமில்லத் போன்ற மிகப்பெரிய தலைவர்கள் எல்லாம் இருந்திருக்கிறார்கள். அவர்கள் உட்கார்ந்த இடத்தில் நாமும் போய் உட்காருகிறோம் என்கிற ஒரு சிலிர்ப்பு. நான் சென்ற காலத்திலேயே பெரும் தலைவர்கள் எல்லாம் அங்கே இருந்தார்கள். முன்னாள் பிரதமர் நரசிம்மராவ், வாஜ்பாய், அத்வானி, இந்திரஜித் குப்தா, சோம்நாத் சட்டர்ஜி, கீதா முகர்ஜி, சந்திரசேகர், பிஜுபட்நாயக் இப்படிப் பெரும் தலைவர்கள் எல்லாம் அவையில் இருந்தார்கள்.

ஒவ்வொரு நாளும் ஓர் அனுபவம், ஒவ்வொரு மனிதனும் ஒரு பாடம்.

ஒரு நாள் நரசிம்மராவ் லாபியில் வருகிறார். அவரிடம் ஏதோ ஒரு சந்தேகம் கேட்கிறேன். அவரிடம் பேசவேண்டும் என்று ஆசை. அதற்காக ஏதோ ஒரு சந்தேகம் போல எதையோ கேட்கிறேன். இரண்டு மூன்று நிமிடங்கள் அங்கேயே நின்று எனக்கு விவரிக்கிறார். அவரிடம் “நீங்கள் எவ்வளவோ பெரிய சீனியர்...” என்கிறேன். “இங்கே சீனியர், ஜூனியர் என்பதெல்லாம் இல்லை. இங்கே எல்லோரும் நாடாளுமன்ற உறுப்பினர்கள்” என்கிறார். அவர் பேசாத பிரதமர் என்று சொல்வார்கள். தவறு. அருமையாகப் பேசக்கூடிய ஆற்றல் பெற்றவர்.

அதுபோல, வாஜ்பாயிடம் யாரோ ஒருவர் சொல்கிறார், “அந்தத் திருச்சிக்காரரர் ரொம்பப் பிரமாதமாகப் பேசுகிறார். நல்லா இருந்துச்சு'' என்கிறார்கள். “அவர் அப்படித்தான் பேசுவார். கலைஞரின் கட்சிக்காரரர் அல்லவா” என்றார்.

நிறைய ஹோம் ஒர்க் செய்வேன்.

- நிறைய வாசிப்பீர்கள் அல்லவா?

புத்தக வாசிப்பு என்பது எப்போதும் உண்டு. ஆனால், செய்தித்தாளில் வருகிற செய்திகளைக் கிழித்து சட்டைப்பையில் வைத்துக்கொள்வேன். இப்போது போல கூகுள் வசதியெல்லாம் அப்போது கிடையாது. நூலகத்திற்குச் சென்று தகவல்களைத் திரட்டுவேன்.

ஜெயின் கமிஷன் தொடர்பாக ஒரு விசாரணை. அதில் தி.மு.க. மீது குற்றச்சாட்டு இருக்கிறது. அந்த நேரத்தில் அண்ணன்

மாறன் பெரிய அதிகாரிகளுடன் பேசிக்கொண்டிருக்கிறார். ஆனால், என்னை அவரருகில் வைத்துக்கொண்டார். ரொம்ப ஆச்சர்யமான விசயம். எங்கள் கட்சியில் இருக்கிறவர்களே நிறைய பேருக்குத் தெரியாது. அவர் பேசிக்கொண்டிருக்கிறபோது ஒரு கருத்தை நான் குறுக்கே சொல்கிறேன். அங்கிருந்த பெரிய அதிகாரி, "அவர் சொல்வது சரி" என்கிறார். அடுத்த கேள்வி அண்ணன் கேட்டார். "லைப்ரரிக்குப் போனியா?"

"ஆமாம்ங்க..."

ஏன் அப்படிக் கேட்கிறார் என்றால், அந்தக் கமிஷனின் அறிக்கை கட்சிகளின் தலைமைக்கு மட்டும்தான் கொடுக்கப்பட்டிருந்தது. எங்கள் கட்சிக்கான அறிக்கை அவரிடம் இருக்கிறது. நூலகத்தில் அறிக்கையின் பிரதி இருக்கிறது. இங்கே பார்க்க வாய்ப்பில்லை என்றால், அங்கேதான் படித்திருக்கவேண்டும் என்று சட்டென முடிவெடுக்கிறார்.

"வேறு எதையும் குறித்து வைத்திருக்கிறாயா?"

"குறித்திருக்கிறேன்."

நான் நிறைய குறித்து வைத்திருந்தேன். அதை அவரிடம் கொடுத்தேன். படித்து ரசித்தார்.

"யார் யாரெல்லாம் வந்திருந்தார்கள்?"

அந்த அறிக்கையை யாரெல்லாம் படித்தார்கள்? அவர்களின் செயல்பாடு எப்படி இருக்கும் என்று தெரிந்து கொள்வதற்காக கேட்கிறார்.

என்னுடைய குறிப்புகளைப் படித்துவிட்டு, மகிழ்ச்சியாகி அவர் எனக்குக் கொடுத்த பரிசு என்னவென்றால், அவர் என்னை அவரது காரில் ஏற்றிக் கொண்டுபோய் வீட்டில் இறக்கிவிட்டுச் சென்றார். "எங்களுக்குத் தெரிந்து அவரது காரில் ஒருவரை அழைத்துச் சென்று இறக்கிவிட்டது உங்களைத்தான்" என்று ஒரு எம்.பி. என்னிடம் சொன்னார்.

- **ஒரு பெரிய சித்தாந்தத்தை சுமக்கிற கட்சி, மாநிலங்களவைக்கு உங்களைத் தேர்ந்தெடுத்து அனுப்புகிறது. அந்தக் கட்சி யாருக்காக உழைக்கிறதோ, அந்த நிலப்பரப்புக்கு நீங்கள் என்ன நியாயம் செய்ததாக நினைக்கிறீர்கள்?**

கடந்தகாலத்தில் ஏறத்தாழ 350 குறுக்கீடுகளைச் செய்திருக்கிறேன். அது பல வகைகள் இருக்கும். முக்கியமான

மசோதாக்களில், முக்கியமான விவாதங்களில், குடியரசுத் தலைவர் உரைக்கு நன்றி தெரிவிப்பது என்றால், மனதில் என்னென்ன தோன்றுகிறதோ அதையெல்லாம் பேசலாம். அதில்தான், நதிகளை தேசியமயமாக்க வேண்டும், தமிழை ஆட்சி மொழியாக்க வேண்டும், திருக்குறளை தேசிய நூலாக்கவேண்டும், கல்லணையை உலகத் தொன்மையான சின்னமாக்கவேண்டும் என்றெல்லாம் பேசி அதற்குரிய பதில்களை வாங்கி வைத்திருக்கிறேன்.

இரண்டாயிரம் ஆண்டு பழமையான கல்லணையை வெறும் சுற்றுலாத் தலமாக வைத்துக்கொண்டிருக்கிறோம். வெளிநாட்டினருக்கும் நமக்கும் உள்ள வேறுபாடு, அவர்கள் ஒன்றுமில்லாததை தலைசிறந்ததாகக் காட்டுகிறபோது, நாம் தலைசிறந்ததை ஒன்றுமில்லாமல் வைத்திருக்கிறோம்... மனிதர்களை நடத்துவது போல.

திராவிட இயக்கம் தோன்றாமல் இருந்திருந்தால், அண்ணா இப்படியொரு அரசியல் கட்சியை ஆரம்பிக்காமல், கலைஞர் என்றொரு தலைவர் தொடராமல் இருந்திருந்தால், இன்று தளபதி அதைக் கொண்டு செலுத்துகிற மாதிரி இல்லாதிருந்தால் தமிழனுடைய வரலாறு ஒன்றுமே இல்லாமல் போயிருக்கும்.

வரலாறு என்பது நாங்கள் இப்படி வாழ்ந்தோம் என்று அடுத்தவருக்குச் சொல்வது. இப்போது அதுதான் நடக்கிறது. உங்கள் வரலாற்றைத் துடைத்து எறிந்துவிட்டு நீங்கள் ஒன்றும் இல்லாதவர் என்று காட்டி, என்னோடு போட்டிக்கு வா சமமாக என்று சொல்கிற முயற்சிதான் நடைபெறுகிறது.

தமிழ்நாடு எல்லாவிதமான பின்புலம் இருந்தும்கூட பெற வேண்டிய முக்கியத்துவத்தைப் பெறாததற்குக் காரணம் இதுதான். மாநிலக் கட்சிகள் எல்லாம் முக்கியத்துவம் பெறாததற்கு முக்கியக் காரணம், தேசிய கட்சிகள் மாநில நலனைப் பின்தள்ளிவிட்டதுதான். ஆக, தி.மு.க. என்ற கட்சி நாடாளுமன்றத்துக்குள் நுழைய ஆரம்பித்த பின்னர் எழுப்பிய முழக்கங்கள், எடுத்துவைத்த வாதங்கள், பிற்காலத்தில் செய்த சாதனைகள் எல்லாம் தமிழ்நாட்டின் வளர்ச்சிக்குத்தான். இதுதான் எங்கள் அணுகுமுறை. எந்தக் காலத்திலும், எந்த மாற்றம் வந்தாலும் நாங்கள் இப்படித்தான் இருப்போம் என்கிற தெளிவு எங்களுக்கு இருப்பதால் எங்களுக்குக் குழப்பம் இருக்காது. அதனால், அரசாங்கம் சார்பாக ஒரு மசோதா

வந்தால் அதை ஆதரிப்பதா? எதிர்ப்பதா? என்பதில் எங்களுக்கு எந்தக் குழப்பமும் இருக்காது. காங்கிரஸ் கூட்டணியில் இருக்கும்போதே இலங்கைப் பிரச்சினையில் அவர்களை எதிர்த்துப் பேசியிருக்கிறோம்.

குறிப்பிடத்தக்க வகையில் சொல்லவேண்டுமென்றால் தனிநபர் மசோதா. அதாவது, ஓர் அரசாங்கம் ஒரு சட்டத்தைக் கொண்டு வர வேண்டுமென்றால், இந்தப் பகுதிக்கு, இந்தப் பிரிவினருக்கு ஒன்று தேவை என்றால் ஒரு சட்டம் தேவை.

தனிநபர் மசோதா, தனிநபர் தீர்மானம் என்று இரண்டு வகைகள் இருக்கின்றன. மசோதா நிறைவேற்றப்பட்டால் சட்டமாக மாறும். தீர்மானம் என்பது தீர்மானமாகவே இருக்கும். கொள்கை அளவில் அதை ஏற்றுக்கொண்டதுபோல. இந்தத் தெளிவு ஆட்சியில் இருப்பவர்களுக்குக் கிடையாது. அதனால் பல தவறுகள் நடக்கும்.

பலர் பல மசோதாக்களை அறிமுகப்படுத்தி இருப்பார்கள். ஆனால் விவாதத்திற்கு வந்திருக்காது. ஏன் வராது? ஒரு கூட்டத் தொடருக்கு அதிகபட்சம் ஒன்றரை மாதம் அல்லது ஒரு மாதம் நடக்கும். ஒரு மாதத்தில் நான்கு வெள்ளிக்கிழமை என்று வைத்துக்கொள்வோம். இரண்டு ரெசல்யூஷன், இரண்டு பில். 25, 30 பேர் அறிமுகப்படுத்தி இருப்பார்கள். ஆனால், அவர்களால் பேசமுடியாது. வெள்ளிக்கிழமை மாலை இரண்டரை மணி நேரம். அவ்வளவுதான். அதற்குள் அனைத்தையும் முடித்துக் கொள்ளவேண்டும்.

என்னுடையதில் இரண்டு ரெசல்யூசன் விவாதிக்கப் பட்டிருக்கிறது. இரண்டு காத்திருக்கிறது. எல்லாமே மிகவும் முக்கியமானவை. வாய்ப்பு கிடைக்கிறபோது அந்தச் சந்தர்ப்பத்தைச் சரியாகப் பயன்படுத்திக் கொள்ளவேண்டும்.

என்னுடைய திருநங்கையர் மசோதா நிறைவேற்றப்பட்டது உங்களுக்குத் தெரியும். விவாதம் காரசாரமாகப் போய்க் கொண்டிருந்தது. நான் வாக்கெடுப்புக்கு விடுகிறேன். எனக்கு ஆதரவு அதிகமாக இருக்கிறது. எதிர்க்கட்சிக்கே அதிசயமாக இருக்கிறது. அப்போது அமைச்சர் அருண்ஜேட்லி சொல்கிறார். "ஒரு முக்கியமான பிரச்சினையில் அவை பிளவுபட்டு நிற்கக் கூடாது. அதனால் சிவாவை திரும்பப் பெறச்சொல்லி நாங்கள் கேட்கிறோம். இல்லையென்றால் வாக்கெடுப்புக்கு விடாதீர்கள்... குரல் வாக்குக்கு விடுங்கள்!" என்கிறார். "நான் திரும்பப்

பெறமாட்டேன்” என்கிறேன். அதனால், குரல் வாக்கெடுப்புக்கு விடப்பட்டு வெற்றி பெறுகிறது. அதுவே, மக்களவைக்குப் போகிறபோது, அவர்களின் பெரும்பான்மையை வைத்து அதைத் தடுத்து நிறுத்திவிடுகிறார்கள்.

அங்கே மக்களவையில் அரசு, திருநங்கைகளுக்கு ஒரு மசோதாவைக் கொண்டுவருகிறார்கள். அதை நாங்கள் இங்கே தடுத்து நிறுத்திவிட்டோம். இதனால் இரண்டு மசோதாக்களும் காணாமல் போய்விட்டன.

ஆனால், திருநங்கையரின் பிரச்சினையை பெரும்பாலானோர் உணர்ந்திருந்தார்கள். நான் பேசும்போது காலரியில் ஐம்பது திருநங்கையர் வந்திருந்தார்கள். நான் கடைசியாகப் பேச ஆரம்பித்தேன்.

“அவர்களின் முகத்தைப் பாருங்கள். கண்களைப் பாருங்கள். கண்ணீர் முட்டிக்கொண்டு நிற்கிறது. அவர்கள் நூறாண்டுகளுக்கு மேலாக அனுபவித்த அநீதி, அவமானம், கொடுமைகளிலிருந்து விடுதலை கிடைக்கவேண்டும் என்று வந்திருக்கிறார்கள். அவர்களுக்கு அரசாங்கம் எதுவும் செய்ய முன்வரவில்லை. நான் முன் வந்திருக்கிறேன். நான் செய்தது தப்பா? நானும் உங்களில் ஓர் அங்கம்தானே. இதில் என்ன வேறுபாடு? யாரோ ஒருவர் செய்வோம். அதனால் அவர்களைக் காப்பாற்றவேண்டும்” என்று ஆதங்கத்துடன் பேசிய போது எனக்கு ஆதரவுக் கூடியது.

சமீபத்தில் விதவைகளுக்கான ரெசல்யூசன் ஒன்றைக் கொண்டு வந்தேன். ஐந்து கோடி விதவைகள் இந்தியாவில் இருக்கிறார்கள். வாரணாசியல் மட்டும் ஒன்றரை லட்சம் பேர் இருக்கிறார்கள். அந்த ஒன்றரை லட்சம் பேருக்கு ஒரு நாளுக்கு ஆறு ரூபாய் தருகிறார்கள். ஒரு தேநீர் எட்டு ரூபாய். ஒரு தேநீர் கூட சாப்பிட முடியாது. இதை வைத்துக்கொண்டு எப்படி வாழ்வார்கள்? பிச்சை எடுத்து, கேவலப்பட்டு, பிறரின் தவறான நடவடிக்கைகளுக்கு ஆளாகிறார்கள். அவர்களுக்கு ஒரு சட்டம் வேண்டும் என்று ஒரு ரெசல்யூசன் கொண்டுவருகிறேன். அதை எதிர்த்து ஆளும் கட்சி ஓட்டுப்போடுகிறார்கள். ஈகோ.

நான் சொன்னேன், “முத்தலாக் என்று இஸ்லாமியப் பெண்களுக்குக் குரல் கொடுக்கிறீர்கள். இந்துப் பெண்களுக்கு ஆதரவாக நான் பேசுகிறேன். அதை ஏன் நீங்கள் எதிர்க்கிறீர்கள்? என்று கேட்டேன். ரொம்ப குறைந்த எண்ணிக்கையில் அது தோற்றுவிட்டது. எனக்கு ஒன்றும் கவலை இல்லை.

சாக்ரடீஸுக்கு விசம் கொடுக்கும்போது "சாக்ரடீஸ் இன்றைக்கு சாகிறான். ஆனால், சரித்திரத்தில் நிற்பான்!" என்று சொன்னார். அதுபோல என் தீர்மானம் தோற்றுப் போகலாம். இந்தப் பிரச்சினை உயிரோடு இருக்கும்.

என்னிடம் "நீங்கள் ஏன் திருநங்கையர், விதவைகள், பெண்கள் பிரச்சினைகளுக்கு முக்கியத்துவம் கொடுக்கிறீர்கள்?" என்று கேட்கிறார்கள். "இந்த உணர்வுகள் பெரியார், அண்ணா, கலைஞர் எங்களுக்கு ஊட்டியது. இன்றைக்கு தளபதி தலைமையில் தொடர்ந்து போய்க்கொண்டிருக்கிறது. இந்த உணர்வு எங்கள் ரத்தத்திலே ஊறியிருக்கிறது. தனிப்பட்ட யாருக்காகவும் குரல் கொடுக்கவில்லை. சமுதாயத்திற்காக குரல் கொடுக்கிறோம்" என்று சொன்னேன்.

நேர்கண்டவர்: **விஜயன்**
பேசும் தலைமை - நியூஸ் 7,
31.03.2019

5
அரசியல் சட்டம் 370வது பிரிவு நீக்கத்தின் விளைவு என்ன?

● மாநிலங்களவையில் காஷ்மீர் விவகாரம் குறித்த மசோதா கொண்டு வருகிறபோது, அதை எதிர்த்து நீங்கள் பேசியதை நாங்கள் பார்த்தோம். அது மட்டுமல்லாமல், மீண்டும் காஷ்மீர் போய் வந்திருக்கிறீர்கள். என்னதான் அங்கே நடந்து கொண்டிருக்கிறது?

அதாவது நாடாளுமன்றத்தின் கூட்டத்தொடர் முடிந்ததற்குப் பின்னால் ஒரு வார காலத்துக்கு நீட்டிப்பு செய்யப்பட்டது. நாடாளுமன்றமும் சட்டமன்றமும் சட்டம் இயற்றுவதற்கான மன்றங்கள். அதே நேரத்தில் அங்கே ஆற்ற வேண்டிய பணி அது மட்டுமே அல்ல. விதிமுறைகளின்கீழ் 'கேள்வி நேரம்' என்பதுபோல, ஆங்காங்கே நாட்டில் நடைபெறுகிற பிரச்சினைகளை விவாதிக்கவும் வேண்டும். ஆனால், நீட்டிக்கப்பட்ட இந்த ஏழு நாட்களிலும் வேறு எந்த அலுவலும் மேற்கொள்ளப்படாமல் மசோதாக்கள் மட்டுமே ஒரு நாளைக்கு இரண்டு, மூன்று என்று அவசரகதியில் நிறைவேற்றப்பட்டன.

மசோதா என்பதற்கு சட்ட முன்வடிவு என்று பொருள். சட்ட முன்வடிவு மன்றத்தில் வைத்து விவாதிக்கப்பட்டு எதிர்த்தரப்பு, சாதகமான கருத்துகள் எல்லாவற்றையும் கேட்டறிந்து, திருத்தங்கள் கொண்டுவர வேண்டியிருந்தால் கொண்டுவந்து, இல்லை என்றால் அப்படியே நிறைவேற்றுகிறபோது அது சட்டமாக மாறும். அதற்கு மேல் அதில் ஏதும் செய்யவேண்டும் என்றால் விதிகள் இருக்கின்றன.

ஆக, ஒரு மசோதா நிறைவேறுகிறபோது, அதற்கான விவாதம் நடைபெற வேண்டும். ஆனால், அப்படி இல்லாமல் மிகக்குறைந்த நேரத்தில் வேகவேகமாக நிறைவேற்றிக்கொண்டிருந்தார்கள். இதற்கு எவ்வளவோ எதிர்ப்புத் தெரிவித்தோம். காரணம்,

நாடாளுமன்றத்தில் நிலைக்குழுக்கள் என்று இருக்கின்றன. அதை சற்றேறக்குறைய 'மினி பார்லிமென்ட்' என்று சொல்வார்கள். இரு அவைகளிலும் இருக்கிறது. எல்லா கட்சியினரும் அதில் உறுப்பினர்களாக இருப்பார்கள்.

நாடாளுமன்ற அவையில் குறைந்த எண்ணிக்கை கொண்ட கட்சிகளுக்குக் குறைந்த நேரம் ஒதுக்கப்படும். அது முக்கியமான விவாதமாக இருக்கலாம். கருத்துச் செறிவுமிக்க உரைகளாக இருக்கலாம். எண்ணிக்கையின் அடிப்படையில் நேரத்தைச் சுருக்குகிற போது கருத்துகளை முழுமையாகச் சொல்ல முடியாத நிலை ஏற்படும். ஆனால், 'நிலைக்குழு'வில் எல்லா கட்சிகளுக்கும் சமமான நேரம் கிடைக்கும். எனவே, அங்கே நடைபெறுகிற விவாதங்கள் ஆக்கபூர்வமாக இருக்கும்.

மசோதாக்களை விவாதிப்பதுடன் வேறு சில பிரச்சினைகளையும் 'நிலைக்குழு'வில் எடுத்து விவாதிக்கலாம். இந்த ஆட்சி வந்து இதுதான் முதல் கூட்டத்தொடர். ஒரு மசோதாகூட 'நிலைக் குழு'வுக்கு அனுப்பப்படவில்லை. அதற்கு முக்கிய காரணம், 'நிலைக்குழு'க்கள் இன்னும் அமைக்கப்படவில்லை. 'தேர்வுக் குழு'வுக்கு அனுப்பவும் ஒப்புதல் தரவில்லை. மாறாக, தேர்வுக் குழுவுக்கு இரு தரப்பும் இசைவு தெரிவித்து, ஒப்புக்கொண்ட நாட்கள் மாறி, நீங்கள் அவையில் தீர்மானித்துக்கொள்ளுங்கள் என்று அவையின் தலைவர் சொல்வார். அவையில் ஒரு மசோதா சம்பந்தமாக மூன்று மணி நேரம் விவாதிக்கப்பட்ட பிறகு, தேர்வுக் குழுவுக்கு அனுப்ப வேண்டும். வாக்கெடுப்புக்கு விட்டால் ஆளுங்கட்சிக்கு இப்போது எண்ணிக்கை அதிகம். அவர்கள் தங்களின் அதிகாரத்தைப் பயன்படுத்தி சில கட்சிகளை வெளிநடப்பு செய்ய வைத்து, தங்களின் எண்ணிக்கையை அதிகரித்துக் கொள்கிறார்கள். எந்த மசோதாவும் நிலைக்குழுவுக்குச் செல்லவே முடியவில்லை.

இப்போது, குறிப்பாக இந்தக் கூட்டத்தொடரில் காஷ்மீர் பிரச்சினை தொடர்பாகக் கொண்டுவந்த அவசரமான தீர்மானம், மசோதா இவ்விரண்டும் யாரும் எதிர்பார்க்காத நிலையில் காலையில் உள்துறை அமைச்சர் வேறு ஒரு மசோதாவை அறிமுகப்படுத்துவதாக இருந்தது. ஆனால், அந்தப் பெயரில் அவர் இதை அறிமுகப்படுத்தி, இன்னும் சரியாகச் சொல்லவேண்டும் என்றால், 'லிஸ்ட் ஆஃப் பிஸினஸ்' அதாவது, இன்றைக்கு இதுதான் எடுத்துக் கொள்ளப்படும் என்று சொல்வார்கள். அதில் குறிப்பிடப்படாமல் ஏதாவது ஒன்று எடுத்துக்கொள்ளப்படுகிற

சூழ்நிலை வருமேயானால், 'சப்ளிமென்டரி லிஸ்ட் ஆஃப் பிசினஸ்' என்று வரும். அதற்குப் பின்னால்தான் அதை எடுக்கவேண்டும். ஆனால், அது வராமலே இவர்கள் அதைக் கொண்டு வர முயன்றார்கள். அப்போதுதான் நான் 'பாயின்ட் ஆஃப் ஆர்டர்' கொண்டு வந்து உடனே 'சப்ளிமென்டரி லிஸ்ட் ஆஃப் பிசினஸ்' வந்தது.

அடுத்து, குடியரசுத் தலைவர் "இந்த 5ஆம் தேதியிலிருந்து இந்தத் திருத்தம் ஏற்றுக்கொள்ளப்படுகிறது" என்று அறிவித்தார். விவாதிக்கப்படுவது 5ஆம் தேதி. இரண்டு அவைகளிலும் நிறைவேற்றப்பட வேண்டும். பின்னர் எப்படி 5ஆம் தேதி என்று அறிவிப்பு வந்தது? என்று கேள்வி எழுப்பினோம். மறுபடியும் ஒரு திருத்தம் வந்தது, 'குடியரசுத் தலைவர் கையெழுத்திட்ட பின்னர்' என்று. ஆக, இரண்டு முக்கியமான டெக்னிகல் தவறுகள். ஆனால், அதை நாங்கள்தான் குறிப்பிட்டோம். இது மாநிலங்களவையில் திராவிட முன்னேற்றக் கழக முயற்சியினால்தான் நடந்தது.

முக்கியமாக, இந்தக் கூட்டத்தொடரில் நிறைவேற்றப் பட்டவை மூன்று. அதில் ஒன்று, தனி ஒரு நபரை தீவிரவாதியாக அறிவிக்கலாம் என்பது. காவல் துறையினரின் முதல் தகவல் அறிக்கை இல்லாமல் 'நேஷனல் இன்வெஸ்டிகேசன் ஏஜென்சி'யே நேரடியாக விசாரிக்கலாம். இரண்டாவதாக, முத்தலாக். மூன்றாவதாக, 'நேஷனல் மெடிக்கல் கமிஷன்' என்கிற என்.எம்.சி.

இரண்டு லட்சம் மருத்துவர்கள் டெல்லியில் போராட்டம் நடத்திக்கொண்டிருக்கிறபோது அது குறித்துக் கவலை கொள்ளாமல் அந்த மசோதாவை நிறைவேற்றினார்கள்.

'National Medical Commission' என்பதில்தான் 'NEET' தேர்வும் 'NEXT' தேர்வும் வருகிறது. 'நீட்' தேர்வை நாம் கடுமையாக எதிர்க்கிறோம். 'நெக்ஸ்ட்' தேர்வு என்பது அடுத்து வர இருக்கின்ற ஆபத்து. இத்தேர்வு என்பது, ஐந்தாண்டு காலம் எம்.பி.பி.எஸ்., படித்து முடித்து ஹவுஸ் சர்ஜன் முடித்தவர்கள் 'நெக்ஸ்ட்' தேர்வை எழுதியே ஆகவேண்டும். வெளிநாட்டில் மருத்துவம் படித்து வருகிறவர்களும் அதை எழுதியாக வேண்டும். மேற்படிப்புப் படிக்க விரும்புபவர்களும் அத்தேர்வை எழுதவேண்டும். இம்மூன்றுக்கும் சேர்த்து ஒரே தேர்வுதான்.

ஐந்தரை ஆண்டு காலம் ஒருவர் படித்து முடித்த பிறகு இதை எழுதினால்தான் மருத்துவராகப் பயிற்சி செய்ய முடியும் என்கிற போது, இது என்ன நியாயம்?

அடுத்து, 'ஆறு மாத காலம் ஒரு பயிற்சி எடுத்துக் கொண்டால் கம்பவுண்டர்கள்கூட மருத்துவர் போல செயற்படலாம்' என்றும் இருக்கிறது. இதையெல்லாம் முற்றிலும் ஏற்றுக்கொள்ள முடியாது. எல்லாவற்றுக்கும் மேலாக என்.சி.ஐ. அதில் உள்ள உறுப்பினர்கள் எல்லாம் தேர்வு செய்யப்பட்டவர்கள். இவர்கள் எல்லாம் நியமனம் செய்யப்பட்ட உறுப்பினர்கள்.

மிக முக்கியமாக, நான் இரண்டு திருத்தங்களைக் கொடுத்தேன். ஒன்று, நீட் தேர்வும் நெக்ஸ்ட் தேர்வும் தேவையில்லை என்று. அது விவாதத்துக்கு எடுத்துக்கொள்ளப்படுகிறது. வாக்கெடுப்புக்கு வருகிற நேரத்தில் அ.தி.மு.க.வினர் வெளிநடப்பு செய்துவிட்டனர். இதுதான் மிக முக்கியமாக தமிழ்நாட்டில் இருப்பவர்கள் தெரிந்து கொள்ளவேண்டியது.

தமிழ்நாட்டின் முதல் அமைச்சர் எடப்பாடி பழனிசாமியும், பிற அமைச்சர்களும் சட்டமன்றத்தில் அல்லது வெளியில் பேசுகிறபோது, 'நாங்கள் நீட் தேர்வை எதிர்க்கிறோம், எப்படியும் அதை ஒழித்துவிடுவோம்' என்று பேசிக்கொண்டிருக்கிறார்கள். ஆனால், அது நாடாளுமன்றதில் அது குறித்த விவாதம், வாக்கெடுப்பு வருகிறபோது, அதிமுகவினர் மத்திய அரசாங்கத்திற்கு ஆதரவாக மறைமுகமாக வெளிநடப்பு செய்துவிடுகிறார்கள். அவர்களின் இரட்டை வேடம் இப்போது அம்பலமாகி இருக்கிறது என்றுதான் சொல்லவேண்டும்.

நான் கொண்டு வந்த அந்தத் திருத்தத்துக்கு காங்கிரஸ், திரிணாமுல் காங்கிரஸ், கம்யூனிஸ்ட் கட்சிகள் எல்லாரும் ஆதரவு கொடுத்து 61 வாக்குகள் கிடைத்தன. அது தோற்றுப் போயிருக்கலாம். ஆனால், நாங்கள் வெறும் 5 உறுப்பினர்கள். 5 உறுப்பினர்கள் இருக்கிற ஒரு கட்சிக்கு 61 வாக்குகள் பெறுகிறோம் என்றால் அது மிகமிக முக்கியமான ஒன்று.

பின்னர், மறுபடியும் ஒரு திருத்தம் கொடுத்தேன். அதற்கு அவர்கள், "நீங்கள் வாக்கெடுப்புக்கு விடவேண்டாம். திரும்பப் பெறுங்கள்" என்று சொன்னார்கள். உடனே நான் சொன்னேன், '1976 அபீசியல் லாங்குவேஜ் ஆக்ட் ரூல்' என்று ஒன்று இருக்கிறது. அதில் 'இந்தப் பரிவர்த்தனை இந்தியில் இந்தியாவின் எல்லா இடங்களிலும் நடைமுறையில் இருக்கும், தமிழ்நாட்டைத் தவிர'

என்று வார்த்தைகள் இருக்கின்றன. இது பலருக்குத் தெரியாத அருமையான வாக்கியம். அதைப்போல 'தமிழ்நாட்டைத் தவிர' என்று கொண்டு வாருங்கள்" என்றேன்.

தமிழ்நாட்டில் இரண்டு மசோதாக்கள் நிறைவேற்றப்பட்டு குடியரசுத் தலைவரின் ஒப்புதல் இல்லாமல் கிடக்கிறது அல்லவா, அதற்குப் பதிலாக இப்படி ஒரு திருத்தத்தைச் செய்திருந்தாலே போதும். 'நீட் தேர்வு உண்டு. தமிழ்நாடு தவிர' என்கிற திருத்தத்தை அவர்கள் ஏற்றுக்கொண்டிருந்தால் நிச்சயமாக விதிவிலக்குக் கிடைத்திருக்கும்.

அதேபோல "யு.ஏ.பி.ஏ. மசோதாவையும் தேர்வுக் குழுவுக்கு அனுப்பவேண்டும்" என்றோம். அது வாக்கெடுப்புக்கு விட்டபோது 86 வாக்குகள் கிடைத்தன. அவர்களுக்கு 104. அதில் 11 வாக்குகள் அ.தி.மு.க.வினர் அவர்களுக்கு அளித்தது. மாறாக, அ.தி.மு.க. நமக்கு அளித்திருந்தால் 86இல் 11ஐ சேர்த்தால் நமக்கு 97 ஆகியிருக்கும். அவர்களுடைய 104ல் 11ஐ கழித்தால் அவர்களுக்கு 93. நாம் வெற்றி பெற்றிருப்போம். இதை முக்கியமாக தமிழ்நாட்டு மக்கள் தெரிந்துகொள்ள வேண்டும்.

ஒரு குழுவைத் 'தீவிரவாத குழு' என்று சொல்கிற நிலையிலிருந்து மாறி, ஒரு தனி நபரை அவர் குண்டு வைத்திருக்கவில்லை என்றாலும், அவர் கையில் ஒரு புத்தகம் இருந்தால், அல்லது அவர் செயல்படுகிற முறை தீவிரவாதத்தைத் தூண்டுவதாக இருக்கிறது என்று கருதினாலே போதும் அவரை 'தீவிரவாதி' என்று மிசாவைவிட கொடுமையான முறையில் விசாரணை இல்லாமல் அடைக்கலாம். இப்படிப்பட்ட ஒரு சட்டத்துக்கு அ.தி.மு.க. ஆதரவாக வாக்களித்தது. எங்களுக்கு ஆதரவாக அவர்கள் வாக்களித்திருந்தால் அந்தச் சட்டம் போயிருக்கும் என்று சொல்லவில்லை. 'தேர்வுக்குழு'வுக்குப் போயிருக்கும். அங்கே விவாதம் நடக்கும். தேர்வுக் குழுவுக்கு எல்லா தரப்பினரையும் அழைத்திருப்போம்.

அதுபோல, 'முத்தலாக்' மசோதாவிலும் அ.தி.மு.க. அப்படித்தான் வெளிநடப்பு செய்தது.

ஆக, இப்படி நீட்டிக்கப்பட்ட இந்தக் கூட்டத்தொடரில் ஏற்றுக்கொள்ளப்படாத சில சட்டங்கள் நிறைவேற்றப் பட்டிருக்கின்றன. அதன் பின்விளைவுகளை இனிதான் நாடு உணரும்.

திராவிட முன்னேற்றக் கழகம் அங்கு வெற்றி பெற்றதோ இல்லையோ, நம்முடைய உணர்வுகளை அங்கே வெளிப்படுத்தி இருக்கிறோம். இந்த நாட்டின் எந்த மூலையில் யார் பாதிக்கப் பட்டாலும் அவர்களுக்காகக் குரல் கொடுக்கிற இயக்கம் திராவிட முன்னேற்றக் கழகம்.

தலைவர் கலைஞர் இருந்த காலத்தில் முக்கியமானவற்றில் நம்முடைய நிலைப்பாடு இது, இதை இப்படிப் பேச வேண்டும் என்று எங்களுக்குச் சொல்லிக் கொடுத்திருக்கிறார்.

பேசுங்கள் என்று சொல்கிறார். இது நம்முடைய நிலைப்பாடு என்று எடுத்துச் சொல்கிறார். இந்த அடிப்படையில் அங்கே எண்ணிக்கை குறைவு என்பதைவிட தி.மு.க. என்கிற இயக்கம் முன்னெடுத்துச் செல்கிற பிரச்சினைகள் சரியானவை, நியாயமானவை என்கிற கருத்து நாடாளுமன்றத்தில் எல்லா கட்சிகளுக்கு மத்தியிலும் இருக்கின்றது.

● காஷ்மீர் விவகாரத்தில் எதிர்க்கட்சிகளுடன் சென்றுவந்தீர்கள். அங்கு என்ன நடந்தது?

இங்கிருந்து செல்லும்போதே, 'விமானம் தரையிறங்குகிற போது சன்னல் கதவுகளைத் திறந்து வையுங்கள்' என்று சொல்வார்கள். நீங்கள் வெயில் அடிக்கிறது என்று சொன்னால்கூட ஒப்புக்கொள்ள மாட்டார்கள். ஆனால், காஷ்மீர் சென்றபோது "சன்னலைத் திறக்காதீர்கள். மூடுங்கள்!" என்று சொன்னார்கள். "இது என்ன புதுமையாக இருக்கிறது!?" என்றால், "பாதுகாப்புக்காக...!" என்று சொன்னார்கள். அதில் இருந்த பயணி ஒருவர் சன்னலைத் திறந்துவிட்டார் என்பதற்காக கடுமையாகக் கோபித்துக்கொண்டார்கள். எனக்கு முன்னால் இருப்பவர் மெல்லத் திறந்தபோது எனக்குத் தெரிந்தது, அந்த ஊரில் நடமாட்டம் இல்லை என்பது. அது தெரியக்கூடாது என்பதற்காகத்தான் அப்படி சொல்லியிருக்கிறார்கள் என்பது புரிந்தது.

நாங்கள் இறங்கி கீழே சென்றவுடன், மாவட்ட ஆட்சித் தலைவர், மாவட்ட காவல்துறை கண்காணிப்பாளர், மாஜி ஸ்ட்ரேட் இவர்கள் எல்லாம் அங்கே வந்து, விருந்தினர்கள் தங்குகிற மாளிகைக்கு அழைத்துச் சென்றார்கள். தேநீர் எல்லாம் கொடுத்தார்கள்.

பின்னர் "நீங்கள் வெளியே செல்லமுடியாது" என்றார்கள். "ஏன்?" என்று கேட்டோம். "உத்தரவு இருக்கிறது" என்றார்கள்.

"உத்தரவைக் காட்டுங்கள்'' என்றோம். "காட்டமுடியாது. படித்துக் காட்டுகிறோம்" என்றார்கள். "நாங்கள் படமெடுத்துக் கொள்கிறோம்" என்றோம். ''அதற்கும் அனுமதி இல்லை'' என்றார்கள். "சரி, படித்துக் காட்டுங்கள்" என்கிறோம். அதில், 'வி ஹேவ் அப்ரஹேன்சன்ஸ் தட் யுவர் கம் புரட்டஸ்ட் அண்ட் மோடிவேட் புரொடஸ்ட்' என்று இருந்தது.

அதில் எங்களுக்குக் கருத்து வேறுபாடு இருந்தது. அந்த நோக்கத்தில் நாங்கள் அங்கு செல்லவில்லை. நாங்கள் அங்குள்ள மக்களுக்கு எங்களது ஆதரவையும் நம்பிக்கையையும் தருவது. சகஜநிலை திரும்புவதற்கு வேகப்படுத்துவதற்கு பொறுப்புள்ள அரசியல் கட்சிகள் என்ற அடிப்படையில் தார்மிகக் கடமையில் தான் சென்றிருந்தோம். ஆனால், போராட்டம் நடத்த வந்திருப்பதைப் போல சித்தரித்ததை நாங்கள் கண்டித்த பிறகு, "அதை நாங்கள் திரும்பப் பெறுகிறோம்" என்றார்கள். "எப்போது திரும்பப் பெறுவீர்கள்? அங்கிருந்து வந்த உத்தரவை நீங்களாக மாற்றமுடியுமா?'' என்று கேட்டபோது அவர்களால் பதில் சொல்ல முடியவில்லை. எனவே, எங்களுடைய எதிர்ப்பை நாங்கள் எழுத்து பூர்வமாகப் பதிவுசெய்து எல்லாரும் கையெழுத்திட்டு அதைப் பெற்றுக்கொண்டதாக அந்த மேஜிஸ்ட்டிரேட் கையெழுத்திட்டுப் பெற்றுக்கொண்டார். பின்னர் அவர்களே விமானத்தில் அனுப்பி வைத்தார்கள்.

எங்களுடைய நோக்கம் அங்கே சென்று பிரச்சினை ஏற்படுத்துவதில்லை என்ற காரணத்தினால், அங்கே செல்ல அனுமதி இல்லை என்றவுடன் நாங்கள் கண்ணியமாகவே திரும்பிவிட்டோம்.

திரும்பி வருகிறபோது விமானத்தில் பயணம் செய்த பலர், ஒரு பெண்மணி கதறி அழுவதை, இன்னும் சிலர் பேசினார்கள். அதில் முக்கியமாக கவனிக்கவேண்டியது, அவர் உணர்ச்சிபூர்வமாகப் பேசினார் என்றெல்லாம் சொல்லமுடியாது. அவர் பேசி முடித்தவுடன் விமானத்தில் இருந்த எல்லா பயணிகளும் கரவொலி எழுப்பினார்கள். அந்தக் கருத்துக்கு ஆதரவு தெரிவித்தார்கள். ரொம்ப உணர்ச்சிபூர்வமாக இருந்தது. நாங்கள் ஒருவேளை அங்கே சென்றிருந்தால் எதை நிறைய பார்த்திருப்போமோ, அதை மூன்று நான்கு பேர் உணர்த்தினார்கள். மீடியாவும் எங்களுடன் பயணம் செய்தார்கள். "எங்கள் முகத்தைக் காட்டினால் எங்கள் உறவினர்களுக்குப் பாதகம் ஏற்படும்" என்றார்கள். இது ஏற்கெனவே வெளியில் வந்த தகவல் என்பதால்தான் இதையே

நாங்கள் வெளியில் சொல்கிறோம். இல்லாவிட்டால் வெளியில் சொல்லப்போவதில்லை.

- **காங்கிரஸுக்குக்கூட போராட்டம், ஆர்ப்பாட்டம் நடத்துவது பெரிய விசயமாக இல்லை. ஏனென்றால், அவர்களுக்குள் கருத்து வேறுபாடு இருந்தது. தி.மு.க. ஒரு போராட்டத்தைக் கையிலெடுத்து ஒட்டுமொத்த தேசிய கட்சிகளும் பங்கெடுத்தன. இதை தேசிய கட்சிகள் எப்படிப் பார்த்தார்கள்?**

மற்றவர்கள் ஏன் செய்யவில்லை? ஏன் செய்தார்கள்? என்பதல்ல. 'அவசரநிலை' பிரகடனப்படுத்தப்பட்டபோது 1975 ஜூன் 25... ஜூன் 27. அதாவது 48 மணி நேரத்தில் தலைவர் கலைஞர் அவர்கள் செயற்குழுவைக் கூட்டி தீர்மானம் நிறைவேற்றி கடற்கரையில் கூட்டம் நடத்தினார். அதேபோல வேகமாக இன்றைய தலைவர் தளபதி அவர்கள் இது குறித்து உடனடியாக முடிவெடுத்தார். இது மாநில உரிமைகளைப் பறிப்பதாக, இந்தியாவின் எந்த மூலையில் இப்படியொரு நிகழ்வு நடந்தாலும் அதில் எங்களுடைய உணர்வுகள் இருக்கும் என்கிற அடிப்படையில் அதைச் செய்து டெல்லியில் நடைபெற்ற ஆர்ப்பாட்டத்தில் 'தலைவர்களை விடுதலை செய்யவேண்டும்', 'தகவல் தொடர்பை மீண்டும் நடைமுறைக்குக் கொண்டுவர வேண்டும்', 'சகஜ நிலையை மீண்டும் கொண்டு வாருங்கள்' என்று நியாயமாக, ஒரு ஜனநாயக நாட்டில், ஜனநாயகத்தன்மையுடன் செயல்படுகிற கட்சி செய்யக்கூடியதை நாங்கள் செய்தோம். எங்கள் வேண்டுகோளுக்கு ஏறத்தாழ 15 கட்சிகள் இசைவு தெரிவித்தன. அதுதான் மிக முக்கியம். ஒரு மாநிலக்கட்சியின் அழைப்பிற்கு அகில இந்திய கட்சிகள் இந்தியாவின் வடபகுதியில் இருப்பவர்கள்கூட இசைவு தெரிவித்தார்கள் என்றால், அதன் பொருள் திராவிட முன்னேற்றக் கழகத்தின் மீது அவர்களுக்கு இருக்கிற மரியாதை. நம்முடைய தலைவர் தளபதி மீது அவர்களுக்கு இருக்கிற நம்பிக்கை, எதிர்பார்ப்பு. அந்த உணர்வுகள் அங்கே எதிரொலித்தது. அங்கே எல்லாரும் வரவேற்றார்கள். ஆக, தி.மு.க. ஒன்றைச் செய்கிறது என்றால் அது சரியாகத்தான் இருக்கும்.

- **காஷ்மீர் விவகாரத்தில் தி.மு.க.வின் நிலைப்பாடு மாறிவிட்டது என்று தமிழ்நாட்டில் ஒரு கருத்து இருக்கிறதே...**

தி.மு.க. தெளிவாக முடிவெடுக்கிறது. அதைப் புரிந்து கொள்ளாமல் அதை மாற்றிவிட்டோம் என்றெல்லாம்

சொல்கிறார்கள். இப்போதுகூட தளபதி அவர்கள் ஒரு கூட்டத்தில் பேசுகிறபோது அதைத் தெளிவுபடுத்தினார். அரசியல் சட்டத்தின் 370/3 இதைத் திரும்பப் பெறலாம் என்பதற்கான விதிகள் இருக்கிறது. அதற்கான வாய்ப்புகள் இருக்கின்றன. ஆனால், எப்படி? என்கிறபோது அரசியல் சட்ட நிர்ணய சபை 1954-லேயே கலைக்கப்பட்டு விட்டது. அது இல்லை என்கிறபோது அதனுடைய அந்த அதிகாரம் சட்டமன்றத்திற்கு வந்துவிடுகிறது. ஆக, அங்கிருக்கிற மக்கள், சட்டமன்றம் இவர்களின் கருத்தை அறியாமல்...

உதாரணத்துக்கு, எட்டுவழிச் சாலை. இது காரில் போகிறவர்களுக்கு வசதியாக இருக்கும். ஆனால், அந்த ஊரில் இருப்பவர்களின் மனநிலை என்னவாக இருக்கும்? விவசாய நிலம் வைத்திருப்பவர்கள், மண்ணைத் தங்கள் உயிருக்கு மேலாகக் கருதுகிறவர்கள், தங்களுடைய உறவுகள், பிறந்த இடம் என்று கருதக்கூடியவர்களுக்கு எத்தனை லட்சம், கோடி கொடுத்தாலும், அந்த இடத்தை விட்டுத் தர மனம் இருக்காது. அவர்களுடைய பார்வையில் இருந்துதான் இந்தத் திட்டத்தைப் பார்க்க வேண்டுமே தவிர, பலனடையக் கூடியவர்களின் பார்வையில் இருந்து மட்டும் பார்க்கக் கூடாது.

காஷ்மீர் பகுதியில் இருக்கக்கூடிய மக்களின் மனநிலை அறியாமல் ஏன் இப்படி அவசரப்பட்டு செய்கிறீர்கள்? என்றுதான் எங்கள் தலைவர் தளபதி சொன்னாரே தவிர, எங்கள் நிலைப்பாட்டை நாங்கள் மாற்றிக்கொள்ளவில்லை. அதேதான் அன்றைக்கும், அதேதான் இன்றைக்கும்.

- **காஷ்மீர் விவகாரத்தில் பிஜேபி, 'இவ்வளவு ஆண்டு காலமாக கட்சிகள் அந்த மக்களை ஏமாற்றிவிட்டனர். நாங்கள் செய்ததை மக்கள் வரவேற்கிறார்கள்' என்கிற கருத்தை முன்வைக்கிறார்களே...**

அவர்கள் மக்கள் என்று யாரைச் சொல்கிறார்கள்? இப்போது இந்த 370 ஏன் தரப்பட்டது? இன்னும் கொஞ்சம் பின்னோக்கிப் பார்ப்போம். நாடு விடுதலை அடைந்தபோது இந்தியா என்பது ஒரு நாடாக இல்லை. சற்றேறக்குறைய 365 சமஸ்தானங்கள் இருந்தன. காஷ்மீரை ஆண்டு கொண்டிருந்தவர் ஓர் இந்து ராஜா. மகாராஜா ஹரிஷ். அங்கே இஸ்லாமியர்கள் அதிகமான அளவில் இருந்தார்கள். இப்படிப்பட்ட சூழலில் யாரோடு இணைவது என்று அவர்கள் முடிவெடுக்காத ஒரு நிலைவருகிறபோது, பாகிஸ்தான் அதை ஆக்கிரமிக்கிற

ஒரு நிலைவருகிறது. அவர்கள் படையெடுத்து வருகிறபோது மகாராஜா இந்தியாவின் உதவியைக் கோருகிறார். இந்தியா சென்று காப்பாற்றுகிறது. காப்பாற்றியதற்குப் பின்னால், அங்கே ஷேக் அப்துல்லா என்பவர் வைத்த சில கோரிக்கைகளைக் கொண்டுதான் அவரை 'பிரிமீயர்' என்று அறிவிக்கிறார்கள். அவருக்கு அதிகாரம் எல்லாம் தருகிறார்கள். அவர்கள் கேட்ட ஒன்று, 'காஷ்மீரில் வாழ்கின்ற மக்கள் நாங்கள் ஓர் அடையாளத் துடன் வாழ்ந்துவிட்டோம். அந்த அடையாளத்தைக் காப்பாற்று வோம் என்று எங்களுக்கு உறுதி தாருங்கள்' என்பது.

அப்படி அவர்கள் கேட்டவுடன் பண்டித நேரு, சர்தார் வல்லபாய் படேல், ஜனசங்கத்தின் முன்னோடியாக இவர்கள் கருதுகிற ஷ்யாம் பிரசாத் முகர்ஜி இவர்கள் அதற்கு ஆதரவு தெரிவித்தார்கள். பாரதிய ஜனதா என்பது ஜனசங்கத்திலிருந்து உருவான கட்சி, அவர்களின் தலைவரே அதற்கு இசைவு தெரிவித்தார். எனவே இந்த 370 பிரிவு தரப்பட்டது. பின்னர் அவர்களுக்கு என்று ஓர் அரசியல் சட்டம் உருவாக்கப்பட்டது. அப்படி எழுதுகிறபோது அரசியல் சட்டத்தில் 370/3 பிரிவில் இதை திரும்பப் பெறலாம். ஆனால் எப்படி?

ஆக, இவற்றையெல்லாம் வைத்துப் பார்க்கிறபோது, அந்தப் பகுதி உணர்வுகளுக்கு உதாரணமாகச் சொன்னேன், எட்டுவழிச் சாலை, ஹைட்ரோகார்பன் என்பதைப்போல, அந்த மக்களின் கருத்தைத் தெரிந்துகொள்ளாமல், இங்கே இருக்கிற நீங்களோ நானோ சொல்லமுடியாது.

அடுத்து 371ன் அடிப்படையில் வடகிழக்கு மாநிலங்களில் இதே மாதிரி நிலைமை இருக்கிறது. யாரும் அங்கே சென்று நிலம் வாங்க முடியாது. குடியுரிமை பெறமுடியாது என்றெல்லாம் இருக்கிறது. இது பலருக்குத் தெரியாது.

தி.மு.க.வைப் பொறுத்தவரை எங்களின் நிலைப்பாடு என்பது திரும்பப் பெறலாமா? வரவேற்கலாமா? என்பது அல்ல. தொடர்பு உடையவர்களின் கருத்தை அறியுங்கள். அவர்களின் இசைவோடு நீங்கள் அதைச் செய்யலாம். அந்த மக்கள் ஏற்றுக்கொண்டால் அதில் எங்களுக்கு என்ன கருத்து வேறுபாடு?

அதேபோல, மாநில அந்தஸ்தை எடுத்துவிட்டு யூனியன் பிரதேசமாக ஆக்குகிறார்கள். யூனியன் பிரதேசம் என்பது

சற்றேறக்குறைய மத்திய அரசின் கீழே இயங்கக்கூடிய ஓர் அமைப்பு. இப்போது புதுச்சேரியும் டெல்லியும் படுகிற பாட்டை நீங்கள் பார்க்கிறபோது, இதுதான் நிலைமையாக இருக்கும். இதைத்தான் தளபதி அவர்கள் மாநிலத்தின் அதிகாரங்களை என்கிற வகையில் அதைச் சொன்னாரே தவிர, நான் தவறான நிலைப்பாட்டை எடுக்கவில்லை. மாற்றிக்கொள்ளவும் இல்லை. அனாவசியமாக அடுத்தவர் பிரச்சினையில் தலையிடவும் இல்லை.

- **இருபது ஆண்டுகளாக டெல்லி அரசியலை அருகிலிருந்து கவனித்துக் கொண்டிருக்கிறீர்கள். வாஜ்பாய் அரசையும் பார்த்திருக்கிறீர்கள். இப்போதுள்ள மோடி அரசையும் பார்த்திருக்கிறீர்கள். இவ்விரு அரசுகள் பற்றிய உங்கள் எண்ணம் என்ன?**

நான் தேவகௌடா, குஜ்ரால், வாஜ்பாய் காலத்திலிருந்து இரண்டு அவைகளிலும் நான் இருந்திருக்கிறேன். நாடாளுமன்றம் அதன் தன்மைகளோடு இப்போது செயற்படவில்லை என்கிற ஒரு சங்கடம் இருக்கிறது. குறிப்பாக, நேரக்கட்டுப்பாடு என்று குரல்வளையை நெறிக்கிறார்கள். அது ஒரு விவாதத்திற்கான தளம். நாங்கள் திரும்பத் திரும்பச் சொல்வது, நாடாளுமன்றம் என்பது 'டிபேட், டெலிபிரேட் அண்ட் டிசைட்'. விவாதியுங்கள், கருத்தைச் சொல்லுங்கள். பின்னர் முடிவெடுங்கள் என்பதுதான். 3 டி என்பது மாறுபட்டு இப்போது பேசாதே, பேசாதே என்று சொல்கிறார்கள்.

இதைவிட ஒரு விசித்திரம், பிரதமர் அவைக்கு அதிகமாக வருவதில்லை. அவர் கேள்வி நேரத்தின் போதுகூட சில நிமிடங்கள் தான் வந்து உட்காருகிறார். ஆனால், எனக்குத் தெரிந்து டாக்டர் மன்மோகன்சிங், வாஜ்பாய், குஜ்ரால், தேவகவுடா எனப் பல பிரதமர்களின் செயற்பாடுகளைப் பார்த்திருக்கிறேன். பண்டிட் நேருவும், இந்திராகாந்தி அம்மையாரும் முழுமையாக வந்து உட்கார்ந்திருப்பார்கள் என்று கேள்விப்பட்டிருக்கிறேன். அப்படி இல்லையென்றாலும், முக்கியமான விவாதத்தின் போது எதிர்க் கட்சியினர் பேசுவதை பிரதமர் உட்கார்ந்து கேட்கிறார் என்றால், பேசுகிறவர்களுக்கு ஒரு மனநிறைவு இருக்கும். ஆனால், மோடி, யார் பேசுகிறபோதும் இருப்பதில்லை. அவர் பேச வேண்டியபோது மட்டுமே எப்போதாவதுதான் வருகிறார் என்கிற நிலைமை. எதிர்க்கட்சித் தலைவரைக்கூட பேச அனுமதிப்பதில்லை.

- **ஒரு பிரதமர் நாடாளுமன்ற அவைக்கு வருவதைத் தவிர்க்கிறார் என்றால், அவருடைய மனநிலை என்னவாக இருக்கிறது?**

நான் வேறு மாதிரி விமர்சிக்க விரும்பவில்லை. நாடாளுமன்ற ஜனநாயக முறைகளில் அவர் அவ்வளவாக அக்கறை காட்டுவதில்லை எனக் கருதலாம். யாரோ, ஏதோ பேசுகிறார்கள். அதற்கு நான் இருக்கவேண்டும் என்கிற அவசியமில்லை என்பதாகத்தான் இருக்கிறது.

பொதுவாக, எதிர்க்கட்சித் தலைவர் பேசுகிறபோது யாரும் குறுக்கிடமாட்டார்கள். ஆனால், இப்போது குறுக்கிடுகிறார்கள். அவருக்கு நேரக்கட்டுப்பாடு இல்லாமல் பேச அனுமதிக்க வேண்டும். ஆனால், அவருக்கும் நேரக்கட்டுப்பாடு விதிக்கிறார்கள். பாய்ன்ட் ஆஃப் ஆர்டருக்குக்கூட சில நேரங்களில் அனுமதிப்பதில்லை.

எவ்வளவு கடுமையான கூச்சல் குழப்பம் இருந்தாலும், 'பாயின்ட் ஆஃப் ஆர்டர்' என்று சொன்னால் அனுமதி கொடுப்பார்கள். இப்போது அதெல்லாம் மாறிவருகிறது.

மக்களவையில் நிறைய குறைகளைச் சொல்கிறார்கள். அவர் இந்தியில்தான் பேசுகிறார் என்றெல்லாம் சொல்கிறார்கள். மாநிலங்கவையிலும் நாங்கள் முன்பு பார்த்ததற்கும், இப்போது பார்ப்பதற்கும் நிறைய வேறுபாடுகள் இருக்கின்றன.

- **மோடி, அமித்ஷா என்கிற இரட்டை தலைமைதான் இந்த ஆட்சியைச் செயல்படுத்துகிறதா?**

இது அவர்களின் கட்சி சம்பந்தப்பட்டது. மோடி பிரதமராக இருக்கிறார். இவர் கட்சித் தலைவராக இருக்கிறார். இப்போது உள்துறை அமைச்சராக இருக்கிறார். முடிவுகளை அவர்கள் சேர்ந்து எடுக்கிறார்கள் என்பது அவர்களின் கட்சித் தொடர்பான ஒன்று. ஆனால், அவர்கள் இருவரின் செயற்பாடுகள் நமக்கு ஏற்புடையதாக இருக்கிறதா என்றால், சிலவற்றில் நாம் மாறுபடுகிறோம்.

முக்கியமாக, இப்போதுகூட 'கன்ஸ்யூமர் புரொடக்ட் ஆக்ட்' என்று ஒன்று வந்திருக்கிறது. முன்பெல்லாம் நுகர்வோர் நீதி மன்றங்கள் என்று எல்லா மாவட்டங்களிலும் இருக்கும். மாநில அளவிலும் இருக்கும். இது இப்போது போலித்தனமாக இருக்கிறது. அந்த அமைப்பில் ஒருவர்கூட நீதித்துறையிலிருந்து வந்தவர் கிடையாது. அப்படி ஒருவரை நியமிக்கவேண்டும்.

மாவட்ட அளவிலும், மாநில அளவிலும் நியமிக்கப்படுகிற அந்த உறுப்பினர்களை மத்திய அரசு நியமிக்கும். மற்றவற்றை மாநில அரசு மத்திய அரசோடு கலக்கும்.

இப்படி மாநிலங்களின் அதிகாரத்தை ஒவ்வொன்றாக எடுத்துக்கொண்டு போனால், நம்முடைய சிறப்புகளில் ஒன்று கூட்டாட்சித் தத்துவம். அது அரசியல் சட்டத்தில் கொடுக்கப்பட்டிருக்கிற ஓர் உத்திரவாதம். நீங்கள் மாநிலங்களின் அதிகாரத்தை ஒவ்வொன்றாகப் பறிக்கிறபோது கூட்டாட்சித் தத்துவத்தை நலிவடையச் செய்கிறீர்கள் என்று எதிர்ப்புத் தெரிவித்தோம். பின்னர், தொடர்புடைய அமைச்சர் ராம்விலாஸ் பாஸ்வான் விவாதத்தில் கலந்துகொண்டு மாற்றுக்கருத்து கூறியவர்களை அழைத்துக் கருத்துக் கேட்டிருந்தார். நம்முடைய கருத்தையும் சொல்லி இருக்கிறோம். மாநில அதிகாரங்களைப் பறிக்காதீர்கள், நீதித்துறை தொடர்புடைய ஓய்வு பெற்ற முன்னாள் நீதிபதி ஒருவர் அதில் இருக்கவேண்டும் என்றெல்லாம் வலியுறுத்தி இருக்கிறோம்.

நம் நாட்டில் நாடாளுமன்றம் என்பது மிக உயர்ந்த அமைப்பு. சில கண்ணியமான நடைமுறைகள் அங்கே உண்டு. நீங்கள் தமிழ் நாடு மட்டுமல்ல, பல சட்டமன்றங்களில் பார்க்கிற பல வினோதங்கள் நடைபெறாத ஓர் அவை அது. கண்ணியம் அதிகம் இருக்கும். உறுப்பினர்களை யாரும் தூக்கி வெளியே வீசுவதெல்லாம் நடக்கவே நடக்காது. ஒரு உறுப்பினருக்காக அவையை ஒத்தி வைப்பார்கள். விவாதங்கள் தரமாக இருக்கும். ஆழமான கருத்துகள் இருக்கும். நாடாளுமன்றத்தை இன்னமும் பெருமையாகத்தான் கருதுகிறேன்.

ஆனால், சில நடைமுறைகளை மாற்றுகிறபோது, இது நாளடைவில் மெல்ல மெல்ல இதற்குரிய தனித்தன்மைகளை இழந்துவிடுமோ என்கிற அச்சம் இருக்கிறது.

- பா.ஜ.க. இரண்டாவது முறையாக ஆட்சிக்கு வந்தவுடன் மசோதாக்களை ஏராளமாகக் கொண்டுவருகிறார்கள். சட்டத் திருத்தங்களைச் செய்கிறார்கள். அப்போதெல்லாம் தொடர்ச்சியாக நீங்கள் உங்கள் எதிர்ப்புகளை வெளிப்படுத்திக்கொண்டே வருகிறீர்கள். அப்போதெல்லாம் அவர்களின் எதிர்வினை என்னவாக இருக்கிறது? சில நேரங்களில் கேலி, கிண்டல்களையும் பார்க்கிறோம்...

அதெல்லாம் எல்லா இடங்களிலும் இருக்கக்கூடியதுதான். ஆனால், இப்போது அவர்கள் நிறைவேற்றிக்கொண்டிருக்கிற சட்டங்கள் எல்லாம் அவர்களைப் பலப்படுத்திக் கொள்வதற்காக. எதிர்காலத்தில் சில காரியங்களை நிறைவேற்றுவதற்கான தளவாடங்கள் என்று வேண்டுமானால் சொல்லலாம்.

ஆனால், தி.மு.க. எதிர்ப்புக் குரலை எழுப்புகிறபோது, அதையெல்லாம் கண்ணியமாகத்தான் கேட்கிறார்கள். சில கட்சிகளுக்குள் தனிப்பட்ட கருத்துவேறுபாடுகள் இருக்கலாம். கிண்டல், கேலி என்பது இயற்கை.

இப்போதுகூட காஷ்மீர் பிரச்சினையில் நான் பேசியதற்கு அமித்ஷா அவருடைய பதிலுரையில் பதில் அளித்திருக்கிறார். "இதே நிலை தமிழ்நாட்டுக்கும் வராதா?" என்று நான் கேட்டேன். அதற்கும் பதில் சொன்னார். பின்னர், நான் முதலில் கொண்டு வந்த 'பாயின்ட் ஆஃப் ஆர்டருக்கும்' பதில் சொன்னார். ஆக, அந்த அளவுக்கு நமக்கு அங்கே ஒரு மரியாதை இருக்கிறது.

- இந்தச் சட்டத் திருத்தங்கள், கிட்டத்தட்ட மூன்று அமைப்புகளை வைத்து அதற்கான தளபதிகளை நியமிக்கிறது. இதை எல்லாம் பார்க்கிறபோது ஜனாதிபதி ஆட்சி முறை வந்துவிடும் என்பது போன்ற நிலைமை இருக்கிறதா? மம்தா பானர்ஜிகூட அது பற்றி பேசியிருக்கிறார்கள்.

நிறைய அச்சங்கள் இருக்கின்றன. இந்தியாவின் தனித்தன்மைகளில் ஒன்று இதன் பன்முகத் தன்மை. பல இனங்கள், பல கலாசாரங்கள், பல பண்பாடுகள், பல மொழிகள், பல சமயங்கள் இப்படிப்பட்ட இந்த நாட்டில் எல்லாவற்றையும் ஒரே நாடு, ஒரே தேர்தல், ஒரே பண்பாடு, ஒரே கல்விக்கொள்கை, ஒரே ரேஷன் கார்டு என்று சொல்வதைப் போல எல்லாம் ஒற்றையாக வந்துவிடுமோ என்று அச்சம் அடைவதற்கான சாத்தியக்கூறுகள் நிறையத் தெரிகின்றன. அதைத்தான் நாடாளுமன்ற ஜனநாயக முறை மெல்ல நலிந்து வருகிறது. இந்த நாடாளுமன்ற ஜனநாயக முறையை அவர்கள் மதிக்கவில்லை என்கிறபோது அவர்கள் எதையோ நோக்கிப் போகிறார்கள் என்கிற அச்சம் அவருக்கு வந்திருப்பதைப் போல பலருக்கும் இருக்கிறது. இதன் போக்கை கவனித்துச் சரியான நேரத்தில் நாம் சரியான முடிவை எடுக்கவேண்டும்.

- **அதிக பலம் என்பது நாட்டை எந்த இடத்திற்குக் கொண்டுபோய் நிறுத்தும் என்று நினைக்கிறீர்கள்?**

அதிக பலம் என்பது யாரிடம் இருக்கிறது என்பதைப் பொறுத்தது. இதற்கு முன்பு நேரு காலத்தில் பெரும்பான்மை இருந்தது. ராஜீவ்காந்தி காலத்தில் பெரும்பான்மை இருந்தது. தி.மு.க. கூடத்தான் 154 உறுப்பினர்களுடன் சட்டமன்றத்தில் இருந்தது. ஆனால், நல்ல சட்டங்களை நிறைவேற்றுவதற்கும், நல்ல திட்டங்களை நடைமுறைபடுத்துவதற்கும்தான் அந்த பலம் பயன்படுத்தப்பட்டதே தவிர, அதைக் கொண்டு எதிர்கட்சிகளின் குரலை நெறிப்பது என்பதற்கல்ல. தான் நினைத்ததை எல்லாம் நிறைவேற்றிக்கொள்வதற்கு அதிக பலத்தைப் பயன்படுத்துவது என்பது ஜனநாயக முறைக்கு மாறுபட்டது.

ஆக, இவர்கள் இந்தப் பெரும்பான்மையை மக்கள் எதிர் பார்ப்புக்கு ஏற்ப என்று சொல்வதோடு, இந்த நாட்டிற்கென்று மரபு ரீதியாக நாம் ஒரு நடைமுறையைப் பின்பற்றி வருகிறோம். அரசியல் சட்டம் என்பதைப் போல அது விதி கிடையாது. என்றாலும் பின்பற்ற வேண்டிய சில நடைமுறைகளைக் கடைப்பிடிக்க வேண்டும்.

- பா.ஜ.க.வை கருத்தியல் ரீதியாக எதிர்க்கக்கூடிய தலைவர்களை விசாரணை அமைப்புகள் மூலமாக கைது செய்வது என்பது தொடங்கியிருக்கிறது. காங்கிரஸ் கட்சியின் முன்னாள் முதலமைச்சர்கள், முன்னாள் மத்திய அமைச்சர்கள் கைது என்பது நடந்துகொண்டிருக்கிறது. இது தி.மு.க.வின் பக்கமும் திரும்பும் என்பதற்கான வாய்ப்புகள் இருப்பதாகக் கூறப்படுகிறதே...

மற்றவர்கள் என்ன நினைக்கிறார்கள் என்பதைப் பற்றி நாம் இப்போது விவாதிக்கவேண்டியதில்லை. தி.மு.க.வைப் பொறுத்தவரை கொள்கை ரீதியாகத் தெளிவான அணுகுமுறை உள்ள ஓர் இயக்கம். விளைவுகள் எப்படிப்பட்டவையாக இருக்கும் என்பதைத் தெரிந்துதான் செய்கிறோம். ஆனால், சரியான நேரத்தில் நாம் குரல் கொடுக்காமல் இருந்ததே இல்லை. பலசாலிகளாக இருக்கிறார்கள். அதிகாரம் இருக்கிறது. ஆகவே, நியாயத்தை நாம் ஏன் பேசவேண்டும் என்று நாம் அமைதியாக இருந்ததே இல்லை. அதற்காக எதற்கெடுத்தாலும் எடுத்தேன், கவிழ்த்தேன் என்று தெருவில் போய் நின்றுகொண்டு

போக்கிரித்தனம் பண்ணுகிற கட்சி அல்ல. இது போர்க்குணம் கொண்ட கட்சி. எனவே, நாம் நியாயமாக, சரியாக, தெளிவாக, நம்முடைய கொள்கையின் அடிப்படையில் பயணம் செய்கிறோம்.

இந்த இலட்சிய இயக்கம் இப்படியான கடந்த காலங்களைக் கடந்து வந்திருக்கிறது. அண்ணா, கலைஞர் வழியில் இப்போது தளபதி அவர்களும் அதே பாதையில்தான் மிகத் தெளிவாக நடை போடுகிறார். ஆகவே, நாங்கள் தெளிவாகவும் உறுதியாகவும் இருக்கிறோம்.

● திரு. மு.க.ஸ்டாலின் அவர்களின் தலைமைப் பொறுப்பு எப்படி இருக்கிறது?

இந்தப் பொறுப்புக்கு வந்தபின் அவருடைய அணுகுமுறை என்பது அமைப்பு ரீதியாகச் சிறப்பாகச் செயல்படுகிறார். கலைஞர் என்ற ஒரு தலைவர் இல்லை என்கிற ஏக்கம், கவலை ஒருபுறம் இருந்தாலும், அவர் இருந்திருந்தால் இந்தப் பிரச்சினையை எப்படிக் கையாண்டிருப்பாரோ அதைப் போலவே செய்கிறார். அதற்கு முக்கியமான ஓர் உதாரணம்... நாடாளுமன்றத் தேர்தலில் அவர் அமைத்த கூட்டணி வகுத்த வியூகங்கள். இதேபோல இந்தியாவின் மற்ற மாநிலங்களில் மற்ற கட்சிகள் செய்திருந்தால் இன்றைக்கு பாரதிய ஜனதா கட்சி ஆட்சியில் இருந்திருக்க முடியாது. அவருடைய அணுகுமுறையை இன்றைக்கு டெல்லி வரை பாராட்டுகிறார்கள். நாடாளுமன்றத்தில் மூன்றாவது பெரிய கட்சி என்கிற நிலைக்கு நாம் உயர்ந்திருக்கிறோம்.

அதேபோல, மற்ற கட்சியினரை மதிப்பது, தேவையான போராட்டங்களை உடனே நடத்துவது, கட்சியினரை சுறுசுறுப்பாக வைத்திருப்பது, இவரும் ஓய்வில்லாமல் சுற்றுப்பயணம் செய்து கொண்டிருப்பது, எல்லாரையும் அரவணைத்துச் செல்வது, முக்கியமான பிரச்சினைகளில் கழக முன்னணியினரோடு கலந்து பேசுவது... இவற்றை எல்லாம் கலைஞர் காலத்தில் நாங்கள் பார்த்தோம். இப்போது அதைவிடச் சிறப்பாக நடைபெறுவதைப் பார்க்கிறோம். அவருடைய எளிமை, அணுகுமுறை... காஷ்மீர் பிரச்சினையில் டெல்லியில் மிகுந்த பாராட்டைப் பெற்றார். குலாம் நபி ஆஷாத் அந்த ஆர்ப்பாட்டத்தில் பேசுகிறபோது, "கலைஞர் இருந்திருந்தால் எதைச் செய்திருப்பாரோ, அதை ஸ்டாலின் செய்கிறார்" என்று வெளிப்படையாக அவர் பாராட்டினார்.

வெற்றிகரமாக ஓராண்டு முடிந்திருக்கிறது. ‘தொட்டதெல்லாம் துலங்கியது’ என்பது போல, அவர் செய்ததெல்லாம் சரியாகவே இருந்திருக்கிறது. பலரின் பாராட்டுகளைப் பெற்றிருக்கிறார். நாங்கள் உள்ளபடியே மனநிறைவோடு இருக்கிறோம். மக்களுக்கும் அதே மனஉணர்வுதான் இருக்கிறது.

தி.மு.க. கருத்துச் சுதந்திரத்திற்கு முக்கியத்துவம் கொடுக்கக் கூடிய ஒரு கட்சியாகத் தொடர்ந்து பயணித்துக்கொண்டிருக்கிறது. இப்போது ஒரு வழக்குத் தொடர்ந்ததற்கு பா.ஜ.க. தலைவர் தமிழிசை ‘தி.மு.க. கருத்துரிமையை நசுக்குகிறது’ என்ற கருத்தைச் சொல்கிறார்கள். கருத்துரிமையை எதிர்க்கிற தன்மை நமக்குக் கிடையாது. ஆனால், பேசுகிற முறை மாறுகிறபோது, ஒருவருக்கு அவமதிப்பு ஏற்படும்படியாக ஒருவர் பேசுகிறபோது, அதை எதிர்க்காமல் இருக்க முடியாது. பொதுக்கூட்ட மேடை என்பதே ஒருவர் பேசிவிட்டுச் சென்ற பிறகு அதற்கு மறுப்புச் சொல்வதுதான். அப்படிப் பேசுகிறபோது, கருத்துச் சுதந்திரம் என்ற பெயரால் எதை வேண்டுமானாலும் பேசலாம் என்பதை அனுமதிக்க முடியாது. விமர்சனங்களை ஏற்றுக்கொள்கிற, சகித்துக் கொள்கிற, எதிர்கொள்கிற வல்லமையுடைய, தன்மையுடைய கட்சிதான் தி.மு.க. ஆனால், எல்லை மீறுகிறபோது அதை எப்படி எதிர்கொள்ள வேண்டுமோ அப்படி எதிர்கொள்ளவும், அதற்கான பயிற்சியும் எங்களுக்கு இருக்கிறது.

நேர்கண்டவர்: **சி.ஜீவாபாரதி**
கலைஞர் செய்திகள்
31.08.2019

6
குடியுரிமைச் சட்டத்திருத்தத்திற்கு எதிராகப் போராட்டம் ஏன்?

- 'குடியுரிமைச் சட்டத் திருத்தம்' என்பது மோடியின் சட்டம் அல்ல. காந்தியின் எண்ணங்களால் ஈர்க்கப்பட்ட ஒரு திட்டம். "பாகிஸ்தானிலிருந்து இந்துக்கள், சீக்கியர்கள் இந்தியாவுக்கு வர விரும்பினால் அவர்கள் வரவேற்கப்படுவார்கள் என்று காந்தி சொன்னதைத்தான் நாங்கள் நிறைவேற்றுகிறோம்" என்று பிரதமர் மோடி சொல்கிறார். நாட்டின் பிரதமர் உறுதிமொழி கொடுத்த பின்னரும் எதிர்க்கட்சிகள் காந்தியின் எண்ணங்களையே எதிர்க்கிறீர்களோ..?"

தவறாக சித்திரிக்கிறார்கள். 'வெளிநாட்டிலிருந்து உரிய சான்றிதழ்கள் இல்லாமல் இங்கே வருகின்றவர்களை சட்ட விரோதமாகக் குடியேறியவர்கள்' என்று சொல்வார்கள். அவர்களுக்கு மனிதநேய அடிப்படையில் இந்தியா குடியுரிமை தருவதை எல்லாரும் வரவேற்கிறோம். மாறுபட்ட கருத்தே இல்லை. அதில் அவர்கள் 'இந்துக்கள், சீக்கியர்கள், ஜைனர்கள், பௌத்தர்கள், பார்ஸிகள், கிறித்தவர்கள் என ஆறு மதங்களைச் சேர்ந்தவர்களுக்கு மட்டுமே அனுமதி என்று சொல்கிறபோது இஸ்லாமியர்களை ஏன் விட்டீர்கள்?' என்பதுதான் கேள்வி.

வெளிநாட்டிலிருந்து பாதிக்கப்பட்டு வருகிறவர்களை 'மத அடிப்படையில்' என்று சொல்வதை முதலில் ஏற்றுக் கொள்ளவில்லை. இருக்கட்டும். அப்படியே அதை நீங்கள் ஓர் அளவுகோலாக எடுத்துக்கொண்டால், பக்கத்து நாடுகளில் இவர்கள் மதரீதியாக துன்புறுத்தப்பட்டு அவர்கள் இங்கே வருகிறார்கள் என்று சொன்னால், எல்லாருக்கும் அந்த உரிமையைத் தரவேண்டுமே தவிர, ஏன் ஒரு பிரிவினரை நீங்கள் விடுகிறீர்கள் என்பதுதான் எங்களுடைய வாதம்.

ஆக, இதில் காந்தி சொன்னதற்கு மாறாக, மோடி சொன்னதை புரிந்துகொள்ளாமல் என்பதெல்லாம் இல்லை.

● பாகிஸ்தான், ஆப்கானிஸ்தான், வங்கதேசம் மூன்றும் இஸ்லாமிய நாடுகள். அங்கே இஸ்லாமியர்கள் மதரீதியாகத் துன்புறுத்தப் படுவார்களா? என்று அவர்கள் கேட்கிறார்களே...

முதலில் இந்த மூன்று நாடுகளை அவர்கள் ஏன் தேர்ந்தெடுத்தார்கள்? இதற்கு அவர்கள் பதில் சொல்ல வேண்டும். இதை நாடாளுமன்றத்திலும் கேட்டோம். இப்போதும் கேட்கிறோம்.

அதற்கு அவர்கள் சொன்ன பதில்: அந்த மசோதாவின் 'அப்ஜக்ஷன் ரீஸன்' என்று இருக்கும். அதில், இந்தியா விடுதலை அடைவதற்கு முன்னால் பிரிக்கப்படாத இந்தியா, பாகிஸ்தானுக்கு உள்ளடங்கிய பங்களாதேஷ் பல லட்சம் பேர் இங்குமங்குமாக இடம்பெயர்ந்தார்கள் என்று கூறப்படுகிறது. பாகிஸ்தானோ அதில் இருந்த பங்களாதேஷோ இந்தியாவோடு இருந்தது என்பது சரித்திர உண்மை. ஆப்கானிஸ்தான் இதில் எங்கிருந்து வந்தது? எதனால் அதை இணைத்தீர்கள் என்றால், உள்துறை அமைச்சர் உரையாற்றுகிறபோது சொன்ன வார்த்தை, "அண்டை நாடுகள்" என்று சொன்னார்.

அண்டை நாடுகள் என்று சொன்னால், பக்கத்தில் பூட்டான் நேபாளம், மியான்மார், இலங்கை போன்ற நாடுகள் இருக்கின்றன. இந்த நாடுகளை நீங்கள் ஏன் விட்டீர்கள்? இப்போது அவர்கள் சொல்கிற வாதம், "இந்த மூன்று நாடுகளும் இஸ்லாமிய நாடுகள்" என்பது. பூட்டான் நாட்டில் புத்த மதம்தான் அந்த நாட்டின் மதமாக இருக்கிறது. அங்கே கிறிஸ்தவர்களுக்கு வழிபாட்டு உரிமை கிடையாது. அவர்களுக்குத் தேவாலயங்கள் கிடையாது. வீடுகளில்தான் அவர்கள் தங்களுடைய இறைவணக்கத்தை செலுத்துகிறார்கள். மதரீதியாக அவர்கள் அங்கே சிறுமைப் படுத்தப்படுகிறார்கள். இலங்கையிலிருந்து இனரீதியாக நம்முடைய தமிழ் மக்கள் அங்கிருந்து இங்கே குடிபெயர்ந்து வருகிறார்கள். ஆக, மனிதாபிமானத்தோடு என்று சொல்கிறபோது மத அடிப்படையில் என்று சொல்கிறபோது எல்லா மதங்களாலும் பாதிக்கப்பட்டவர்களை நீங்கள் சேர்த்திருக்க வேண்டும். இன அடிப்படையில் மொழி அடிப்படையில் பாதிக்கப்பட்டவர்களும் இருக்கிறார்கள்.

உலகில் இந்திய நாட்டின் சிறப்பே மதச்சார்பின்மை என்பது. பல மிக முக்கியமான வழக்குகளில் இந்திய வழக்குகளில் மிக உச்சமாகப் பேசப்படுகிற கேசவானந்த பாரதி வழக்கிலும், பின்னர் பொம்மை வழக்கிலும் மதச்சார்பற்ற தன்மை என்பதில் யாரும் கையை வைக்கக்கூடாது என்பதை நிலைநிறுத்தி இருக்கிறது உச்ச நீதிமன்றம். அரசியல் சட்டத்தின் மிக முக்கியமான ஓர் இடம். ஆகவே, இது மதச்சார்பின்மைக்கு எதிராக இருக்கிறது. ஏன் நீங்கள் ஒரு மதத்தை மட்டும் பிரித்துப் பார்க்கிறீர்கள்?

இப்போது நீங்கள் கேட்ட கேள்வி, அவை இஸ்லாமிய நாடு என்கிற காரணத்தால் இஸ்லாமியர்களை துன்புறுத்த வாய்ப்பில்லை என்கிற வாதத்தை பா.ஜ.க. வைக்கிறபோது, பாகிஸ்தானில் 'ஷியா' என்று ஒரு இஸ்லாமியப் பிரிவினர் அங்கிருந்து பாதிக்கப்பட்டு இங்கே வருகிறார்கள். பங்களாதேஷில் அகமடியாஸ், ஆப்கானிஸ்தானில் ஹஜராஜ், மியான்மரில் ரோகின்யாஸ் ஆகிய இஸ்லாமியப் பிரிவினர் பாதிக்கப்பட்டு இங்கே வந்திருக்கிறார்கள். ஆக, நீங்கள் ஒரு அளவுகோல் எடுத்து பாதிக்கப்பட்டு வருபவர்கள் பரிதாப உணர்வோடு, மனிதாபிமானத்தோடு நீங்கள் குடியுரிமை தருகிறபோது, ஏன் ஒரு பிரிவினரை புறக்கணிக்கிறீர்கள்?

நாங்கள் பேசியதோடு மட்டும் நிற்கவில்லை. நான் ஒரு திருத்தம்கூட கொடுத்தேன். பொதுவாக, நாடாளுமன்றத்தில் திருத்தங்கள் என்பது மிக முக்கியமான ஒன்று. சில நேரங்களில் அரசாங்கமேகூட திருத்தங்கள் கொண்டுவருவார்கள். அது அவையில் ஏற்றுக்கொள்ளப்பட்டால் உடனடியாக அது சட்டத்தோடு சேர்ந்துவிடும்.

ஒரு சட்ட முன்வடிவு என்பது அப்படியேயும் நிறைவேற்றப்படும். திருத்தங்களுடனும் நிறைவேற்றப்படும். பின்னர் அது சட்டமாக மாறும்.

நான் திராவிட முன்னேற்றக் கழகத்தின் சார்பில் கொடுத்த திருத்தம், பல கட்சிகள் ஆதரித்தன. இவர்கள் சொல்கிற பாகிஸ்தான், பங்களாதேஷ், ஆப்கானிஸ்தான் என்பதோடு இலங்கையையும் சேர்த்துக்கொள்ளுங்கள். ஆறு மதங்களோடு இஸ்லா மியர்கள், சிறுபான்மையினர் என்று சேருங்கள் என்று குறிப்பிட் டேன். மிகச்சிறு திருத்தம். ஆனால், அந்தத் திருத்தத்தை ஏற்றுக் கொண்டிருந்தால் இன்றைக்கு இந்தியாவில் கலவரம் இல்லை.

- அமித்ஷா, "வேண்டுமானால் நாங்கள் திருத்தம் செய்யத் தயார்" என்று சொல்கிறாரே...

அப்போதே செய்யவேண்டியதுதானே. இத்தனை உயிர்களைப் பறிகொடுத்த பின்னால்... நாடு பற்றி எரிகிற சூழலில் நேற்றைக்குக்கூட அவர்கள் சொன்னது, "நாங்கள் பின்வாங்க மாட்டோம்" என்பது தான்.

- நாடு முழுவதும் நடைபெறுகிற கலவரத்துக்கு யார் காரணம்? சட்டத்தை இயற்றிய அரசா? அல்லது எதிர்க்கட்சிகளா?

எதிர்க்கட்சிகள் தங்களுடைய ஜனநாயகக் கடமையை சட்டம் இயற்றுகிற மன்றத்தில் ஆற்றின. எல்லாரும் உரையாற்றினோம்... கருத்துகளை எடுத்துச் சொன்னோம். எங்கள் கருத்துகளை நீங்கள் பரிசீலிக்கவேண்டும் என்று கேட்டோம். 'செலக்‌ஷன் கமிட்டி'க்கு அனுப்புங்கள் என்று நாங்கள் ஒரு திருத்தம் கொடுத்தோம். அது தோற்கடிக்கப்பட்டது. அடுத்து நான் கொடுத்த திருத்தம், இதை ஏற்றுக்கொண்டிருந்தால் நிச்சயமாக இவ்வளவு பிரச்சினை இல்லை. இஸ்லாமியர்கள் தாங்கள் கைவிடப்பட்டதாக நினைக்கிறார்கள். அவர்களை இணைத்துவிட்டால் போதும். இந்துக்களுக்குக் கொடுப்பதில் யாருக்கும் கருத்துவேறுபாடு இல்லை.

- இந்தியாவில் இருக்கக்கூடிய இஸ்லாமியர்களுக்கும் பாதிப்பு என்று எதிர்க்கட்சிகள் பேசுகின்றன. ஆனால், இந்தியாவில் இருக்கக்கூடிய ஒரு இஸ்லாமியருக்குக்கூட பாதிப்பு இல்லை என்று மோடி பேசுகிறார்.

இந்தியாவில் இருக்கிற இஸ்லாமியர்களைப் பற்றி யாரும் பேசவில்லை. இந்தச் சட்டம் என்பது, உரிய ஆவணம் இல்லாமல் இந்தியாவுக்கு வந்து குடியேறி இருக்கிறவர்களுக்கான சட்டம் என்கிறபோது, வந்திருப்பவர்களில் இஸ்லாமியர்களும் இருக்கிறார்கள். ஏன் அவர்களைச் சேர்ப்பதில்லை என்பதுதான் எங்கள் கேள்வி.

இதில் மிகப்பெரிய கொடுமை, மசோதா நிறைவேறுகிற போதுகூட இதற்கு வாக்கெடுப்பு நடந்தபோது 125க்கு 105 என்று முடிந்தது. இந்த 125இல் தமிழ்நாட்டில் இஸ்லாமியர்களுக்குப் பாடுபடுகிறோம் என்று சொல்கிற, இலங்கைத் தமிழர்களை கைவிடமாட்டோம் என்று சொல்கிற அதிமுக.வின் வாக்கு 11. பாமக. 1 என 12 வாக்குகள் அவர்களுக்கு ஆதரவாக இருந்தது.

இந்த 12ம் எதிர்த்து விழுந்திருந்தால் இது 117 ஆகியிருக்கும். அது 113 ஆகி இருக்கும். ஆக, இன்றைக்கு அவர்கள் வெற்றிபெற்றதற்குக் காரணமே அதிமுகவும், பாமகவும்.

இதில் எதிர்பாராத திருப்பம், சிவசேனா கட்சியினர் வெளிநடப்பு செய்தார்கள். தெலுங்கானா ராஷ்டிரிய சமிதி - அவர்களோடு இருக்கிறவர்கள் எங்களுக்கு ஆதரவாக வாக்களித்திருக்கிறார்கள். பிரச்சினையின் தன்மை கருதி. இதில் இருக்கிற நியாயம் கருதி. ஆனால், அதிமுக மக்கள்நலம் கருதவில்லை. ஈழத் தமிழர்களைப் பற்றி அக்கறைப்படவில்லை.

● கூட்டணி தர்மம் என்கிறார்களே?

கூட்டணி தர்மம் என்பது என்ன? மக்களுக்காகத்தான் கட்சி. மக்களுக்காகத்தான் கூட்டணி. நாட்டை வாழ வைப்பதற்குத்தான் அதிகாரத்துக்கு வருகிறோம். அதிகாரத்தைக் காப்பாற்றிக்கொள்வது என்பது தன்னை வாழவைத்துக்கொள்வதற்கு, மற்றவர்களைக் கைவிடுவதற்கு என்று சொன்னால், அதற்குப் பெயர் கூட்டணி தர்மம் அல்ல. வேறு ஏதாவது பெயர் வைத்துக்கொள்ளுங்கள்.

● இலங்கைத் தமிழர்களுக்காக இரட்டை குடியுரிமை வழங்குவதற்கு அ.தி.மு.க. கோரிக்கை வைக்கிறது. அது குறித்து பரிசீலிப்போம் என்று உள்துறை அமைச்சர் சொல்கிறார்...

இரட்டைக் குடியுரிமை இதுவரை இந்தியாவில் யாருக்கும் தந்ததில்லை. அதை ஏற்றுக்கொண்டதும் இல்லை.

இஸ்லாமியர்களுடைய மிகப்பெரிய வாழ்வாதாரத்திற்கான செயலைச் செய்துவிட்டு, இலங்கைத் தமிழர்களுக்குக் குடியுரிமை என்கிறார்கள். அவர்கள் முப்பது ஆண்டுகளாக இங்கே இருக்கிறார்கள். அவர்களுடைய வீடு, வாசல், சொந்தம், பந்தம் எல்லாம் என்ன ஆயிற்று என்றே தெரியாது. இங்கே குடியுரிமை வேண்டும் என்று கேட்கிறபோது, அதற்காக ஒரு சட்டம் வருகிறபோதுதான் அதைப் பற்றிப் பேசமுடியும்.

● வாக்குரிமை கொடுக்க வேண்டாம் என்கிறார்கள். இங்கிருக்கும் இலங்கைத் தமிழர்களுக்கு குடியுரிமை கொடுத்தால், மீண்டும் அவர்கள் இலங்கை திரும்புவதற்கான வாய்ப்பே இல்லாமல் போய்விடும் என்கிறார்கள்...

யார் உங்களிடம் வந்து முறையிட்டார்கள், நாங்கள் அங்கே போகவேண்டும் என்று. இதை அகதிகள் முகாமில் போய்ப் பேசச்

சொல்லுங்கள். அகதிகள் முகாமில் இருக்கிறவர்களுக்கு, "தமிழ் நாட்டு மக்களுக்கு நியாய விலைக் கடைகளில் என்னவெல்லாம் சலுகைகள் கிடைக்கிறதோ, அவர்களுக்கும் அது உண்டு" என்று முதன் முதலாக அறிவித்தது தி.மு.க. ஆட்சியில் கலைஞர்தான். கல்வியில் சலுகைகள், பல்வேறு உரிமைகளைக் கொடுத்தார். குடியுரிமை என்பது மத்திய அரசிடம் இருக்கிறது.

எந்த ஒரு அரசாங்கமாக இருந்தாலும், கட்சியாக இருந்தாலும், பல பிரச்சினைகளில் ஒன்றை எடுக்கிறபோது ஒன்று பின்தங்கிப் போகும். அதனால் அதைப் புறக்கணித்து விட்டதாக அர்த்தம் இல்லை. சரியான சந்தர்ப்பம் வருகிறபோது அதைக் கையில் எடுக்க வேண்டும்.

● இரட்டைக் குடியுரிமையினால் என்ன பாதிப்பு என்கிறீர்கள்?

இரட்டைக் குடியுரிமை என்றால் முதலில் இங்கே குடியுரிமை தரவேண்டும். 'அவர்களுக்கு முதலில் இலங்கை குடியுரிமை இருக்கிறதா? விரட்டப்பட்டு வந்தார்களா? இழந்துவிட்டு வந்தார்களா? பறிக்கப்பட்டு வந்தார்களா?' இவை தெரியவேண்டும். முதலில் இருக்கிற நாட்டில் குடியுரிமை கொடுக்க வேண்டும். தங்கள் அதிகாரத்தில் இல்லாத ஒன்றை இவர்கள் கற்பனையில் பேசக்கூடாது. எல்லாருக்கும் தருகிறீர்கள். அவர்களுக்கும் தாருங்கள். பின்னர் அவர்கள் போகவேண்டும் என்றால் போகலாம், அனுமதிக்கலாம்.

எப்போதும் சட்டம் இயற்றிவிட்டு அதற்கென்று விதிகளை (Rules) உருவாக்குவார்கள். அதைப் பலர் கவனிப்பதில்லை. அதில் அரசாங்கம் தனக்குத் தேவையானதை எல்லாம் செய்துகொள்ளும்.

உதாரணமாக, புகையிலையை விளம்பரம் செய்யக்கூடாது என்று சட்டத்தில் இருக்கிறது. ஆனால், இதைத் தொடர்ந்து வந்த விதிகளில், செய்யலாம்... இரண்டு அடிக்கு ஒன்றரை அடி அளவுக்குச் செய்யலாம் என்று விதியில் நுழைக்கிறார்கள். இது ஒரு சாமர்த்தியமான வேலை. அரசாங்கம்தான் இப்படிச் செய்யும்.

நான் இன்றைக்குப் படித்தது, உள்துறை அமைச்சகமும், சட்டத் துறை அமைச்சகமும் இப்போது குடியுரிமை பெறுகிறவர்கள் தங்கள் சொந்த நாட்டுக்குச் செல்லக்கூடாது என்று உத்திரவாதம்

கொடுத்தால்தான் தரமுடியும் என்கிறார்கள். இதை எல்லாம் அ.தி.மு.க.வினர் படிக்கவேண்டும். இது தெரியாமல் இரட்டைக் குடியுரிமை பற்றிப் பேசுவதில் பயனில்லை.

அதாவது, இங்கே குடியுரிமை பெற்றுவிட்டால் சொந்த நாட்டுக்குப் போகமுடியாது என்றொரு விதியைச் சேர்க்கிறார்கள்.

● அப்படியானால், இரட்டைக் குடியுரிமையினால் எந்தப் பயனும் இல்லையா...?

இரட்டைக் குடியுரிமைக்கு வாய்ப்பே இல்லை.

● கூட்டணிக் கட்சிகள் சார்பில் நடைபெற்ற பேரணி வெற்றியா?

மிகப்பெரிய வெற்றி. இந்தப் பேரணியில் நாங்கள், எங்கள் கூட்டணிக் கட்சியினர், எங்களுடைய தோழமைக் கட்சியினர், எங்களோடு ஒத்த உணர்வுடையவர்கள், சமூக அமைப்புகளைச் சார்ந்த எல்லாரும் பங்கேற்றார்கள். மிகப்பெரிய வெற்றி. அதனால்தான் எங்கள் தலைவர் இதனைப் 'போர்ப் பறை' என்று அறிவித்தார்.

● 'பேரணி அல்ல போர்' என்று அறிவித்திருக்கிறார்.

அமைதியாகப் பேரணி நடத்தியிருக்கிறோம். எங்களுடைய நோக்கம் வன்முறை அல்ல. எதையும் வன்முறையில் அடைய முடியும் என்பதல்ல. 'வன்முறையைத் தவிர்த்து வறுமையை வெல்வோம்' என்பது தி.மு.க.வின் அடிப்படைக் கொள்கைகளில் ஒன்று. 'அண்ணா வழியில் அயராது உழைப்போம்' என்பதுதான். அண்ணா வழி என்பது அறவழி. இன்றைக்கு லட்சக்கணக்கானோர் திரண்டும் உணர்ச்சிபூர்வமான முழக்கங்கள். எந்த இடத்திலும் எல்லை மீறவில்லை. பொதுமக்கள் பார்த்து அவர்களே கை அசைக்கும் வகையில்தான் அமைதியாக இந்தப் பேரணி நடை பெற்றிருக்கிறது. ஆனால், இத்துடன் இது முடியாது.

● இவ்வளவு பெரிய பேரணியை நீங்கள் ஒருங்கிணைத்திருக்கிறீர்கள். கூட்டணிக் கட்சிகளின் தலைவர்கள் கூட்டத்தில் பங்கேற்றிருக்கிறார்கள். ஏன் யாருமே அந்தக் கூட்டத்தில் பேசவில்லை. ஸ்டாலின் மட்டும் ரொம்பச் சுருக்கமாகப் பேசினார்?

முதலில் பேரணிக்கு அனுமதி வாங்கியிருக்கிறோம். மேடை அமைக்கவில்லை. நீண்ட தூரம் நடந்து வந்திருக்கிறார்கள். அதற்குப் பிறகு இரண்டு மணி நேரம் பேசினால்... எல்லாரும்

அதைத்தான் பேசப்போகிறார்கள். கூட்டணியின் தலைவர், எல்லாரும் ஏற்றுக்கொண்ட ஒரு தலைவர். எல்லாரும் அவர் பேசினால் போதும் என்று சொல்கிறார்கள். உங்களுக்கு என்ன வருத்தம்?

- **பிரச்சினைகளை மக்களிடம் பேசவேண்டாமா?**

இன்றைக்குத்தான் பேசவேண்டும் என்பதல்ல. இது குறித்து தமிழ்நாட்டில் எல்லா மாவட்டத் தலைநகரங்களிலும் ஆர்ப்பாட்டம் நடத்தி இருக்கிறோம். ஆங்காங்கே கூட்டங்கள் நடத்திக்கொண்டு இருக்கிறோம். இது ஓரிடத்தில் மட்டும் சொல்லக்கூடியது அல்ல. பரந்துபட்டு எல்லா இடத்திலும் சொல்லக்கூடியது. எல்லா இடத்திலும் சொல்லியிருக்கிறோம்.

- **கி.வீரமணி, ப.சிதம்பரம், வைகோ, முத்தரசன், பாலகிருஷ்ணன், திருமாவளவன், ஸ்டாலின் என எல்லா கட்சித் தலைவர்களும் வருகிறபோது குறைந்தபட்சம் இந்தச் சட்டத்திருத்தத்தினால் என்ன பாதிப்பு என்று பேசுவதற்கான வாய்ப்பை நீதிமன்றம் எங்கேயும் மறுக்கவே இல்லையே... நீங்களே உங்களை சுருக்கிக் கொண்டீர்களா? அல்லது வேறு ஏதாவது காரணமா? என்று கேட்கிறேன்.**

எல்லா தலைவர்களும் சேர்ந்து ஏற்றுக்கொண்ட ஒரு முடிவு. நடந்து வந்தவர்களின் சிரமம், பொதுமக்களின் சூழ்நிலை, போக்குவரத்து இதையெல்லாம் கருதி ஒரு பகல் நேரத்தில் இவ்வளவு தூரம் நடந்து வந்திருக்கிறோம். எங்களது நோக்கம் தெரிந்து விட்டது. ஆளுக்கு மூன்று நிமிடம் பேசித்தான் புரியவைக்க வேண்டும் என்பதல்ல. ஒரு நிமிடம் பேசியும் புரியவைக்கலாம். ஒரு மணி நேரம் புரியாமலும் பேசலாம். அதற்கெல்லாம் ஆட்கள் நிறைய இருக்கிறார்கள். எங்கள் தலைவர் மூன்று நிமிடம் பேசினாலும் தெளிவாகப் பேசினார். புரிய வைக்க வேண்டியவர்களுக்கு புரிகிற மாதிரி சொன்னார். மற்றத் தலைவர்களும் இதை ஏற்றுக் கொண்டார்கள்.

- **மக்கள் நீதி மய்யம் முதலில் பங்கேற்போம் என்று செய்தி வந்தது. பிறகு பங்கேற்கவில்லை என்கிற செய்தியும் வந்தது. கமலஹாசனின் இந்தப் பின்வாங்கலுக்கு ஏதாவது காரணம் உங்களால் புரிந்து கொள்ள முடிகிறதா?**

இது நீங்கள் அவரிடம் கேட்கவேண்டிய கேள்வி. அடுத்து அவர்களில் யாரையாவது அழைத்து அவர்களிடம் இது குறித்து

விளக்கம் கேளுங்கள். அவர்களுடைய செயற்பாடுகள் பற்றி விளக்கம் சொல்கிற இடத்தில் நான் இல்லை.

- குடியுரிமை சட்டத் திருத்தம் குறித்து இறுதிக் கேள்வி. நீதிமன்றத்தில் வழக்கு இருக்கிறது. என்ன நடக்கும் என்று நீங்கள் யோசிக்கிறீர்கள்?

இந்த வழக்கின் தன்மை கருதி, நியாயம் கருதி, மக்களுடைய உணர்வுகளைப் புரிந்துகொண்டு எல்லாவற்றிற்கும் மேலாக இது ஒரு *Unconstitutional* என்பது எங்கள் வாதம். இந்த அடிப்படையில் உச்ச நீதிமன்றம் இந்தச் சட்டத்திருத்தம் செல்லாது அல்லது கூடாது என்றுதான் தீர்ப்பு வரும் என்கிற நம்பிக்கை எங்களுக்கு இருக்கிறது.

நேர்கண்டவர் : **கார்த்திகேயன்**
புதிய தலைமுறை
டிசம்பர் 24, 2019.

7
கழகத்தின் அடித்தளம் மேடைதானே!

● ஒரு விதவைத்தாய் வளர்த்தெடுத்த பையன். ஆனால், இந்திய நாடாளுமன்றத்தில் ஒரு குறிப்பிடத்தக்க முக்கியமான ஒரு தனிநபர் தீர்மானமான விதவைகளுக்கான மறுவாழ்வு தீர்மானத்தைக் கொண்டு வந்திருக்கிறீர்கள். இதை யோசித்துப் பார்த்தால் ஒரு காவியம் போல இருக்கும். "திராவிட இயக்கம் என்ன செய்தது?" என்றுகேட்டால், உங்களுடைய வாழ்க்கையைக் காட்டி, "இதைத்தான் செய்தது" என்று சான்றாக இருக்கிறீர்கள். "நீங்கள் இன்றைக்கு இந்தப் பயணத்தைத் தொடங்கிய நாட்களிலிருந்து யோசித்துப் பார்க்கிறபோது உங்களுக்கு எப்படி இருக்கிறது?"

மகிழ்ச்சியாக இருக்கிறது, நிறைவாகவும் இருக்கிறது. என்னைப் பொறுத்தவரை என்னுடைய வாழ்க்கையில் இதை இழந்துவிட்டோமே, இதை விட்டுவிட்டோமே என்று வருந்துவதற்கான வாய்ப்புகள் இல்லை. சில எதிர்பாராத மாற்றங்கள் நிகழ்ந்திருக்கின்றன. அந்த நேரத்தில் சில குழப்பமாக இருந்திருக்கின்றன. பின்னாளில் நடைமுறைக்கு வருகிறபோது அதுவும் செம்மையாகவே அமைந்திருக்கிறது. உதாரணமாக, என்னுடைய இளவயது வாழ்க்கை, வளர்ப்பு, கல்வி, ஐ.ஏ.எஸ். அதிகாரியாக வேண்டும் என்ற கனவுகள் இவையெல்லாம் திடீரென 'அவசரநிலை'க் காலத்தில் முற்றிலும் மாறியபோது ஒரு கேள்விக்குறியாகத்தான் இருந்தது. ஆனால், இப்போது நான் இதை மகிழ்ச்சியோடு பகிர்ந்து கொள்ள வேண்டும்.

இப்போது பனிரெண்டாவது வகுப்பு 'சமூக விஞ்ஞானம்' பாடப் புத்தகத்தில் நான் கொண்டு வந்த திருநங்கையருக்கான தனிநபர் மசோதா பற்றி ஒரு குறிப்பு வருகிறது. அதுபோல, ஐ.ஏ.எஸ். தேர்வுகளிலேயே கேள்வி கேட்கிறார்கள். 'நாடாளு மன்றத்தில் 45 ஆண்டுகளுக்குப் பின்னால் நிறைவேற்றப்பட்ட மசோதா எது?' என்று கேள்வி கேட்கப்படுகிறது.

நான் எந்த இடத்திற்கு செல்லவேண்டும் என்று விரும்பினேனோ, அந்த இடத்திற்கு நான் செல்ல முடியவில்லை. ஆனால், செல்ல விரும்புகிறவர்கள் என்னைப் பற்றி தெரிந்துகொள்ள வேண்டும் என்கிற நிலைக்கு வந்திருக்கிறேன். நான் நடந்து சென்ற பாதையில் பதித்த தடங்கள் மகிழ்ச்சியாகவே இருந்தது.

● உங்கள் வாழ்க்கையில் அம்மா முக்கியமானவர்கள் அல்லவா!

ஆமாம். அம்மா பிள்ளை!

● உங்கள் வாழ்க்கையில் அம்மாவின் பங்களிப்பு எப்படியாக இருந்தது?

முக்கியமான கேள்வி. நான் பிறந்து மூன்று மாதத்தில் என் தந்தை மறைந்தார். எனக்கு அவரின் முகம்கூட தெரியாது. அப்பா என்றால் என்னவென்றே எனக்குத் தெரியாது. அம்மாவுக்கு அப்போது இருபத்தொன்பது வயது. அந்த வயதில் நான்கு குழந்தைகளோடு ஒரு இளவயது விதவைத் தாய் சிரமப்பட்டிருப்பார். நிறைய நெறி முறைகளோடு, கண்ணியம் தவறாமல், கட்டுப்பாடுகளை விதித்துத்தான் வளர்த்தார்கள். இன்றளவுக்கும் அது எங்களை விட்டு அகலவில்லை. அம்மா என்கிறபோது அன்பைவிட அச்சம் அதிகமாக இருந்தது.

அதாவது, காவிரிக் கரையோரத்தில் பிறந்திருந்தாலும் எங்களை ஆற்றிலே இறங்க அனுமதிக்கமாட்டார்கள். இப்படிப் பல கட்டுப்பாடுகள். அந்த வயதிலேயே அவர்கள் பல உணர்வுகளைத் தந்திருக்கிறார்கள். அதாவது, பெரியாரைப் பற்றி முதன் முதலில் சொன்னது அவர்கள்தான்.

அப்பா தவறியவுடன் அந்தக் கால வழக்கப்படி பெண்களின் மேல் சட்டையைக் கழற்ற வேண்டும் என்று சொன்னபோது 'முடியாது' என்று மறுக்கவும் முடியாமல், எப்படிக் குழந்தைகளை வளர்ப்பது என்று தவித்தபோது என் தாயாரோடு பிறந்த சகோதரர்கள் நம்முடைய இயக்கத்தில் ஈடுபாடு கொண்டவர்கள் "உங்கள் உறவே போனாலும் பரவாயில்லை" என்று போராடி தடுத்திருக்கிறார்கள். இதை அம்மாதான் எனக்குச் சொன்னார்கள், "மானம் காக்கப்பட்டது பெரியாரால்" என்று.

ஒரு சுவையான நிகழ்ச்சி, எனக்கு எட்டோ, ஒன்பதோ வயதிருக்கலாம். அப்போதுதான் எனக்கு நன்றாக நினைவிருக்கிறது. உதயசூரியன் சின்னத்தை வண்ணத்தில் அச்சடித்து, 'எங்கள் வாக்கு உதயசூரியனுக்கே' என்று கதவுகளில் ஒட்டுவார்கள்.

அது பார்ப்பதற்கு ரொம்பக் கவர்ச்சியாக இருக்கும். எங்கள் தெருவில் கவுன்சிலர் என்கிற நகராட்சி உறுப்பினராக நாகசுந்தரம் போட்டியிடுகிறார். அவர் பின்னாளில் சட்டமன்ற உறுப்பினராகத் தேர்ந்தெடுக்கப்பட்டார். எல்லோருடன் சேர்ந்து நானும் இந்த படத்தை கதவில் ஒட்டிக்கொண்டிருந்தேன். அவ்வளவுதான் எனக்கு அப்போது தெரியும்.

அந்தத் தேர்தலில் அவர் தோற்றுவிட்டார். வெற்றி பெற்ற காங்கிரஸ்காரர் வீடு வீடாக வந்து லட்டு தருகிறார். அப்போது அந்த லட்டு என்கிற இனிப்பு ரொம்ப அபூர்வமானது. உங்களைப் போன்ற இளைய தலைமுறைக்குத் தெரிய வாய்ப்பில்லை. அந்தக் காலத்தில் இனிப்பு என்றாலே அதிரசம், சோமாஸ் இதுதான் இனிப்பு. லட்டு, ஜாங்கிரி, அல்வா என்பதெல்லாம் பார்க்கலாம், அவ்வளவுதான். அப்படியொரு காலம் இருந்தது. அப்படியொரு காலத்தில் லட்டு தருகிறார்கள். நானும் வாங்கிக் கொண்டேன். எதை வாங்கினாலும் வீட்டுக்குக் கொண்டு போகிற வழக்கம் எனக்கு இருந்தது. அம்மா லட்டுவைப் பார்த்துவிட்டு "இது ஏதப்பா?" என்று கேட்டார். "தேர்தலில் வெற்றி பெற்றவர் கொடுத்தார்."

"யாரு வெற்றி பெற்றது?"
இன்னார்.
"தோற்றது யார்?"
இவர்.
"அதை சாப்பிடலாமா?"
"ஏம்மா? லட்டு..."

"லட்டுதான்பா. ஆனால், தோற்றவர் அண்ணா கட்சி. அண்ணா, கலைஞர் எல்லாம் ஏழைகளுக்காகப் பாடுபடுகிறவர்கள். அப்போதுதான் அண்ணா என்கிற பெயரை நான் கேள்விப் படுகிறேன். அவங்க தோற்றுப்போனதை அவர்கள் கொண்டாடு கிறார்கள். திருப்பிக் கொண்டு போய் கொடுத்துவிடு. அவங்க வாங்கிக்க மாட்டாங்கன்னா வேறு யாரிடமாவது கொடுத்துடு. சாப்பிடாதே."

இந்த உணர்வு அந்த எட்டோ ஒன்பதோ வயதில் என் மனதில் பதிந்துவிட்டது. அதாவது, நான் புரிந்துகொண்டது: நல்லது செய்பவர்கள் தாழ்வை சந்திக்கிறபோது அதைக் கொண்டாடக் கூடாது. அண்ணா, கலைஞர் இவர்களெல்லாம் ஏழைகளுக்காகப் பாடுபடக் கூடியவர்கள். நல்லது செய்யக்கூடியவர்கள் என்ற விதை ஆழமாக விழுந்துவிட்டது...

- "உங்களுக்கென்று தனி ஆற்றல் இருந்திருக்கும். பொதுவாக, நீங்கள் இன்றைக்கு சிறந்த பேச்சாளராக தமிழகம் முழுவதும் அறியப்பட்டவர். சின்ன வயதில் அதை அம்மா எப்படி கண்டுபிடித்து ஊக்கப்படுத்தினார்கள்?"

நான் வெளிப்படையாகச் சொல்லவேண்டுமென்றால், கல்லூரி முடிக்கிறவரை எந்தப் போட்டிகளிலும் கலந்துகொண்டதே இல்லை. நான் நன்றாகப் படிக்கக்கூடியவன் என்பதுதான் என் வீட்டில் எனக்கான அடையாளம். பள்ளிக்கூடக் காலங்களிலேயே ஆங்கிலத்தில் 90க்கு மேல் மதிப்பெண்கள் பெறுவேன். "இங்கிலீஸ் தெரிந்த புள்ள" என்று ஊக்கம் கொடுப்பார்கள். அதனால் என்னை "இங்கிலீஸ் மீடியம் சேர்க்கணும்" என்று முயற்சி எடுத்தார்கள். அப்போதெல்லாம் இங்கிலீஸ் மீடியம் என்பது ரொம்பப் பெரிய விசயம். பள்ளிக்கூடத்திலேயே ஒரு வகுப்புதான் இருக்கும்.

என்னுடைய வகுப்பில் நாற்பத்து நான்கு மாணவர்கள். அவர்களில் நாற்பது மாணவர்கள் பிராமணர்கள். பிராமணர் நடத்திய பள்ளி அது. ஆசிரியர்கள் எல்லாம் பஞ்சகட்சம் கட்டியிருப்பார்கள்.

- அது ஐம்பதுகளின் தொடக்கமா?

இல்லை. நான் பிறந்தது 1955. இது அறுபதுகளின் தொடக்கம். ஆசிரியர்கள் குடுமி வைத்திருப்பார்கள். அடையாளச் சின்னங்கள் எல்லாம் இருக்கும். நாற்பது மாணவர்கள் பிராமணர்கள் என்று சொன்னேன் அல்லவா. இருவர் அய்யங்கார்கள். இருவர்தான் பிராமணர் அல்லாதவர்கள். அவர் ஒரு சமுதாயம், நான் ஒரு சமுதாயம். அந்தப் பையன் வசதியானவன். ஏதாவது வாங்கிக் கொடுப்பான் என்று அவனைச் சேர்த்துக்கொள்வார்கள். என்னை "சூத்திரன்" என்று சொல்வார்கள்.

- வெளிப்படையாகவே சொல்வார்களா?

அப்போதெல்லாம் எனக்கு அந்தச் சொல்லின் பொருள் தெரியாது. பின்னாளில் பெரியாரின் பேச்சைக் கேட்கிறபோது தான் தெரியும். அதாவது, வகுப்பறையில் ஏதாவது தவறு செய்து விட்டால், வாத்தியார் வரிசையாக பிரம்பால் எல்லாரையும் அடித்துக்கொண்டு வருவார். என்னிடம் வரும்போது "சார், சூத்திரன் சார்" என்பார்கள். அடி 'சுள்'ளென்று விழும். உள்ளங்கை கொஞ்ச நேரத்தில் பழுத்துவிடும்.

அந்தப் பசங்க ஏன் அப்படிச் செய்தார்கள் என்றெல்லாம் தெரியாது. அவர்களிடம் "நான் கறி எல்லாம் சாப்பிட மாட்டேன்பா" என்று சொல்வேன். "அதெல்லாம் கிடையாது. உங்க வீட்ல சாப்டுவாங்கள்ல..." என்பார்கள். அவர்கள் என்னோடு ஒருங்கிணையவில்லை. அதனால் எனது பள்ளிப் பருவம் என்பது சுவையான பருவம் கிடையாது.

காலையில் இறைவணக்கம் என்று ஒன்று நடக்கும் அதில் "நானும் பாடுகிறேனே" என்று நின்றுவிட்டால், ரொம்ப கஷ்டப்பட்டு என்றைக்காவது சேர்த்திருக்கிறார்களே தவிர, எனக்கு பாடத் தெரிந்திருந்தாலும், பாட விரும்பினாலும், சரியாகவே பங்களிப்பு செய்தாலும்கூட அதை ஒரு குறிப்பிட்ட குழுதான் செய்து கொண்டிருக்கும்.

ஒரு சின்ன உதாரணம் சொல்கிறேனே, ஒரு பையன் 'food' என்பதை 'ஃபூடு' என்று உச்சரிக்கிறான். ஆசிரியர் "ஃபுட்" என்று சொல்கிறார். அவன் 'நோ சார் ஃபூடு" என்கிறான். "என்னடா நான் 'ஃபுட்' என்று சொல்றேன். நீ 'ஃபூடு' 'ஃபூடு' என்கிறாயே..." என்று கோபமாகக் கேட்கிறார். "சார், எங்க தாத்தா அப்படித்தான் சொல்லிக் கொடுத்திருக்கிறார். நான் அப்படிதான் சொல்வேன்" என்கிறார். "நாளைக்கு வரும்போது உங்கள் தாத்தாவை அழைத்துக் கொண்டு வாடா" என்று சொல்லி அனுப்புகிறார். அடுத்த நாள் அவன் தாத்தா வருகிறார். அவர் ஓய்வு பெற்ற ஆர்.டி.ஓ. அவரைப் பார்த்தவுடன் ஆசிரியர் வெளவெளன்னு ஆடிவிட்டார். அவர் "என்ன, பையன்கிட்ட என்னமோ சொன்னீங்களாம்ல..." என்று கேட்க, வாத்தியார் கையெடுத்து கும்பிட்டு "நீங்க சொன்னா சரிதான்"னு கையெடுத்துக் கும்பிட்டாரு. அந்த மாதிரிதான் எல்லாரும்.

வாத்தியார், "நீங்க எதிர்காலத்திலே என்ன ஆகப் போறீங்க?"ன்னு ஒவ்வொருத்தரிடமும் கேட்டுக்கொண்டிருக்கிறார். ஒருத்தன் "எங்க அப்பா மாதிரி இஞ்சினியர்" என்கிறான். இன்னொருத்தன், "எங்க மாமா மாதிரி டாக்டர்", "சித்தப்பா மாதிரி வக்கீல்"ன்னு சொல்றானுங்க. நம்மகிட்ட அப்படி சொல்லிக்கிற மாதிரி யாரும் இல்ல. அடையாளம் காட்ட முடியாத முன்னாள் தலைமுறை இருந்தாங்க. என்ன பண்ணாங்கன்னே தெரியாது. ஆடு மாடு மேய்ச்சாங்க. வயக்காடு பாத்தாங்க. என்னவோ பண்ணிக்கிட்டிருந்தாங்க. கொஞ்சம் காணி, கரை இருந்துச்சு. இவ்வளவு தானே தவிர, இவர்களைப் போல் வரவேண்டும் என்று சொல்வதற்கு எனக்கு ஆளே

இல்லை. அப்போ, நாமளாவே ஒரு கற்பனையில, கையைக் கட்டிகிட்டு "கலெக்டர் ஆவணும் சார்'' அப்படின்னேன். "என்ன, பில் கலெக்டரா?"ன்னாரு. "இல்லே சார், டிஸ்டிரிக் கலெக்டர்''ன்னேன். அவர் "உட்கார். அதுக்கெல்லாம் வேற ஆளுக இருக்காங்க''ன்னார். பையங்கள்லாம் சிரிச்சாங்க. எனக்கு ரொம்ப வருத்தமா போச்சு. அம்மாகிட்ட வந்து நடந்ததை எல்லாம் சொன்னேன்.

"ஏன் வருத்தப்படுற? அவங்க அப்படித்தான் பேசுவாங்க. உனக்கு ரோசம் வந்திடுச்சுன்னா, படிச்சி கலெக்டராகி, அந்த வாத்தியார் முன்னாடி போய் நில்லு. அந்தப் பையங்க முன்னாடி போய் நில்லு. அதுக்காக உன்னை தயார் பண்ணிக்கணுமே தவிர, இப்படி பேசிட்டாங்களேன்னு வருத்தப்படக்கூடாது. அதாவது, அம்மா வருத்தப்படல, அவநம்பிக்கை ஏற்படுத்தல. மாறாக, ஊக்கப்படுத்தினாங்க. அதிலிருந்து நான் ஐ.ஏ.எஸ்., ஐ.ஏ.எஸ்.னு குறிக்கோளா இருந்தேன். அதற்கு என்ன அடிப்படைன்னா, ஆங்கிலத்தில் நல்லா தேர்ச்சியடையணும். அதனால இங்கிலீஸ் மீடியத்தில சேர்ந்து படிச்சேன்.

கல்லூரிக்கு வருகிறேன். நான்தான் முதல் பட்டதாரி. முதல்ல டாக்டர்க்கு படிக்கலாம்னா, வேண்டாம்னுட்டு 'ஆங்கில இலக்கியம்' படிச்சேன்.

நான் மேடையேறியது தி.மு.க.வில் சேர்ந்த பிறகு தான். என் எழுத்து முதலில் பதிவானது 'முரசொலி'யில்தான். அதனால்தான் "என்னைச் சுமந்த தாய் என்னைப் பெற்றவர் என்றால், என் எழுத்தைச் சுமந்த தாய் 'முரசொலி'" என்று சொல்வேன்.

நான் பி.ஏ. படிக்கும்போது நான்கு மாணவர்கள்தான் தேர்ச்சி பெற்றோம். அதில் இருவருக்குத்தான் இடம் தருகிறார்கள். அப்போதெல்லாம் எம்.ஏ. இங்கிலீஸ் படித்தால் உடனே வேலை. அப்படியொரு காலம்.

- **உங்கள் படிப்பு பற்றி சொன்னீர்கள். உங்கள் குடும்பம். உங்களுக்கு இரண்டு அக்காக்கள். உங்களுக்கு பொறுப்புணர்வு அதிகமாக இருந்திருக்கும்... இரு ஒருபுறமிருக்க, வெளியே அரசியல் பண்பாட்டுச் சூழல் எப்படி இருந்தது?**

இந்தி எதிர்ப்பு உச்சகட்டத்தில் இருந்தபோது நான் ஆறாம் வகுப்பு படித்துக் கொண்டிருக்கிறேன். எங்கள் பள்ளிக்கூடத்துக்கு கல்லூரி மாணவர்கள் கூட்டமாக வருவார்கள். அவர்கள் வந்தவுடனே நாங்கள் எழுந்து அவர்களோடு ஓடிவிடுவோம்.

அது பெரிய பரபரப்பாக இருந்தது. பிறகு, தேர்தலில் அந்த மாணவர்கள் எல்லாம் தி.மு.க.வுக்கு ஓட்டு கேட்கிறார்கள். அப்போதெல்லாம் பையங்க பேண்ட் போட்டு வருவது பெரிய விசயம். சைக்கிளில் வருவது, மோட்டார் சைக்கிளில் வருவது எல்லாம் ரொம்ப பெரிய விசயம். அன்றைக்கு வந்து வகுப்பைக் கலைத்துவிட்டுச் சென்ற மாணவர்களின் முகங்கள் இப்போதும் என் நினைவில் இருக்கிறது. அப்போதுதான் அண்ணா முதலமைச்சர் ஆகிறார். அப்பா தி.மு.க.வும் கூட.

இப்படியாக, வீட்டில் கட்டுப்பாடு, படிப்பு, கிருபானந்த வாரியர் கச்சேரி கேட்பது, கோயிலுக்குப் போவது, பெரியார், அண்ணா, கலைஞர் பற்றியெல்லாம் சொல்வது... இப்படி கலவையாகத்தான் இருந்தேன்.

● கட்சித் தொடர்பு என்பது ஒவ்வொருவருக்கும் ஒவ்வொரு மாதிரியாக இருக்கும். சிலர் அண்ணாவின் பேச்சைக் கேட்டு கட்சிக்குள் வந்திருப்பார்கள். சிலர் 'பராசக்தி' படம் பார்த்து வந்திருப்பார்கள். சிலர் அண்ணா மறைந்த பிறகு கலைஞர் எழுதிய கவிதையைக் கேட்டுவிட்டு இயக்கத்துக்குள் தங்களை ஈடுபடுத்திக் கொண்டவர்களும் இருக்கிறார்கள். உங்களுக்கு எப்படி கட்சியில் ஈடுபாடு உண்டாயிற்று?

நான் பி.ஏ. முடித்து எம்.ஏ.க்குள் நுழையும்போது 'மாணவர் தி.மு.க.'வில் பணியாற்றத் தொடங்கிவிட்டேன். 'மாணவர் அணி' கிடையாது. 'மாணவர் தி.மு.க.' என்றுதான் இருந்தது. அப்போது எல்.கணேசன்தான் செயலாளர். எங்களுக்கெல்லாம் பாஸ் அவர்தான். கற்பனை செய்யமுடியாத திறமை அவரிடம் இருந்தது. அப்போது அண்ணா இறந்துவிட்டார். எம்.ஜி.ஆர். கட்சியிலிருந்து பிரிந்துவிட்டார். 1972 காலகட்டம். என்னோடு படித்தவர்களில் சிலர் எதிலும் ஈடுபாடு இல்லாதவர்களாக இருந்தார்கள். சிலர் காங்கிரஸில் காமராசருடன் இருந்தார்கள். தி.மு.க.வில் கொஞ்சம் பேர் இருந்தோம். நான் படித்தது பெரியார் ஈ.வெ.ரா. கல்லூரியில் என்பதால் திராவிடர் கழக ஈடுபாடு உள்ளவர்கள் நிறைய இருந்தார்கள்.

அந்தக் காலகட்டங்களில் எங்கள் கல்லூரிக்கு பெரியார் வந்து பேசினார். தலைவர் கலைஞர், ஆசிரியர் வீரமணி அய்யா, கண்ணதாசன், ஜெயகாந்தன் இவர்களெல்லாம் வந்து பேசுகிறார்கள். இவர்களின் பேச்சுகளைக் கேட்கும்போது அந்த சிந்தனையில் எங்களுக்கு ஈடுபாடு ஏற்படுகிறது.

கலைஞர் முதலமைச்சராக இருந்தபோது ஒரு ஜீப்பில் நின்று கொண்டு பொதுமக்களிடையே பேசுவார். 'சென்றார், வென்றார்' என்பது போல, இரண்டே இரண்டு நிமிடம் பேசிவிட்டு பொது மக்களை ஈர்த்துச் சென்றுவிடுவார்.

திருச்சியில் வன்னிமரத்தடி என்பது ரொம்ப பிரபலம். நிறைய பொதுக்கூட்டங்கள் அங்கே நடக்கும். என்னுடைய நிலபுலன்கள் கிராமத்தில் இருக்கிறது. என்னுடைய பூர்வீகம் விளாங்காடு. நான் பிறந்தது, வளர்ந்தது எல்லாம் திருச்சி ஆண்டாள் தெரு. அப்போது தெரு முழுக்க பிராமணர்கள் வாழ்ந்த பகுதி. பிறகு நம்ம ஆளுகளெல்லாம் வந்தார்கள். 'தேவர் ஹால்' என்று ஒன்று இருக்கிறது. அங்கே காந்தி, பெரியார், அண்ணா, கலைஞர் என்று எல்லாரும் பேசியிருக்கிறார்கள்.

வன்னிமரத்தடி பொதுக்கூட்டத்தில் தலைவர் கலைஞர் அதிகாலை நான்கு மணிக்குக்கூட வருவார்கள். அவருக்காக இரவு முழுவதும் மக்கள் காத்திருப்பார்கள். அங்கேயே படுத்திருப்பார்கள். நாங்கள் எங்காவது சுற்றிக்கொண்டிருப்போம். அப்போது எனக்கு 16 வயதுதான் இருக்கும். முழுதாக எனக்கு தி.மு.க.வின் மீது முழு ஈடுபாடு ஏற்பட்டுவிட்டது.

தெரிந்தோ தெரியாமலோ காமராசர் பேசுவதைக் கேட்டிருக்கிறேன். சில விசயங்களில் ஒரு ஈர்ப்பு ஏற்பட்டுவிட்டால், வேறு எதிலும் நாட்டம் போகாது. அதுபோலத்தான். சுதந்திர தினத்தன்று தேசியக் கொடியை ஏற்றும் போது, இது என்ன காங்கிரஸ் கொடி போல இருக்கிறது என்றுதான் தோன்றும். இப்படியான காலகட்டத்தில் எங்களின் ஈடுபாடு மாணவர் தி.மு.க.வில் கூடுகிறது.

எம்.ஜி.ஆர். கட்சியிலிருந்து விலகுகிறார். பலர் அவரோடு போனார்கள். எங்களால் அவரோடு போக முடியவில்லை. ஏனென்றால், அவர் பெரிய அறிவாளியாகவோ, நிகரற்ற திறமைகள் உள்ள தலைவராகவோ எங்களுக்குத் தெரியவில்லை. அதாவது, நமக்கு மேலே எப்படிப்பட்டவர்கள் இருக்கவேண்டும் என்றால், நம்மை ஈர்க்கக்கூடிய, நாம் பிரமிக்கக்கூடிய, நாம் கற்றுக் கொள்வதற்கு இவரிடம் நிறைய இருக்கிறது என்பவரைத்தான் நமக்குத் தலைவராகப் பார்க்கமுடியும்.

எங்கள் தலைவர் மீது எனக்கு பிரமிப்பு இருந்துகொண்டே இருந்தது. அதனால் எங்கள் தாக்கம் என்பது கலைஞரிடம் இருந்து தான் ஆரம்பித்தது.

- மேடையில் பேசவேண்டும், கட்சிக்காக பிரச்சாரம் செய்ய வேண்டும் என்பதை எல்லாம் எப்போது தொடங்கினீர்கள்? அதற்கு அம்மா எதுவும் தடை சொல்லவில்லையா?

ஆரம்பத்திலேயே அம்மா என்னை விட்டுவிட்டார்கள். "என்னப்பா கூட்டத்துக்குப் போறீயாமே?" என்றார்கள்.

"ஆமாம்மா... எல்லாரும் நல்லா பேசுறேன்னு சொன்னாங்க."

"சரி, சரி."

அவ்வளவுதான்.

மாணவர் தி.மு.க.வில் என் பெயர் போஸ்டர்ல இருக்கும். வெள்ளைத்தாளில் கருப்பு, சிவப்பு வண்ணத்தில் அடித்திருப்பார்கள். அப்போது அதுதான் பார்ப்பதற்கு அழகாக இருக்கும். லித்தோஸ் கிடையாது. அந்த போஸ்டரைக் கொண்டு வந்து எங்கள் தெருவில் ஒட்டிக்கொள்வேன். மாணவர் தி.மு.க. அமைப்பாளராக அ.மு.சம்பந்தம் இருந்தார். அவர் தீவிரமாக பேசக்கூடியவர். எல்.கணேசன் வருகிற மேடையில் பேசினால் எங்களுக்குப் பெருமை. அவர்களும் "இவர் ரொம்ப நல்லா பேசுகிறார்" என்று என்னை ஊக்கப்படுத்துவார்.

நான் அப்போது எடுத்துக் கொண்ட முடிவு, ஓரிடத்தில் பேசியதை மீண்டும் பேசக்கூடாது என்பதுதான். புதிது புதிதாக ஏதாவது பேசவேண்டும் என்ற எண்ணம் இருந்தது. அப்போது தலைவர் கலைஞர், பேராசிரியர், நாவலர் போன்றவர்களிடம் எல்லாம் ஒரு பழக்கம் இருந்தது. பாரதிதாசன் வரிகளைச் சொல்வார்கள். நானும் அவர்களைப் போல பாரதிதாசன் வரிகளைக் குறிப்பிட்டுச் சொல்லுவேன். ஒரு விசயத்தை புதிய கோணத்தில் சொல்வேன்.

அடிப்படையில் ஒரு பேச்சாளரின் இலக்கணம் என்னவென்றால், நம்முடைய சொற்பொழிவாளர்களுக்கு சொல்ல விரும்புவது, புதியதை தெரிந்து சொல்லவேண்டும். தெரிந்ததை புதிதாகச் சொல்லவேண்டும். முன்பெல்லாம் நம்மிடம் தெரிந்து கொள்ள வந்தார்கள். இப்போது எல்லாம் தெரிந்தவர்கள் நம் முன்னால் வந்து உட்காருகிறார்கள். அவர்களுக்குத் தெரிந்த செய்திகளை சுவையில்லாமல் சொல்வதாலோ, ஏற்றுக்கொள்ள முடியாத விசயங்களைச் சொல்வதாலோ வெற்றி பெறமுடியாது.

அப்போது 'அவசரநிலை' வந்துவிட்டது. இந்தியா முழுவதும் அதன் தாக்கம் ஏற்பட்டது. தமிழ்நாட்டில் தலைவர் முதலமைச்சராக இருந்ததால் அந்தத் தாக்கம் இல்லை. பொதுக்

கூட்டங்கள் நடக்கின்றன. ஊர்வலங்கள் நடக்கின்றன. ஜூன் மாதத்திலிருந்து ஜனவரி வரை இயல்பாகத்தான் இருந்தது. அதன் பிறகுதான் ஆட்சி கலையுது.

- **உங்கள் பேச்சு பாணி அந்தக் காலகட்டத்திலேயே ரொம்ப கவனிக்கப்படுவதாக இருந்தது அல்லவா! உங்கள் உடல் மொழியில் கலைஞரின் சாயல் அதிகமாக இருக்கிறதே...**

தொடக்க காலத்தில் நான் சில ஊர்களில் பேசும்போது, நீங்கள் பேசுவது வித்தியாசமாக இருக்கிறது என்று அந்த ஊர் பெரியவர்கள் சொல்வார்கள். பேராசிரியர்கூட "உன் பேச்சுக்கு கைதட்டல் நிறைய கிடைக்கிறது. நீ போகிற வேகத்துக்கு கை தட்டினால் தொடர்ச்சி விட்டுப்போகும். அதனாலே ஆங்காங்கே நிறுத்தி நிறுத்திப் பேசு" என்று சொல்லிக் கொடுத்தார்.

- **"நெருக்கடி காலகட்டம் என்பது நீங்களெல்லாம் ஈடுபாட்டோடு செயல்படக் கூடிய நேரத்தில் தொடங்கிவிடுகிறது. அப்படி ஒரு சிக்கலான காலகட்டம் வரும் என்று நீங்கள் நினைத்துப் பார்த்தீர்களா?"**

இல்லை. ஒரு சாதாரண 21 வயது இளைஞனுடைய மனநிலை எப்படி இருக்கும். அப்படித்தான். நான் படித்துக் கொண்டிருக்கிறேன். அப்பா இல்லாத பையன். நடுத்தரக் குடும்பம். ரொம்ப கட்டுப்பாடுகள், அரசியலில் ஈடுபாடு இருக்கிறது. ஐ.ஏ.எஸ். என்பது மிகப்பெரிய கனவாக இருக்கிறது. டக்கென்று மிசா கைது என்னைப் புரட்டிப்போடுகிறது. நான் எதிர்பார்த்துக் காத்திருந்தேன் என்றெல்லாம் கிடையாது. எனக்கு அப்போது மிசா என்றால் என்ன என்றுகூட தெரியாது. அவர்கள் என்னை விரட்டி விரட்டிப் பிடித்தது பெரிய கதை.

ஜனவரி 31 அரசைக் கலைக்கிறார்கள். மறுநாள் காலையிலிருந்து போலீஸ் என்னைத் தேடுகிறார்கள். காலேஜுக்கு வருகிறார்கள். காலேஜிலிருந்து எஸ்கேப் ஆகி, சினிமாவுக்குப் போகிறேன். அங்கேயும் வந்துவிட்டார்கள். அங்கிருந்து தப்பி மதுரைக்குப் போகிறேன். கல்லூரியில் ஆண்டு விழா. அதில் கலந்துகொள்கிறேன். ஜனவரி 15இல் ஸ்தாபன காங்கிரசும் இந்திரா காங்கிரசும் சென்னை கடற்கரை நிகழ்ச்சியில் இணைகின்றன. இதற்காகத்தான் தேடியிருப்பார்கள் போலிருக்கிறது என்று நினைத்து வீட்டுக்குப் போனேன்.

மறுநாள் காலையில் போலீஸ் வீட்டுக்கு வருது. "உங்களை கூட்டிக்கொண்டு வரச் சொன்னார்கள். உங்களைப்

பார்க்கணுமாம்” என்று சொல்லித்தான் அழைத்துப் போனார்கள். அங்கு போனபிறகுதான் ‘மனோகரா’ திரைப்படத்தில் “உன்னை அழைத்து வரச் சொல்லவில்லை, இழுத்து வரச்சொல்லி இருக்கிறேன்” என்று சொல்வார் அல்லவா, அதுபோல, “சார், இந்தப் பையனை பிடிச்சிகிட்டு வந்துட்டன் சார்” என்கிறார்கள். எனக்கு இது என்னடா வம்பா போச்சுன்னு ஆகிப்போச்சு. பிப்ரவரி மாதம். “பரிட்சை வந்திடுச்சு. நான் போகணும்” என்கிறேன். “உட்காருங்க, உட்காருங்க. அவரு வருவார்” என்கிறார்கள். கொஞ்ச நேரத்தில் இன்ஸ்பெக்டர் வருகிறார்.

“யாரு?”

“அந்த ஸ்டூடண்ட்”

டக் டக் டக் என்று போன் அடிக்கிறார். “சார் அந்த ஸ்டூடண்டை அரெஸ்ட் பண்ணியாச்சு” என்கிறார்.

“சார், என்னை சும்மாதான் போலீஸ் ஸ்டேஷனுக்குக் கூப்பிட்டாங்க.”

ஏதோ எழுதிக் கையெழுத்துப் போட்டு என்னிடம் “இது என்ன தெரியுமா?” என்று கேட்கிறார். நான் “தெரியாது சார்” என்கிறேன்.

“யோவ், பதினைந்து நாளா எங்கய்யா போனே? இப்படி ஓடுற?” என்று கேட்கிறார்.

“சார், நான் ஊரிலேயே இல்லை.”

“பொய். உன்னை எங்கெங்கேயோ துரத்தியிருக்கிறார்கள். யோவ்... உன்னைச் சுட்டுருப்பாங்கய்யா... சின்னப்பிள்ள, இப்படியெல்லாம் பண்ணியிருக்கியே!”

என் வரலாற்றையே அவர் சொல்கிறார். “உன்னைப் போல எனக்கும் அப்பா கிடையாதுய்யா. அரைஞாண் கயிறை வித்துப் படிக்க வைச்சாங்க...”

- **உங்களுக்கு ஏதாவது வாய்ப்பு கொடுத்தார்களா? மன்னிப்புக் கடிதம் எழுதிக் கொடுத்துட்டு போ... என்கிற மாதிரி.**

அதெல்லாம் எதுவும் சொல்லல. “நான் படிக்கணும், பரிட்சைக்குப் போகணும்... நான் படிக்கணும், பரிட்சைக்குப் போகணும்”னு சொல்லிகிட்டிருக்கேன். “தம்பி, எங்க கையில எதுவும் இல்ல. இது டெல்லியில இருந்து வந்த ஆர்டர். போன் மட்டும் வேணும்னா பண்ணிக்க” என்று மட்டும் சொன்னார்களே

தவிர, வேறு எதுவும் சொல்லவில்லை. சர்க்கிள் இன்ஸ்பெக்டர் என்று அப்போதெல்லாம் சொல்வார்கள். வேல்சாமின்னு பேரு. அவரப் பார்க்க டெர்ரரா இருக்கிறார். அவர் "யோவ், உன்னைப் பார்த்தா எனக்கு கோபம் வரலைய்யா... இல்லன்னா வேற மாதிரி ஆகிப் போகும்"ன்னார். என்னை நிற்க வைத்து விதவிதமா போட்டோ எடுத்தார்கள். "விடுதலை பண்ண எவ்வளவு நாளாகும்?"னு கேட்கிறேன். "அதெல்லாம் தெரியாது. ஒரு வருசம்கூட ஆகலாம்"னு சொல்றாங்க.

அப்போதான் அம்மா பார்க்க வர்றாங்க. "என்னப்பா, நல்லா படிச்ச. கூட்டத்துக்குத்தானே போறேன்னு நினைச்சேன். ஐ.ஏ.எஸ். ஆகப் போறேன்னே. இங்க ஜெயில்ல வந்து உட்கார்ந்திருக்கியே?"ன்னு கேட்டாங்க.

"கலைஞர் பின்னாடி போகலாம்னு நீங்கதானே சொன்னீங்க?" என்றேன்.

"சரி, அது ஒண்ணும் தப்பில்ல. ஆனா, இப்படியெல்லாம் நடக்குமா? ஊர்ல எல்லாம் 'கம்னாட்டி வளர்த்த பிள்ளை, கழிசடை' என்கிற மாதிரியெல்லாம் பேசுறாங்க. ஆனா, நான் சொல்லிட்டேன், என் பிள்ளை போக்கிரித்தனம் பண்ணிட்டு ஜெயிலுக்குப் போகல. கட்சிக்காக போயிருக்கான்னு பேசிட்டேன்பா. நான் உன்னை விட்டுக் கொடுக்கல" என்று வழக்கம்போல ஊக்கம் கொடுத்தாங்க. "சரி, எப்ப வருவே?" என்று கேட்கிறார். "தெரியலம்மா. நாளைக்குக் கூட வரலாம்கிறாங்க. ஒரு வருசம்கூட ஆகலாம்னும் சொல்றாங்க."

"ஒரு வருசமா?" என்று அப்போதான் அழுறாங்க.

"சரி, வீட்டுக்கு ஒரு பிள்ளை, நாட்டுக்கு ஒரு பிள்ளை"ன்னு சொல்லிட்டு போயிட்டாங்க.

"வீணா அலையாதீங்கம்மா. இங்க எல்லாரும் என்னை நல்லவிதமா பாத்துக்கிறாங்க. நீங்க ஏன் அங்கிருந்து மெனக்கிட்டு வந்து, ஒரு நாளு முழுக்க காத்திருக்கணும்"ன்னு சொல்லி அனுப்பிட்டேன்.

- **இருபது வயது இளைஞனின் நெருக்கடி நிலை அனுபவங்கள் என்பதுபோல இருக்கு. சிறைக்குள்ளே போயிட்டீங்க. சிறைக்கு உள்ளேயும், வெளியேயும் நிறைய நடக்குது. இப்படிப்பட்ட செய்திகளைக் கேட்கிறபோது ஜெயில்ல இருக்கிற உங்களுக்கு எப்படி இருந்தது?**

செய்திகள் என்றால், செய்தித்தாள்கள் கிடையாது. காங்கிரஸ் பத்திரிகை 'சுதேசமித்திரன்' வரும். அதிலேயும் செய்திகளை அடித்து மறைத்துத்தான் கொடுப்பார்கள். முரசொலியோ மற்ற பத்திரிகைகளோ கிடையாது. எங்களுக்கு செய்தி கிடைக்கிறது என்றால், யாராவது நேர்காணலுக்குச் சென்று வருகிறார்கள் என்றால், எல்லாரும் ஓடிப்போய் "என்ன பேசிக்கிறாங்க?" என்பது போல கேட்பார்கள். "இல்லை, வெளியே ஒரே டெர்ரறா இருக்கிறதாம். தலைவர் அப்படி, அப்படி போய்க்கிட்டிருக்காங்களாம். ஊர்ல அப்படி, இப்படின்னு சொல்றாங்க"ன்னு சொல்வாங்க.

"எப்போ ரிலீஸ்னு சொன்னாங்களா? அநேகமா அடுத்த மாசம் விட்டுருவாங்க" அப்படின்னு ஒவ்வொரு மாசமும் அதையே சொல்லிகிட்டிருப்பாங்க. பிறகு அதைக் கேட்டு கேட்டு சலித்து விட்டது.

தலைவர் சம்பந்தப்பட்ட செய்திகள் எல்லாம் மெல்ல இவர்கள் மூலமாகத்தான் வருகிறது. எங்களுக்கு ரொம்ப அச்சம் தருகிற மாதிரி வந்த செய்திகள் என்னன்னா, "உங்களை எரவாடாவுக்கு மாற்றப் போகிறார்கள், திகாருக்கு மாற்றப் போகிறார்கள், சென்னை சூப்ரண்டு இங்கே வரப்போகிறார்..." இப்படியான செய்திகள்தான்.

இப்போது தி.மு.க. கொடி போட்ட கார்ல தி.மு.க. கறை போட்ட வேட்டியிலே கம்பீரமாக சுத்துகிறோம். ஆனால், அப்போது அப்படி இல்லை.

என்னுடன் பேராவூரணி கிருஷ்ணமூர்த்தி இருந்தார். பழைய எம்.எல்.ஏ. நல்ல கலரா வெள்ளையா இருப்பார். சிறையிலேயே நீண்ட தி.மு.க. துண்டு போட்டு கம்பீரமா நடப்பார். அது தரையிலே இழுக்கும். வாலிபால் விளையாடுவார். நேர்காணலுக்குப் போகும்போது கண்ணாடி எல்லாம் போட்டுகிட்டு ஏதோ விழாவுக்குப் போகிற மாதிரி போவார்.

அவரு மனைவிகிட்ட "துணியை சலவை பண்ணி கொடுக்கச் சொன்னா, வேட்டிய அப்படியே மடிச்சிக் கொண்டு வந்து கொடுக்கிறே. ஜெயிலுக்கு வந்துட்டா கேவலமாகிப் போயிட்டோமா?"ன்னு கோபப்படுறாரு.

அந்த அம்மா, "அப்படி எல்லாம் இல்லைங்க. சலவைத் தொழிலாளி உங்க துணியைத் துவைக்க வாங்க மாட்டேங்கிறாரு" என்கிறார்.

"ஏன்?"

"கருப்பு சிவப்பு கரை வேட்டியைத் துவைச்சி காயப்போடவே பயப்படுறாரு" என்கிறார்.

இன்றைக்கு ஆளும் கட்சி ஆகப் போகிறோம். டெல்லியில் மூன்றாவது பெரிய கட்சி. தளபதி. தி.மு.க. என்றால் பிரம்மாண்டம். ஒரு காலகட்டத்தில் இந்த வேட்டியை கட்டுவதற்குக்கூட அல்ல, துவைத்து காயப்போடுவதற்குக்கூட அச்சப்பட்டார்கள்.

ஆனால், மருத்துவமனைக்கோ வேறு எங்காவது வெளியில் அழைத்துச் செல்லும்போது கம்பீரமாக கட்சித் துண்டு வேட்டியோடு இருப்பார்கள். மாறன் என்றொரு கட்சிக்காரர். அவருக்கு நான் கடைசிவரை ரொம்ப மரியாதை கொடுத்தேன். நடராஜன், குஞ்சிதபாதம் என்பவர்கள் எல்லாம், அப்படி அச்சப்பட்ட நாட்களில்கூட வேட்டியையும் துண்டையும் மாற்றவில்லை.

- **சிறை வாழ்க்கை முடிந்துவிட்டது. வெளியில் வந்துவிட்டீர்கள். இனிமேல் என்ன செய்யப் போகிறோம் என்கிற அச்சம் அப்போதுதான் ஏற்பட்டிருக்கும். அந்த அனுபவம்...**

அருமையான கேள்வி. வெளியில் வந்தவுடன் கண்ணைக் கட்டி காட்டில் விட்டது போலாகிவிட்டது.

நான் பரோலில் பரிட்சை எழுதப் போகும்போது கவனித்தேன். என்ன எல்லோரும் வழக்கம்போல சைக்கிளில் போகிறார்கள், பேருந்தில் போகிறார்கள், நடந்து போகிறார்கள். நாம் மட்டும்தான் ஜெயிலில் கஷ்டப்படுகிறோமா என்பது மாதிரியான ஓர் உணர்வு ஏற்பட்டது.

விடுதலையாகி சிறைக்கு வெளியே வந்து நின்று 'ஒரு வருடம் இந்த சிறையிலேயா இருந்தோம்?' என்று திகைத்துப் பார்த்தபடி நிற்கிறேன். தோளில் ஒரு பை, கையில் ஒரு பை வைத்துக்கொண்டு அடுத்து என்ன செய்வதென்று தெரியாமல் நின்று கொண்டிருந்தேன். அவரவர் விடுதலையான ஜோரில் கிளம்பி அவரவர் வீடுகளுக்கு ஓடிக்கொண்டிருக்கிறார்கள். அம்மா ஆண்டாள் தெருவுக்கு வரவேண்டாம். ஊருக்கு வா என்று சொல்லிவிட்டு அங்கே போய்விட்டார்கள்.

மறுபடியும் படிக்கணும் என்கிற எண்ணமிருந்தது. வேலைக்குப் போவதா? இனிமேல் நமக்கு வேலை யார்

தருவார்கள்? என்ன செய்வது? என்று புரியாமல் அடுத்த அடி எடுத்துவைக்க முடியாமல் அங்கேயே நின்று கொண்டிருக்கிறேன்.

அந்த நேரத்தில், நம்மைப் போன்ற ஓர் இளைஞனின் வாழ்க்கை இனி இப்படி ஆகிவிடக்கூடாது. நம்ம அம்மா மாதிரி எவரும் இனி அழக்கூடாது என்று யோசித்தேன். சரி, நமக்கு 'சிறைத் தண்டனை அனுபவித்தவன்' என்ற முத்திரைக் குத்தப்பட்டு விட்டது. ஒவ்வொருவரிடமும் சென்று "நான் ஏன் சிறைக்குச் சென்றேன் என்றால்...?" என்று விளக்கம் சொல்லிக் கொண்டு இருக்கமுடியாது. நான் ஒரு வேலை கேட்டுப் போகிறேன் என்றால், அவன் சேர்த்துக்கொள்ளமாட்டான். ஆகவே, இதுதான் நமக்குப் பாதை என்று தோளில் கிடந்த பையைத் தூக்கிப் போட்டுக் கொண்டு நடந்தேன் பாருங்கள், அன்றையிலிருந்து இன்று வரை அதே பாதையில் பிடிவாதமாகப் பயணம் செய்கிறேன்.

அங்கிருந்து சித்தி வீட்டுக்குப் போனேன். யாரும் மகிழ்ச்சியாக, "ஜெயிலுக்குப் போய்ட்டு வந்தாயா?" என்று கேட்கவில்லை. பல பேரு "ஏன்யா, பெரிய படிப்பு படிச்சுட்டு இப்படி ஜெயில்ல போய் உட்கார்ந்துட்டு வர்ற?" என்று கேட்கிற ஆட்கள்தான் இருந்தார்கள். அவர்கள் எல்லாம் பின்னாளில் நம்மிடம் வந்திருக்கிறார்கள். அதுதான் வாழ்க்கை.

"நம்மை வாழவிடாதவர் வந்து நம் வாசலில்
வணங்கிடச் செய்துவிடும்" என்பதுபோல.

மாணவர் அரசியல் செய்தேன். நிறைய மேடு பள்ளங்கள். ஆனால், கொஞ்சம்கூட தடுமாறவே இல்லை.

● வெளியே வந்தபிறகு தளபதி மு.க.ஸ்டாலின் அறிமுகம் எப்போது கிடைத்தது?

தளபதியை அப்போது எனக்குத் தெரியும். அவ்வளவுதான். நெருக்கம் என்றெல்லாம் சொல்ல முடியாது. தி.மு.க. இளைஞரணி அமைப்பு உருவாகும்போது சென்னைக்கு என்னை வரச் சொல்கிறார்கள்.

காலையில் நடந்த நிர்வாகக் குழு கலந்துரையாடலில் இளைஞரணி அமைப்பை உருவாக்க வேண்டும் என்று முடிவெடுக்கிறார்கள். ஐவர் கொண்ட அமைப்புக்குழுவை உருவாக்குகிறார்கள். தலைவர் கைப்பட பெயர்களை எழுதி அறிவிக்கிறார். முதலாவதாக, மு.க.ஸ்டாலின், அடுத்து

திருச்சி சிவா (அதுவரை என் பெயர் 'மிசா என்.சிவா' என்றுதான் இருக்கும்), அடுத்ததாக, இளம்வழுதி. அவனை 'பரிதி இளம்வழுதி' என்று எழுதினார். அசைனுக்கு 'வாலாஜா அசைன்', மணி... இப்படி ஒவ்வொருவருக்கும் ஒரு அடைமொழி கொடுத்து எழுதினார் (அதன் பிறகு அந்தப் பெயரைத்தான் பயன்படுத்தினேன். ஐ.நா.சபை வரை அதுதான் பெயர்).

தி.மு.க. இளைஞரணியை எப்படி உருவாக்குவது என்று நாங்கள் பேசுகிறோம்...

- இளைஞரணி என்கிற அமைப்பின் உருவாக்கம், அந்த நேரத்தில் இருந்த சூழல். இரண்டும் முக்கியமானது. ஒன்று, எம்.ஜி.ஆரின் கவர்ச்சி அரசியலின் தாக்கம், சினிமா தாக்கம். இந்தக் கலாச்சார பண்பாட்டு தமிழ் அரசியல் சூழலில் இளைஞர்கள் எப்படி மாறிக் கொண்டிருந்தார்கள்? இன்னொன்று, கட்சி என்பது ஆட்சி இல்லாமல், நெருக்கடி நிலைக்குப் பிறகு பல நெருக்கடிகள், இரண்டையும் பேலன்ஸ் பண்ணுவதுதான் முக்கியமாக இருந்தது. இளைஞரணி வழிநடத்துதல், உறுப்பினர் சேர்க்கை, பிரச்சாரம் செய்வது என்பதெல்லாம் எப்படி நடந்தது?

நீங்கள் சொன்னது போல, கட்சிக்குப் புது ரத்தம் பாய்ச்சியாக வேண்டும். இதை அன்றைக்கு இருந்த பெரியவர்கள் மத்தியில் டக்கென்று ஓர் இளைஞன் மேலே வருவது என்பது கடினம். அப்போது இளைஞரணியை ஓர் ஓடையாக கலைஞர் கொண்டு வந்தார். இந்த ஓடை ஓடி வந்து ஆற்றில் சங்கமிக்கும். இதற்கு ஒரு பயிற்சி எடுத்துக்கொள்ள வேண்டும். பிறகு அவர்களை ஏற்றுக் கொள்வதிலும் பிரச்சினை இருக்காது என்று நினைத்தார். தலைவர் கொடுத்த யோசனைதான்.

இளைஞரணிக்குக் கொடி, சின்னம், சீருடை பற்றி எல்லாம் நாங்கள் பேசினோம். தலைவர் சொன்னாங்க, "தமிழ்நாடு முழுவதும் நேரடியாகப் போங்க. நீங்களே ஆட்களைக் கண்டுபிடித்து பொறுப்பைக் கொடுங்கள். யாராவது எழுதிக் கொடுப்பவர்களை நியமிக்காதீர்கள்" என்று சொல்லி அனுப்பினார்.

அந்த ஐந்து பேரும் பயணிக்கிறோம். தொடர்ந்து போனது மூன்றோ, நான்கோ பேர்கள்தான். அசைன் பெரும்பாலும் வர மாட்டார். அதெல்லாம் சரி வராது சார் என்பார். மணியும் அப்படித்தான். தளபதி, நான், இளம்வழுதி மூவரும்தான் தொடர்ந்து சென்றோம்.

எங்கள் ஆய்வுக் குழுவில் காலையில் ஆய்வு நடத்துவோம். மதியம் கொடி ஏற்றுவோம். இரவு பொதுக்கூட்டத்தில் பேசுவோம். பெரிய கூட்டம் வரும். தலைவர் கலைஞருக்குக் கூட்டம் வரும். சரி. எங்களுக்கு எங்கிருந்து இவ்வளவு கூட்டம் வருதுன்னு ஆச்சர்யமா பார்ப்போம். அவ்வளவு மக்கள் கூடுவாங்க. "மூணு மைக்கெல்லாம் வைச்சிருக்காங்கப்பா" என்று கிண்டல் பண்ணிக்குவோம். அப்போ எங்களுக்கு என்ன தெரிந்தது என்றால், இளைஞர்களாக வந்து உட்காருகிறார்கள் என்பது ஒரு ஈர்ப்பாக இருந்தது. நாங்கள் பேசுவது. பிறகு தளபதியின் தலைமைப்பண்பு என்பது எங்களுக்கு மிகப்பெரிய பலமாக இருந்தது. நாங்கள் தனியாகப் போயிருந்தால் மதித்திருப்பார்களா? என்று தெரியாது. கலைஞர் பையன் என்கிற ஈர்ப்பு மக்களுக்கு இருந்தது. அப்போதுதான் வேலூர் கூட்ட மேடையில் உட்கார்ந்திருக்கும்போது, என் அருகில் தளபதி. பக்கத்தில் வெற்றிகொண்டான் உட்கார்ந்திருக்கிறார். தளபதியிடம், "என்னங்க, இவ்வளவு மக்கள் கூடியிருக்கிறார்கள்" என்று சொன்னேன். அவர் "ஆமாம், ஆமாம்" என்றார். "நாங்கள் இனிமேல் உங்களை வேறு மாதிரி கூப்பிடப் போகிறோம்" என்று சொன்னேன். "என்னா? என்னா?" என்கிறார். "நீங்கள் பெரிய படைக்கு தளபதி மாதிரி. அதனாலே உங்களை இனிமேல் 'தளபதி' என்றுதான் அழைக்கப்போகிறோம்" என்று சொன்னேன்.

"சும்மா இருங்க, இப்படி எதையும் பண்ணிகிட்டிருக்காதீங்க" என்று சொன்னார். "அறிஞர், கலைஞர், நாவலர், பேராசிரியர் என்றெல்லாம் சொல்கிறோம் அல்லவா, அதுபோல தளபதி என்பது நிற்கும். நாங்கள் இனிமேல் உங்களை 'தளபதி' என்றுதான் கூப்பிடப் போகிறோம்" என்று சொன்னேன். அவர் ஒப்புக்கொள்ளவில்லை. பக்கத்தில் இருந்த வெற்றிகொண்டான் என்னிடம், "அவரு அப்படித்தான் சொல்வார். நீ சொல்லிடுய்யா..." என்றார். நான் பேசும்போது "இனி மு.க.ஸ்டாலின் தளபதி என்றுதான் அழைக்கப்படுவார். துண்டுப் பிரசுரங்களிலும், விளம்பரங்களிலும் 'தளபதி மு.க.ஸ்டாலின்' என்றுதான் இருக்கவேண்டும். இவர்தான் நமக்குத் தளபதி. இந்தத் தலைமுறைப் படையின் தளபதி". எதிர்காலத்தை வழிநடத்திச் செல்கிற தளபதி. பட்டுக்கோட்டை அழகிரி, அறிஞர் அண்ணாவுக்குப் பிறகு அந்தப் பெயருக்குத் தகுதியானவர் யாரும் வரவில்லை. அவர் இவர்தான்" என்று வேலூர் கோட்டைவெளி மைதானத்தில் நடைபெற்ற வரலாற்றுச் சிறப்புமிக்க கூட்டத்தில் அறிவித்தேன்.

அந்தப் பயணத்தில் நாங்கள் கண்டுபிடித்தவர்கள் தான் பின்னாளில் மாவட்ட செயலாளர்களாக, சட்டமன்ற உறுப்பினர்களாக பொறுப்புக்கு வந்தார்கள்.

எங்களின் இந்தப் பயணம் அரசியல் மாற்றத்தையும் ஏற்படுத்தியது என்று சொல்லலாம். 1977 வரை 48 இடங்களில் வெற்றி பெறுகிறோம். 1980இல் இன்னும் குறைகிறது. 1984இல் மேலும் குறைகிறது. இந்த இளைஞரணி உருவாக்கப்பட்ட பிறகு தான் பெரிய அளவில் ஆட்சியைப் பிடிக்கிறோம். இளைஞர் அணியின் பங்களிப்பு, தளபதியின் மீதான ஈர்ப்பு, அதன் பிறகு இளைஞர்கள் நிறைய வர ஆரம்பித்தார்கள்.

எம்.ஜி.ஆர். சினிமா தாக்கத்தினாலான அரசை நடத்திக்கொண்டிருந்தபோது, நாம் கொள்கை ரீதியாகவும், லட்சிய ரீதியாகவும், உணர்வுபூர்வமாகவும் உழைக்கக்கூடிய மனநிலையுடைய இளைஞர்களை உருவாக்கினோம்.

மாவோ கொண்டு வந்த 'லாங் மார்ச்'சின் விளைவுகள் இளைஞர்களிடம் எப்படி மாற்றம் உண்டாகக் காரணமாக இருந்ததோ அதுபோல தி.மு.க. இளைஞரணி என்பது தளபதி தலைமையில் களம் கண்டு 1989இல் வெற்றி பெறுகிறோம். அந்த வெற்றிக்கு முக்கிய காரணம் தளபதிதான்.

- நீங்கள் பயணம் சென்றபோது, சரியான உணவு கிடைத்திருக்காது, உறங்குவதற்கு இடம் கிடைத்திருக்காது... அதிகாலையில் கொடியேற்றி இருப்பீர்கள்...

இல்லை, இல்லை. அதிகாலை நாலு மணிக்குத்தான் கூட்டத்தை முடித்திருக்கிறோம். பால்காரர் பால் கொண்டு வந்து தருகிற நேரத்தில் கடைசி நிகழ்ச்சி நடந்துகொண்டிருக்கும். சாப்பாடு தள்ளிப் போகும்.

மிக முக்கியமானது, எங்களிடம் இருந்தது ஒரே ஒரு கார்தான். அந்தக் காரை தளபதிதான் ஓட்டுவார். நான், இளம்வழுதி, மணி இவர்கள்தான் உட்கார்ந்திருப்போம். அப்போது எனக்கு முதுகெலும்பு வலி அதிகமாக இருக்கும். அதற்குத் தகுந்தாற்போல் ஒரு பக்கமாக உட்கார்ந்திருப்பேன். முழுக்க முழுக்க அவர்தான் ஓட்டினார். எனக்குத் தெரிந்து காரை ரொம்ப பாதுகாப்பாக, மகிழ்ச்சியாக, சுகமாக, நீரில் கப்பல் மிதந்து செல்வதுபோல அப்படி மிகச்சிலர்தான் ஓட்டுவார்கள். தளபதி அப்படி ஓட்டுவார். இரவு கூட்டத்தை முடித்துக் கொண்டு அதிகாலை அடுத்த இடத்திற்குச் செல்வோம். இரவு முழுவதும் விடிய

விடிய கார் ஓட்டுவார். ஏதாவது கதை பேசிக் கொண்டு, பாட்டு பாடிக்கொண்டே பயணம் செய்வோம்...

● அப்போது ஆட்சி எம்.ஜி.ஆரிடம் இருந்தது. கட்சியிலும் பெரிய அளவுக்குப் பணம் இருக்காது. நீங்கள் சொன்னதுபோல மாற்றுக் கார்கூட கிடையாது. சாப்பிடவே காசு இருக்காது என்று சொன்னீர்கள். இப்படிப்பட்ட சூழலில் எந்த நம்பிக்கையில் இளைஞர்கள் கட்சிக்கு வந்தார்கள்? நீங்கள் எப்படி அவர்களைத் தேர்ந்தெடுத்தீர்கள்?

கொள்கை ரீதியாக ஒருவருக்கு ஈர்ப்பு வந்துவிட்டால், மற்றவை எல்லாம் பின்னுக்குப் போய்விடும். ஆரம்பத்தில் எங்களுக்கும் அப்படியான ஈர்ப்புதான் இருந்தது. நான் அடிக்கடி சொல்வது போல, ஒரு பயணத்தைத் தொடங்கியபோது இருந்தவர்கள் அந்தப் பயணத்தின் முடிவின்போது இருப்பதில்லை. நீந்த முடியாமல் நீரோட்டத்தோடு போனவர்கள் உண்டு. பயந்து போனவர்கள் உண்டு. கொள்கை ரீதியான உணர்வுகள் வந்துவிட்டால் நம்மால் நிமிர்ந்து நிற்கமுடியும்.

ஒரு அம்பாஸிடர் கார். அப்போதெல்லாம் குளிர்சாதன வசதி கிடையாது. அந்தக் காரின் முதலாளி, சாரதி எல்லாம் அவர்தான். நாங்கள் மட்டுமே சுற்றுகிறோம். எங்களுக்குப் பின்னாடி எந்தக் காரும் கிடையாது. நாங்களே ரூம் பில் எல்லாம் செட்டில் பண்ணியிருக்கிறோம். அவர்தான் பையிலிருந்து பணத்தை எடுத்து எண்ணிக் கொடுப்பார். இப்படி ஒரு நேரம். இப்போது யாராவது நம்புவார்களா?

கூட்டத்தில் ஆளுக்கு நூறு ரூபாய் கொடுப்பார்கள். மாலைக்குப் பதிலாக என்று ஒரு ரூபாய், இரண்டு ரூபாய் என்று கொடுப்பார்கள். அதையெல்லாம் சேர்த்து ஆளுக்கு எவ்வளவு வந்தது என்று எண்ணிப் பார்ப்போம். அப்போது 'தொடங்கினோம் தொடர்வோம்' என தலைவர் எழுதிய புத்தகம். ஒரு ரூபாய். அதை விற்று, அந்தக் காசை ஃபண்ட் சேர்ப்பது, இப்படி மிக மகிழ்ச்சியான பயணம் அது. அதில் நிறைய பேரை கண்டுபிடிச்சோம். அப்போது எங்கள் பின்னால் வந்தவர்கள் இங்கே என்ன கிடைக்கப் போகிறது என்று வந்தவர்களைவிட தி.மு.க. என்கிற பெரிய கட்டமைப்பின் மீது, தலைவர் மீது, தளபதி மீது ஏற்பட்ட ஈர்ப்பின் காரணமாக வந்தவர்கள்.

கூட்டம் முடிந்த பிறகு அவர்களுடன் தங்குவோம், உட்கார்ந்து பேசுவோம் என்கிறபோது நெருங்கிவிடுவார்கள். தனிப்பட்ட ஈர்ப்பு உண்டாகிவிடும்.

- தளபதியின் தலைமைத்துவப் பண்பு எப்படி இருந்தது?

நான் தளபதி என்று சொன்னதற்கு காரணமே இவருக்கு ஓர் இயக்கத்தை தலைமை ஏற்று நடத்துகிற திறமை இருக்கிறது என்பதை அடையாளம் கண்டுகொண்டதால்தான். ஒருவரால் ஒரு பெரிய கூட்டத்தை ஈர்க்க முடிகிறது, அவரைப் பின் தொடர்ந்து பலர் வருகிறார்கள் என்றால் அதுதான் தலைவருக்கு அடையாளம். அப்போது இளைஞர்கள் ஏராளமாக வந்து சேர்ந்தார்கள். அப்போது அவர் ஒரு செருப்பு போடுவார். அவர்களும் அதே போல செருப்பைப் போட்டுக் கொள்வார்கள். அப்போது அவர் ஒரு துண்டு போட்டிருப்பார். அதுபோல போட்டுக் கொள்வார்கள்.

கலைஞரைப் போல துண்டு போட்டுக்கொள்வது, நேர் வகிடு எடுத்து தலை சீவுவது, கரகரத்தக் குரலில் பேசுவது என்று தொண்டர்கள் பின்பற்றினார்களோ, அதேபோல தளபதியையும் பின்பற்றினார்கள். மற்றவர்கள் பின்பற்றக் கூடியதான ஓர் ஈர்ப்பு அவரிடம் இருந்தது.

- நீங்கள் இளைஞரணியின் மூலமாக செய்த முக்கிய பணி அன்பகம் அலுவலகத்தை இளைஞரணிக்காக வாங்கியது. நீங்கள் ஒரு ரூபாய், இரண்டு ரூபாய் வசூல் செய்ததாக சொல்கிறீர்கள். நீங்கள் எப்படி அவ்வளவு பெரிய தொகையைத் திரட்டி அன்பகத்தை வாங்கினீர்கள்?

'அன்பகம்' விலைக்கு வருகிறது. யார் நிறைய பணம் தருகிறார்களோ, அவர்களுக்குக்குத்தான் என்று தலைவர் சொல்லிவிட்டார். தொழிற்சங்கம் தயாராக இருக்கிறது. அவர்களுக்கு சந்தா இருப்பதால் பொருளாதார ரீதியாக வலுவாக இருக்கிறார்கள்.

அப்போதுதான் தளபதி, தலைவரைப் போல கொடியேற்றினால் பணம், கூட்டத்துக்கு வந்தால் பணம், போட்டோ எடுப்பதற்கு பணம் என்று பணம் திரட்ட ஆரம்பித்தார். அப்படி சேர்த்தது தான் அந்தத் தொகை. 11 லட்சம். தொழிற்சங்கத்தினர் 10 லட்சத்துடன் தயாராக இருந்தார்கள். நாங்கள் 1 லட்சம் கூடுதலாக வைத்து அடித்தோம். பெரிய அளவில் பணம் சேகரித்தது தளபதிதான். மற்றவற்றில் எல்லாம் நாங்கள் உழைத்தோம், போராடினோம், சிறை சென்றோம், புரட்சி செய்தோம். ஆனால், அந்தத் தொகையைச் சேர்த்து அன்பகத்தை வாங்கியதும், இளைஞரணியை கட்டமைத்ததும் அவர்தான்.

- **1989இல் இளைஞர் அணியின் தொடர்ச்சியான பணிகள். மீண்டும் தி.மு.க. ஆட்சிக்கு வந்துவிடுகிறது. மீண்டும் செல்வாக்கு வளர்கிறது. ஆனால், 89லிருந்து 91 வரையிலான காலகட்டம். இரண்டு வருட ஆட்சி. வேறு மாதிரியான புதிய சிக்கல்கள் தி.மு.க.விற்கு வருகிறது. ஒரு கொள்கை பிரச்சாரவாதியாக அதையெல்லாம் எப்படி எதிர் கொண்டீர்கள்?**

இந்த 89லிருந்து 91 வரையில் தலைவருடைய மிகச் சிறப்பான ஆட்சி. அந்த ஆட்சி விடுதலைப் புலிகளைக் காரணம் காட்டி கலைக்கப்பட்டதும், பிறகு ராஜீவ் காந்தி மரணத்திற்கு தி.மு.க.தான் காரணம் என்று பழி சுமத்தப்பட்டதும் ஒரு கடுமையான கால கட்டம். அந்தத் தேர்தலில்தான் தலைவர் ஒருவர் மட்டுமே வெற்றி பெற்றார்.

ஒரு பெரிய ஆளுங்கட்சியாக இருந்தது, பல வரலாறுகளை படைத்த கட்சி, ஒரே ஒரு இடத்தில் மட்டும் வெற்றி பெறுகிறது என்றால், அந்த அளவுக்கு அவதூறு பரப்பப்பட்டது. மக்கள் நம்பக்கூடிய அளவுக்கு பிரச்சாரம் நடந்தது. எல்லா இடங்களிலும் கழகத்தினரைத் தாக்குகிறார்கள். கழகக் கொடிகளை வெட்டிச் சாய்க்கிறார்கள். அந்தச் சூழ்நிலையில் திருச்சியில் நாங்கள் உண்ணாவிரதம் இருக்கிறோம். நானும் பொய்யாமொழியும் கலந்து கொண்டோம். எந்தச் சூழ்நிலையிலும் மக்களைச் சந்தித்து கருத்துகளைக் கூறுகிற தெளிவும் வலிமையும் கழகத்திற்கு இருந்தது. அதன் மூலமாக மக்கள் மனதில் இருந்த அவதூறுகள் துடைக்கப்பட்டு, நமக்கும் அதற்கும் தொடர்பில்லை என்று நீதிமன்றத்தின் மூலமாக தெரிவிக்கப்பட்டு, மறுபடியும் 1996இல் வெற்றி பெற்றோம்.

தலைவரின் சாணக்கியத்தனம். கூட்டணி அமைப்பது, இந்திய அரசில் பங்குபெறுவது இதெல்லாம் 1996இல்தான் பெரிய அளவில் நடைபெற்றது.

அறிஞர் அண்ணா 1967இல் மாறுபாடுகளைக் கொண்ட முதல் கூட்டணியை அமைத்தது ஒரு வரலாறு. அதாவது முரண் பாடுகளைக் கொண்ட கட்சிகளை ஒன்றுசேர்த்த ஒரு பெருமை அண்ணாவுக்கு உண்டு. அதன் பிறகு 1996இல் கலைஞர் அமைத்த கூட்டணி மிக அற்புதமான கூட்டணி. நாடாளுமன்றத்தில் முழுமையாக வெற்றி பெற்றோம். தமிழகத்தில் ஆட்சிப் பொறுப்பேற்றோம். அந்த ஆட்சிக் காலத்தில் தலைவருடைய சாதனைகள் எல்லாம் வரலாற்றில் இடம்பெறுவதாக மாறியது.

வீண்பழி சுமத்தப்பட்ட சூழ்நிலையில் ஆட்சி கலைக்கப்பட்ட அபாண்டமான காரணம், தேர்தலில் தோற்கடிக்கப்பட்டது அதைவிட கொடுமையான காரணம். இந்த இரண்டிலிருந்தும் மீண்டு வருகிற வலிமை கழகத்திற்கு இருந்ததென்றால், தலைவர் கலைஞரின் எழுத்து, நம்முடைய கழகச் சொற்பொழிவாளர்களின் மேடைப் பேச்சு, கழக முன்னணியினரின் செயற்பாடுகள், கழகத் தொண்டர்களின் சோர்வறியாத உழைப்பு.

- அந்தக் காலத்தில் களத்திற்குப் போகும்போதெல்லாம் மக்களின் மனநிலை எப்படி இருந்தது?

பெரிய அளவில் மக்கள் எதிர்க்க மாட்டார்கள். ஆனால், ஒரு சந்தேகப் பார்வையோடு பார்ப்பார்கள். சிலர் திட்டமிட்டே பேசினார்கள்.

அண்ணா 1967இல் வெற்றி பெற்றபோது, அண்ணாவிடம் அதற்கான காரணத்தைக் கேட்டபோது, அண்ணா "வாய்மை" என்று சொன்னார். வாயால் பேசினோம், மையால் எழுதினோம் என்பதைப் போல, பேச்சினால் வளர்ந்த இயக்கம் நம்முடைய இயக்கம்.

"தி.மு.க.காரர்தானே, பேசத் தெரிந்தவர்கள்" என்று சொல்வார்கள். எல்லோருக்கும்தான் பேசத் தெரியும். ஆனால், தி.மு.க.காரர்கள் பேசுகிறபோது தெளிவாகப் பேசுவார்கள். அவர்களுக்குச் செய்தி ஞானம் இருக்கும். சில கட்சிகளுக்கு கொள்கையே கிடையாது. இப்போது ஆளுகின்ற கட்சியைப் போல தி.மு.க.வுக்கு கொள்கையும் உண்டு, கொள்கையில் தெளிவும் உண்டு. அந்தக் கொள்கையை எடுத்துச் சொல்கிற அளவுக்கு வலிமையும் உண்டு. வார்த்தைகள் உண்டு. வல்லமையும் உண்டு. கழகத்தின் மிகப்பெரிய பலம் மேடை.

தமிழ்நாட்டில் நடைபெறுவதை எல்லாம் அங்கே சொல்கிற போது வியப்பாகக் கேட்பார்கள். நாம் பொதுக்கூட்டங்கள், திருமணங்கள், திருமண விழாவில் பேசுவது எல்லாவற்றையும் சொல்கிறபோது ஆச்சர்யமாகக் கேட்பார்கள்.

- 80லிருந்து 90கள் வரைக்கும் நீங்கள் இளைஞர் அணியின் செயற்பாட்டாளராக இருந்தீர்கள். ஈழத்தமிழர் பிரச்சினைகள், சாதியத்திற்கான தனி அமைப்புகள் எல்லாம் தோன்றி வளர்ந்தன. 90களுக்குப் பிறகு அதன் வீச்சு தமிழ்நாட்டில் அதிக அளவில் தோன்றிவிட்டது. ஒவ்வொருவரும் அவரவர்களுக்கான

இயக்கத்தைத் தொடங்குவது என்கிற நிலை. அதையொட்டி, கலைஞர் மீதான வெறுப்பு அரசியல் பிரச்சார வடிவில் பெரிதாக எடுத்துச் செல்லப்பட்டது. இப்படி புதிது புதிதாக பிரச்சினைகள் வரும்போது அதை எப்படி எதிர்கொண்டீர்கள்?

அதாவது தங்கள் தரப்பில் நியாயமோ அல்லது வலிமையான ஆதாரங்களோ இல்லாதபோது எதிரியைத் தாக்கி, அவர்களை உணர்ச்சிவசப்படுத்தி, கோபப்படுத்தி, ஆதாயம் தேடுவார்கள். அப்படி நாம் ஆகாமல் இருக்கவேண்டும் என்பது முக்கியம்.

அதாவது, ஓட்டப்பந்தயத்தில் இரண்டு வகை உண்டு. நூறு மீட்டர், மாரத்தான். நூறு மீட்டர் என்பது வேகமாக ஓடி மூச்சிறைத்து நிற்பார்கள். மாரத்தான் என்பது நீண்ட தூரம் ஓடுவதற்குப் பயிற்சி வேண்டும். தாக்குப் பிடிக்க வேண்டும். தி.மு.க. மாரத்தான் ஓட்டம் ஓடுவது.

அதனால்தான் நம் மீது களங்கம் விளைவிக்க முயற்சித்தவர்கள் சோர்ந்து போனார்கள். தோற்றுப் போனார்கள். ஆனால், நம்மைப் பொறுத்தவரை நம் மீது கணைகள் தாக்கி இருக்கலாம். ஆனால், அந்தக் கணைகளைத் தாங்கி அவர்களுக்கு எதிர்வினை ஆற்றுகின்ற அளவுக்கு நம்முடைய அணுகுமுறையும் செயல்முறைகளும் இருந்தன.

- தலைவர் கலைஞரின் வழிகாட்டுதல்கள் அப்போது எந்த அளவுக்கு இருந்தன? தனிப்பட்ட முறையில் இந்த விசயங்களுக்கு இப்படிப் பேசுங்கள் என்று சொல்லித் தருவாரா?

தொலைக்காட்சிப் பெட்டி கொடுக்கிறபோது, அறிவாலயத்திற்கு எங்களை அழைத்து, "இதை மக்களிடம் எப்படி சொல்வீர்கள்?" என்று கேட்டார். பலரும் அவரவர் கருத்துகளைச் சொன்னார்கள். நான் சொன்னேன், "ஒரு ஏழை வீடு. அந்தக் குடும்பத் தலைவர் ரிக்ஷா ஓட்டுகிறார். அந்த அம்மா சில வீடுகளில் வேலை செய்கிறார்கள். அவர்களுக்குக் குழந்தைகள் இருக்கிறார்கள். வருகிற வருவாய் வீட்டு வாடகைக்கும் குடும்பம் நடத்துவதற்குமே போதுமானதாக இருக்கிறது. அவர்களுக்கு தொலைக்காட்சிப் பெட்டி என்பது ஒரு பெருங்கனவு. ஞாயிற்றுக் கிழமைகளில் இதுவரை இந்திய வரலாற்றில் காட்டப்படாத ஒரு திரைப்படத்தை ஒளிபரப்புவார்கள். இவர்களுக்கு பார்க்க வேண்டுமென ஆசை இருக்கும். குழந்தைகளின் வற்புறுத்தலுக்காக இந்த அம்மா வேலை செய்கிற வீட்டுக்கு

குழந்தைகளை அழைத்துக் கொண்டுபோய் அவர்களிடம் அனுமதி கேட்பார்கள். அவர்களும் அனுமதிப்பார்கள். பாதி படம் ஓடிக் கொண்டிருக்கிறபோது விருந்தினர்கள் வந்துவிடுவார்கள். "எங்கள் வீட்டுக்கு விருந்தாளிகள் வந்திருக்கிறார்கள். தொந்தரவாக இருக்கிறது. எழுந்து செல்லுங்கள்" என்று அவர்கள் சொல்வார்கள். அப்போது அந்தக் குழந்தைகள் வேதனையோடு திரும்பும். அந்த அவமானத்தையும் பிள்ளைகளின் வேதனையையும் தாயினால் தாங்கிக்கொள்ள முடியாது. சுருண்டு படுத்துக் கிடப்பாள். கணவன் வந்து, "ஏன் இப்படி சுருண்டு படுத்திருக்கிறாய்?" என்று கேட்கிற போது நிலைமையைச் சொல்வாள். அவனும் கையாலாகாத தனத்தோடு குடும்பத்தின் சின்ன எதிர்பார்ப்பு, அந்த ஆசையை நிறைவேற்றிக் கொள்ளாத நிலையில் அவமானத்தையும் சேர்த்து சுமந்து கொண்டிருக்கிற நேரத்தில் இந்தத் தொலைக்காட்சி அந்த வீட்டுக்குப் போகிறது. இது அவர்களுக்கு பொழுதுபோக்கை மட்டும் தரவில்லை. அவர்களுடைய சுயமரியாதையையும் காப்பாற்றுகிறது. அவமானத்தைத் துடைக்கிறது'' என்று சொன்னேன். அப்போது தலைவர், "அப்படித்தான், இது மாதிரிதான்" என்று சொன்னார்.

நான் அடிக்கடி சொல்வது, நான் மேடையில் நிற்கிறபோது திருச்சி சிவா அல்ல. தி.மு.க.வின் பிரதிநிதி. என் வார்த்தைகள் இயக்கத்திற்கு வலிமை சேர்க்கவேண்டுமே தவிர, துளி அளவும் பங்கம் ஏற்படுத்திவிடக் கூடாது. இந்த ஒரு பக்குவத்தோடு பேச வேண்டும். இவையெல்லாம் தலைவர் மேலோட்டமாகச் சொல்கிறபோது நாங்களாகத் தெரிந்துகொள்வது. பின்னர் அதை கடைப்பிடிப்போம். எங்களோடு வளர்கிற தோழர்களுக்கு நாங்கள் அதை சொல்லித் தருவோம்.

- பிரச்சாரம் அல்லது மக்களிடம் கருத்துகளைக் கொண்டுபோய் சேர்ப்பதில் இரண்டு வகை இருக்கிறது. ஒன்று, எதிர்க்கட்சியாக இருக்கும்போது ஆட்சியின் தவறுகளைச் சுட்டிக்காட்டிப் பேசுவது, இரண்டாவது, ஆளும்கட்சியாக இருந்தபோது அரசின் சாதனைகளை சொல்வது. சமீப காலமாக தி.மு.க. தன்னுடைய சாதனைகளை சரியான விதத்தில் மக்களிடம் கொண்டு போய்ச் சேர்க்கவில்லை. அதனால்தான் ஒரு தலைமுறைக்கே திராவிட இயக்கம் என்றால் என்ன? திராவிடத்தின் சாதனைகள் என்ன? என்பது தெரியவில்லை என்று சொல்கிறார்கள். அந்தத் தொய்வு எப்படி நடந்தது என்று நினைக்கிறீர்கள்?

இல்லை. இதை என்னால் ஏற்க முடியாது. திராவிட முன்னேற்றக் கழக ஆட்சியின் சாதனைகளை மக்களிடம் கொண்டு போய் சேர்த்ததைப் போல வேறு எந்தக் கட்சியும் இந்திய அளவில் கூட செய்ததில்லை. அது தலைவரின் அருமையான அணுகுமுறைகள் கொள்கைகளை நடைமுறைப்படுத்துவதுதான் சாதனைகள். ஆட்சி என்கிற கருவி நமக்குக் கிடைக்கிறபோது நீண்ட காலமாக மக்களிடம் சொல்லி வருகிற உங்கள் பிரச்சினைக்கான தீர்வு. அதுதான் கொள்கை. அந்தக் கொள்கையை சட்ட ரீதியாக நாம் செயல்படுத்துகிறோம். அந்த வகையில் அதை சாதனைகளாகச் சொல்கிறோம். மக்களுடைய அடிப்படைத் தேவைகளை நிறைவேற்றுகிற ஒரு முயற்சி சாதனை, அவர்களின் வாழ்வாதாரத்திற்குத் தேவையான திட்டங்களைத் தீட்டுவது ஒரு சாதனை. சமுதாயத்தில் நீண்ட காலமாக புரையோடிப் போயிருக்கின்ற அவலங்களைப் போக்குவதற்காக சட்டங்களை இயற்றுவதோ, முயற்சிகளை மேற்கொள்வதோ ஒரு சாதனை. இவையெல்லாம் எல்லா தளங்களிலும் நடைபெற்றிருக்கிறது. என்னைப் பொறுத்தவரை அரசியல் மாற்றம், பொருளாதார மாற்றம், சமுதாய மாற்றம் இவை எல்லாவற்றையும் ஒன்று சேர்ந்த கலவையாக செயல்படக்கூடிய ஒரு கட்சி தி.மு.க. சிலர் பொருளாதாரத்தை மட்டும் பேசுவார்கள். சிலர் சமுதாயத்தைப் பற்றி மட்டும் பேசுவார்கள். சிலர் அரசியல் குறிக்கோளுடன் பேசுவார்கள். நாம்தான் எல்லாவற்றையும் ஒன்றுசேர்த்துப் பேசுகிறோம். அப்படி செயற்படுகிறபோது நீங்கள் சொல்கிற வகையில் ஓர் இடைவெளி காணப்பட்டது என்று சொல்வதற்கு காரணமே தகவல் தொழில்நுட்ப வளர்ச்சி. சமூக வலைதளங்கள் என்பவை முன்பெல்லாம் பத்திரிகைகள் மூலமாகவோ, தொலைக்காட்சிகளின் மூலமாகவோ ஒரு பிரச்சாரக் கூட்டத்தின் மூலமாகவோ செய்திகளைத் தெரிந்து கொண்ட நிலை மாறி, செல்லிடப் பேசியை வைத்துக்கொண்டு உலகத்தையே கைக்குள் கொண்டுவரலாம். வருகின்ற தகவல்கள் எல்லாம் உண்மை எனக் கருதலாம். தாங்கள் சொல்வதெல்லாம் உண்மை என்பதாகப் பரப்பலாம். அப்படி வருகிறபோது, கலைஞரைக் குறிவைத்து, கழகத்தை குறிவைத்து அப்படியான செய்திகள் வேகமாகப் பரவிவிடும். அதை நம்பக்கூடிய அளவுக்கு வயது கொண்ட, அந்த அளவுக்கு தெளிவில்லாத சிலர் எளிதாக ஏற்றுக்கொள்வதும் இயல்பு. ஆனால், அதை நாம் எதிர்கொள் கிறோம். சரி செய்கிறோம். நாளாக நாளாக நாம் வளர்ந்தோம்

என்கிறபோது வலிமையானோம் என்பதைப் போல போட்டியும் அதிகமாகிக்கொண்டிருக்கிறது. இது ஒரு போட்டிகள் நிறைந்த உலகம். அரசியலில் நிறைய பேர் முளைத்துவிடுவார்கள். நிறைய பேர் வருவார்கள். எல்லோரும் கருத்து சொல்வார்கள். எல்லோரும் நீதிபதிகளாகி விடுவார்கள். செய்திகளைவிட வதந்திகள் வேகமாகப் பரவும். அப்படியான சூழலில் கொள்கை அளவில் எப்படிப்பட்ட இயக்கம், இந்த இயக்கத்தின் அவசியம் என்ன என்பதை தொடர்ந்து பிரச்சாரம் செய்துகொண்டுதான் இருக்கிறோம்.

நீங்கள் சொல்வதுபோல, சாதி சார்ந்த, மற்ற நலன்கள் சார்ந்த அமைப்புகளும் உருவாகிவிட்டன. அதை மட்டுமே நம்பிக்கொண்டு இருப்பவர்களும் இருக்கிறார்கள். இதையெல்லாம் தாண்டி பரவலாக எல்லா பிரச்சினைகளையும் தொடக்கூடிய ஓர் அமைப்பு வேண்டும். இவற்றை எல்லாம் செயல்படுத்தக்கூடிய ஆற்றல்மிக்க ஒரு தலைமை வேண்டும் என்றால் அது தி.மு.க.தான் என்கிற முடிவுக்கு அவர்கள் வரவேண்டும். அந்த முடிவுக்கு அவர்கள் வரவேண்டும் என்றால், அதை யார் செய்வது?

இந்த இயக்கம் இந்தப் பாதையில் பயணம் செய்கிறது. மற்றவர்களிடமிருந்து மாறுபட்ட இயக்கம் என்பதை சொல்லக்கூடிய கடமையை மேடையிலே பேசுகின்ற சொற்பொழிவாளர்கள் செய்து வருகிறோம். மேடைப்பேச்சு, சொற்பொழிவு என்பது கழகத்தில் இன்றல்ல, எதிர்காலத்திலும் அதுதான் வலிமையாக இருக்கும்.

● என்ன மாற்றம் வந்தாலும் மேடைப்பேச்சும், சொற்பொழிவும் வலிமையாக இருக்குமா?

ஆமாம். இந்த மேடைப்பேச்சு என்பது எவ்வளவு தகவல் தொழில்நுட்பம் வந்தாலும் நிலைத்து நிற்கும்.

● உங்கள் பெயரைச் சொன்னவுடன் எல்லோருக்கும் நினைவுக்கு வருவது உங்களின் நாடாளுமன்றப் பணிகள். 1976இல் சிறைக்குப் போகிறீர்கள். 1996இல் முதல்முறையாக மக்களவைத் தேர்தலில் வெற்றி பெற்று நாடாளுமன்ற உறுப்பினராகும் வாய்ப்பு கிடைக்கிறது. நாடாளுமன்றம் என்று சொன்னாலே இங்குள்ள தி.மு.க.வினர் 'முரசொலி மாறன் ட்ரெயினிங்' என்று சொல்வதுண்டு. என்ன மாதிரியான பயிற்சி?

திருச்சி சிவா /91

அவர் டெல்லியில் இருக்கும்போது தினமும் நாங்கள் மாலையில் அவர் வீட்டுக்குச் செல்வோம். போகாமல் இருக்கக் கூடாது. இருக்கவும் முடியாது. "எங்கே காணோம்?" என்று கேட்பார். யாராவது எதையாவது சொல்லிவிடக் கூடாது என்பதற்காக போவோம். சில நேரங்களில் "ஒன்றுமில்லை போங்கள்" என்று சொல்லிவிடுவார். சில நேரங்களில் உட்கார வைத்து பழைய கதைகளை எல்லாம் பேசுவார். நாடாளுமன்றத்தில் என்ன நடந்தது என்று கேட்பார். ஒவ்வொருவரையும் பற்றி சொல்வார். சில விவாதங்கள் வருகிறபோது "இதில் யார் பேசப் போகிறீர்கள்?" என்று கேட்டு, "இதை நீ பேசுய்யா, சரியாய் இருக்கும்" என்று சொல்வார். சில நேரங்களில் குறிப்புகள் தருவார்.

என்னைப் பொறுத்தவரை, அவர் ஜெயின் கமிஷனுக்கு முழு மூச்சு எடுத்தபோது அவர் தன் கூடவே வைத்திருந்தது என்னை. இது பலருக்கும் தெரியாது. காரணம், நான் நூலகத்திற்குப் போய் சில குறிப்புகளை எடுத்துக் கொடுத்தபோது அவர் மிகவும் மகிழ்ந்தார். சில அதிகாரிகளுடன் பேசும்போதெல்லாம் என்னை உடன் வைத்திருந்தார். சில 'ட்ராஃப்ட்' தயாரிக்கும்போது என்னை எழுதச் சொல்வார். எழுதிக் கொடுத்ததைத் திருத்துவார். திருத்தும் போது அந்தப் பக்கம் முழுவதும் பரோட்டோவைப் பிய்த்து போட்டது போல திருத்தல் இருக்கும். சில நேரங்களில் அவரே சொல்வார். சொல்லிவிட்டு "அப்படியே மாற்றாமல் கொண்டு போய் கொடுக்கவேண்டும்" என்பார்.

அவர் மத்திய அமைச்சராக இருந்தபோது, ஒரு முறை அவர் சொல்லிக்கொண்டிருக்கிறார். எழுதிக் கொண்டிருந்த நான் அவரை நிமிர்ந்து பார்த்தேன். "என்ன?" என்று கேட்டார். "இல்லை, இது தேவையா?" என்றேன். "ஆங்... எங்களுக்குத் தெரியாதா? எழுதுய்யா..." என்றார். எழுதினேன்.

"டைப் அடித்துக்கொண்டு போய் பார்லிமெண்டுல கொடுத்துடு."

"ம்... சரி..."

வீட்டில் உட்கார்ந்து டைப் அடித்துக்கொண்டிருந்தேன். தொலைபேசியில் அழைக்கிறார்.

"என்ன செய்ற?"

"டைப் அடிச்சிகிட்டிருக்கேன்."

"எதையும் எடுத்துடாத."

"அதெப்படிங்க நீங்க கொடுத்தத நான் எடுப்பேன்."

"ஆமாமா... அதுக்குத்தான் சொன்னேன்."

மறுநாள் காலையில் பார்லிமெண்ட்ல லாபியில தொலைபேசி அழைப்பு. "உன்னை மினிஸ்டர் கூப்பிடுறாரு."

போனேன்.

"அதைக் கொடுத்திட்டியா?"

"கொடுக்கப் போறேன்."

"அந்த வார்த்தையை எடுத்துரு."

"இல்லிங்க..."

"எடுத்துர்யா, நீ சொன்னது கரெக்ட்."

"இனிமே அதெல்லாம் முடியாது அதுக்கெல்லாம் டைம் இல்ல. ஐந்து நிமிடம்தான் இருக்கு."

"அங்கே பக்கத்தில ஒய்ட்னர் இருக்கும். அதை எடுத்து அழிச்சிட்டு கொடுத்துடு."

அந்த இடத்தில் எனக்கு என்ன சிலிர்ப்பு வருகிறதென்றால், நான் இளவயது. அனுபவத்தில் ரொம்ப குறைந்தவன். சரியில்லை என்று நினைக்கிறபோது அதைச் சொல்கிற அளவுக்கு துணிச்சல் எனக்கும் இருந்தது. எல்லாவற்றுக்கும் தலையாட்டிக் கொண்டு போகாமல். பின்னால், அவருக்கு சரி என்று ஏற்றுக்கொள்கிற பக்குவமும் இருந்தது.

அவரிடம் நிறைய அற்புதமான விசயங்கள் உண்டு. சில விசயங்களை துணிச்சலாகக் கையாளுவார். "இதுதான்யா... இப்படி தான்யா... பதவியெல்லாம் அப்புறம். கொள்கைதான்யா முக்கியம்" என்பார்.

திராவிட இயக்கம் என்று பேசுகிறபோது ஒரு சிலிர்ப் போடுதான் பேசுவார். இவையெல்லாம் நான் அவரிடம் கற்றுக் கொண்டது.

- **பொதுவெளியில் கொள்கைப் பிரச்சாரம் ஆற்றுவது என்பது வேறு, நாடாளுமன்றத்திற்குள் அன்றைய அரசியல் சூழலுக்கு ஏற்ப, கொண்டுவரப்படுகிற தீர்மானங்கள், கட்சியின் நிலைப்பாடு, எதிர்கால தேவை இவை எல்லாவற்றையும் கணித்து ஒவ்வொரு முறையும் உரையாற்ற வேண்டியிருக்கும். அந்த உரைகளைத் தயாரிப்பதற்கு எப்படி திட்டமிடுவீர்கள்?**

நீங்கள் சொன்ன எல்லாவற்றையும்விட மிகக்குறைந்த நேரத்தில் பேசவேண்டும் என்பதுதான் முக்கியம். மூணு நிமிடம், இரண்டு நிமிடம், ஒரு நிமிடம். இப்படித்தான் பேசவேண்டியிருக்கும். இப்போது வேளாண்மை மசோதாவில் இரண்டு நிமிடங்கள் மட்டுமே பேசினேன். குறிப்பிட்ட நேரத்திற்குள் அதை சொல்லுகிற அளவுக்கு செய்திகளின் சாரத்தைத் தயாரிக்கவேண்டும். உதாரணமாக, வேளாண்மை மசோதவில் இரண்டு நிமிடங்கள் பேசுவதற்கு ஒருவார காலம் தயாரித்திருக்கிறேன்.

1996இல் நாடாளுமன்றத்தில் நான் முதலில் பேசும்போது, எதிரில் எல்லாரும் மூத்த தலைவர்கள். பிரதமர் தேவகௌடா. நரசிம்மராவ், சந்திரசேகர், பிஜு பட்நாயக், இந்திரஜித் குப்தா, சோம்நாத் சட்டர்ஜி, கீதா முகர்ஜி, அத்வானி, வாஜ்பாய்... இப்படி பெரிய பெரிய தலைவர்கள் எல்லாம் இருக்கிறார்கள். சந்திரசேகர் எல்லாம் நம்மள திரும்பிப் பார்க்கும்போது நமக்கு என்னவோ போலாகிவிடும்.

உதாரணத்திற்குச் சொல்வார்கள், ஆண்கள் நிறைந்த சபையில் ஒரு பெண் நடப்பதற்கும், பெண்கள் நிறைந்த சபையில் ஒரு ஆண் நடப்பதற்கும் வேறுபாடு இருக்கும். ஏனென்றால், அவர்கள் வெட்கப்பட்டு நடக்கும்போது பார்க்க நளினமாக இருக்கும். பெண்கள் மத்தியில் ஆண் நடக்கும்போது தர்மசங்கடமாக இருக்கும். இப்படி இலக்கிய ரீதியாகச் சொல்வார்கள்.

அங்கே எழுந்து பேசும்போது ஆற்றில் நின்றால் கீழே மணல் பறிக்கும். கால் உள்ளே போகிற மாதிரி இருக்கும் அல்லவா. அந்த உணர்வுதான் உண்டாகும். ஆங்கிலத்தில் வேறு பேசுகிறேன். சுற்றி இவ்வளவு பேர் நம்மையே பார்த்துக் கொண்டிருக்கிறார்கள். நீங்கள் சொன்னதுபோல Contents, Language, Presentation and Time. அது பெரிய டெஸ்ட். பிறகு நமக்கு சரியாக வந்தவுடன் பூரிப்பாகிவிடும்.

டி.ஆர்.பாலு அண்ணன் அப்போதே சொன்னார். "உன்னுடைய ஸ்டேன்டர்ட் வேறு மாதிரி இருக்கு. நீ சாதாரணமா மேலோட்டமாகப் பேசாதே. உயர்தரமானக் கருத்துகளை எடுத்து வை" என்று சொல்லி இருக்கிறார். அப்போது அவர்தான் தி.மு.க. கொறடா. பிறகு ராஜ்யசபாவில் அண்ணன் இருந்தாங்க. பிறகு நாங்களே தயாராகிட்டோம்.

- நாடாளுமன்றத்தில் உங்களின் வருகைப் பதிவு, விவாதங்களில் பங்கேற்றல், தனிநபர் மசோதா, எத்தனையோ மூத்த தலைவர்களின் பங்களிப்பு இருந்தபோதிலும் கவனத்திற்கு வந்ததே உங்களின் திருநங்கையருக்குக் கொண்டுவந்த தனிநபர் தீர்மானம்தான். அதிக விவாதங்களுக்கு உட்படுத்தப்பட்ட தனிநபர் தீர்மானங்களும் உங்களுடையது. இந்த ஐடியாவெல்லாம் எப்படி தோணுது. இந்த விசயத்தை இதிலே கொண்டே வரணும், இந்த விவாதத்தில் நாம் பங்கேற்றே ஆகவேண்டும் என்று...

கடந்த பத்தாண்டுகளில் அதிக அளவில் என்னுடைய மசோதாக்கள்தான் அதிகமாக விவாதிக்கப்பட்டிருக்கின்றன. ஐந்து விவாதிக்கப்பட்டிருக்கிறது. சிலர் ஐம்பது, அறுபது மசோதாக்களை அறிமுகப்படுத்தி இருப்பார்கள். ஆனால் அவை விவாதத்திற்கு எடுத்துக் கொள்ளப்பட்டிருக்காது. ஆனால், நம்முடையது விவாதம் நடைபெற்றது. அதில் ஒன்று வெற்றி பெற்றது. ஒன்று வெற்றி பெறுகிறபோது நானாகவே திரும்பப் பெற்றேன். அதுபோல எல்லாமே முக்கியமானது. இரண்டு, மூன்று 'லேப்ஸ்' ஆகிவிட்டது.

- நாடாளுமன்றப் பணிகளில் மிக முக்கியமாக நீங்கள் செய்து வரும் செயல், என்றைக்கும் நினைவில் வைத்துக்கொள்ளக் கூடிய ஒரு செயல், வேளாண் சட்ட மசோதா வருகிறபோது, நாடாளுமன்ற நடைமுறைகளுக்கான ஏட்டைக் கிழித்து எறிந்தீர்கள். இதை நான் பார்க்கிறபோது மக்சிம் கார்க்கியின் 'தாய்' நாவலில் துண்டுப் பிரசுரங்களைத் தூக்கி வீசி எறியும் மிக உயரியக் காட்சி போல அது காட்சியளித்தது. அந்தக் கோபமும் ஆக்ரோசமும் இருந்தது. நாடாளுமன்ற ஜனநாயகம் சிதைக்கப்படுகிறது அல்லது அவமதிக்கப்படுகிறது என்பது உங்களுக்கு வலியைத் தருவதாக இருக்கிறதா?

நிச்சயமாக. ஆர்டிகல் 370 கொண்டு வந்தார்கள். அப்போது தான் எல்லா தலைவர்களும் தரையில் உட்கார்ந்திருக்கிறார்கள். எல்லோரும் 'கரே... புரே'ன்னு கத்திக்கொண்டிருக்கிறார்கள். எதேச்சையாக வெளியே போய் பார்த்தபோது நான் கவனித்தேன். உள்ளே வந்து "வெளியே என்ன நடக்கிறது தெரியுமா?" என்று கேட்டேன். "என்ன நடக்கிறது? ஒன்றும் நடக்கவில்லையே" என்கிறார்கள். அப்போதுதான் சொன்னேன். "நீங்கள் எந்த விவாதத்திலும் கலந்து கொள்ளாமல் கீழே உட்கார்ந்து குரல்

எழுப்பிக் கொண்டிருக்கிறீர்கள். அவர்கள் அங்கே ஏதோ கதை பண்ணிக் கொண்டிருக்கிறார்கள்'' என்று நான் சொன்னவுடன், அவர்கள் உஷாரானார்கள். பிறகுதான் பேச ஆரம்பித்தோம். அதனால் அந்த அனுபவ அறிவு எங்களுக்கு வந்துவிட்டது. இப்போதும் அப்படித்தான் நடந்தது. லாக்டவுன் நேரத்தில் சாலையில் கார் ஓட்டுவது போல, ஃபீல்டர் இல்லாமல் ஃபோர் அடிப்பதுபோல ஆளே இல்லாமல் மூன்று மணி நேரத்தில் ஏழு மசோதாவை நிறைவேற்றிவிட்டார்கள். இது பெரிய சாதனை என்று பேசிக்கொள்கிறார்கள். நான் அப்போது முழுவதுமாக 'அப்ஸட்' ஆகியிருந்தேன். பாராளுமன்ற ஜனநாயகம் என்பது என்ன என்பது மிகப்பெரிய கேள்விதான்.

- "சமீப ஆண்டுகளில் நீங்கள் ஆற்றிய உரைகளில் இரண்டு முக்கிய உரைகள் என்றைக்கும் நினைவில் நிற்கும் உரைகளாக இருக்கும் என்று நினைக்கிறேன். ஒன்று, கலைஞர் உடல் நிலை சரியில்லாத நேரத்தில் ஈரோட்டில் நடைபெற்ற மண்டல மாநாட்டில் ஆற்றிய உரை. பிறகு அவர் இறந்தபிறகு மு.க.ஸ்டாலின் தலைவராக பொறுப்பேற்கும் நேரத்தில் பொதுக்குழு, செயற்குழு கூடியிருக்கிற கூட்டத்தில் ஆற்றிய உரை. அந்தக் காலகட்ட சூழல் இருக்கிறதல்லவா, கலைஞர் உடல்நிலை சரியில்லாமல் இருக்கிறார், அடுத்த தலைவர் தயாராகணும். அவரது இழப்பு நேரத்தில் நிறைய சர்ச்சை. இந்த காலகட்ட மாற்றத்தில் உங்களின் பொறுப்புணர்வை எப்படி உணர்ந்தீர்கள்? அவற்றை எல்லாம் எப்படி கடந்துவந்தீர்கள்?''

ஒரு பக்கம் வேதனை. மற்றொரு பக்கம் பொறுப்புணர்ச்சி. மறுபடியும் அண்ணாவைத்தான் சொல்லவேண்டும். "கவலையை மறப்போம், கண்ணீரைத் துடைப்போம், கடமையைத் தொடர்வோம்'' என்பார். அதுபோல, ஒரு போர்க்களத்தில் நிற்பவனுக்கு உடன் போரிட்டுக்கொண்டிருக்கிற ஒருவர் கீழே விழுந்துவிடுகிறார் என்றால், அவனுடன் படித்தவனாகவோ, நண்பர்களாக இருந்திருப்பார்கள், ஒரே கேம்ப்பில் இருந்திருப்பார்கள், அடிபட்டு விழுகிற போது அவனை தூக்கி நிறுத்திக் கொண்டிருக்க முடியாது. அந்த வேதனையோடு எதிரிகளை முறியடித்து முன்னேறிச் செல்ல வேண்டி இருக்கும். இதே நிலைதான் தி.மு.க.வுக்கும். என்னைப் பொறுத்தவரை தி.மு.க.வினர் எல்லோரும் படைவீரர்கள். இரண்டு காரணங்கள். ஒன்று, இலக்கை நோக்கிச் செல்வது, இரண்டு, தலைமைக்குக்

கட்டுப்பட்டு நடப்பது. தனிப்பட்ட விருப்பு, வெறுப்புகள் எல்லாம் பின்னர்.

தலைவர் உடல்நலம் குன்றியிருந்தபோது ஒருபுறம் சோகம், வேதனை. மறுபுறம், இந்த இயக்கத்தைக் கொண்டு செல்லவேண்டிய கடமை. அப்போது தளபதிதான் அடுத்த இடத்தில் நிற்கிறார். அதை மக்களிடம் எடுத்துச் சென்றாக வேண்டும். இப்படியான மனநிலையில்தான் என்னுடைய அந்த உரைகள் இருந்தன.

- **அந்த இரண்டு மேடைகளிலும் "இந்தக் கட்சியின் கடைக்கோடி தொண்டன் இருக்கிறவரை கழகம் இருக்கும்" என்று சொல்கிறீர்கள். அதுபோல, இங்கே கருப்பு, சிவப்பு கொடி பறக்கிறவரை வெளியில் இருக்கிறவர்கள் வரமுடியாது என்று இரண்டு விசயங்களைக் கூறுகிறீர்கள். இவை இரண்டையும் தக்க வைப்பது என்பது கொள்கை, அத்துடன் சேர்ந்த பிரச்சாரப் பணிகள், இவற்றை எல்லாம் உறுதியாக எடுத்துச் செல்லக்கூடிய மரபு வரிசை தலைமை. ஆனால் வெளியில் இருந்து பார்க்கிறபோது அந்த அளவுக்கு செய்யமுடியுமா? என்கிற கேள்வி இருக்கிறது...**

வினாக்கள் எழுவது இயற்கை. சில நேரங்களில் அப்படிப்பட்ட சூழ்நிலைகள் ஏற்படுவதற்கான வாய்ப்புகள் உண்டு. ஆனால், அதைக் கடந்து செல்கிற வல்லமை ஓர் அமைப்புக்கு இருக்கிறதா என்பதுதான் வைக்கப்படுகிற சோதனை. அந்தச் சோதனையை கடந்த காலத்திலும் கடந்திருக்கிறோம். இப்போதும் கடப்போம். எதிர் காலத்திலும் கடந்து நிற்போம்.

சந்திப்பு: **விவேக் கணநாதன்**
கேள்வியால் ஒரு வேள்வி
கலைஞர் செய்திகள், 19 அக்டோபர் 2020.

8
தி.மு.க.வுக்குள் பெரியாரின் தாக்கம் எந்த அளவுக்கு வேலை செய்கிறது?

* இன்று செப்டம்பர் 17... பெரியார் அவர்களின் பிறந்த நாள்...

சமூக நீதி நாள்... திராவிட முன்னேற்றக் கழகம் பிறந்த நாளும் கூட.

* நாம் இப்போது பேசிக்கொண்டிருக்கிற இந்த நிமிடம் வரையிலும் பெரியார் ஏன் தொடர்ந்து விமர்சிக்கப்பட்டுக்கொண்டே இருக்கிறார்? அல்லது விவாதப் பொருளாகவே இருக்கிறார்?

யாராக இருந்தாலும், தங்களிடம் இருப்பது பறிபோகக் கூடாது என்று நினைப்பார்கள். இவ்வளவு நாள் பாதுகாத்து வைத்திருந்த தங்களின் உரிமைக் கோட்டை, இவ்வளவு நாள் மற்றவர்களை அடக்குவதற்காக வைத்திருந்த தங்களின் ஆயுதங்கள் பறிபோகின்றனவே என்கிற ஆதங்கம் எழுகிறபோது அவர்கள் எதிர்க்கத்தான் செய்வார்கள். இது காலம் காலமாக நடை பெறுவதுதான்.

ஓர் உதாரணம், 1967 தேர்தலில் திராவிட முன்னேற்றக் கழகம் வெற்றி பெற்று, அறிஞர் அண்ணா அவர்கள் பெரியாரைச் சந்திக்க நேரடியாகச் செல்கிறார். தேர்தலில் கூட்டணி அமைத்திருந்தது கம்யூனிஸ்ட், முஸ்லிம் லீக், ராஜாஜி போன்றவர்களோடுதான். அப்போது "என்ன நேரடியாகப் பெரியாரைப் பார்க்க போய் விட்டீர்கள். என்னை ஏமாற்றி விட்டீர்களே?" என்று சொன்ன ராஜாஜியிடம் அண்ணா, "எவ்வளவோ காலமாக நீங்கள் ஏமாற்றிக் கொண்டிருந்தீர்கள். நாங்கள் பொறுத்துக் கொள்ளவில்லையா? ஒரு முறைதானே இப்படி செய்தேன்" என்றார்.

ஒரு குறிப்பிட்ட பிரிவினைச் சார்ந்தவர்கள் சில அமைப்புகளை, சில நம்பிக்கைகளை வைத்து ஒரு பெருங்கூட்டத்தை அடிமைப்படுத்தினார்கள். அந்தக் கூட்டத்தை விடுவிக்கிறபோது இவர்களுடைய பிடியினுடைய இறுக்கம் தளர்கிறது. அதை விட முடியாமல் தவித்து எதிர்வினை ஆற்றுகிறபோது அதற்குக் காரணமானவரை விமர்சிப்பார்கள். ஆக, இன்று களத்தில் பேசுவது திருச்சி சிவாவாக இருக்கலாம். ஆனால், பேசுவதற்கான அடித்தளம் பெரியாராக இருக்கிறார். ஆகவே, அவர்களின் கோபம் பெரியார் மீது திரும்பத்தானே செய்யும். ஆக, இந்தச் சமுதாயம் இப்படிப்பட்ட சாதியக் கட்டமைப்புகளோடு இப்படிப்பட்ட துவேஷங்களோடு ஒருவரை உயர்ந்தவர், தாழ்ந்தவர் என்று தீர்மானிக்கிற நிலை இருக்கிறவரை அதை எதிர்த்துப் போராடுகிற எங்களுக்குப் பின்னால் பெரியார் இருப்பார். அதை எதிர்க்கிற கூட்டமும் இருந்துகொண்டே இருக்கும். ஆனால், பெரியார் நிரந்தரம்.

- **பெரியார் சமூக நீதி, சுயமரியாதை, கடவுள் மறுப்பு, பெண் உரிமை, பொதுவுடைமை, திராவிடம், தமிழ், தமிழினம் பற்றியெல்லாம் பேசுகிறார். அவர் தொடாத துறையே இல்லை என்றாலும் அவரிடம் மிகவும் சிறப்பு என்று எதைச் சொல்வீர்கள்?**

அப்படி வேறுபடுத்திப் பார்க்க முடியாது. இது பற்றி நான் ஏற்கனவே பல இடங்களில் சொல்லி இருக்கிறேன். ஒரு கருத்தை பெரியாரைப் போல் விளக்குவதற்கு வேறு எவராலும் முடியாது. அவர் தமிழைக் 'காட்டுமிராண்டி மொழி' என்று சொன்னார். அப்படி அவர் சொன்னதை இப்போதும் சிலர் "நீங்கள் உயர்த்திப் பிடிக்கிற தமிழை பெரியார் காட்டுமிராண்டி மொழி என்று சொல்லியிருக்கிறாரே" கேட்கிறார்கள். இதற்கு தலைவர் கலைஞர் அப்போதே பதில் சொல்லிவிட்டார். "பெரியார் தவறாகச் சொல்லமாட்டார். மனிதன் காட்டுமிராண்டியாக வாழ்ந்த காலத்திலே பேசிய மொழி தமிழ்மொழி" என்று கலைஞர் விளக்கமளித்தார். ஆனால், பெரியார், "இது காட்டுமிராண்டி காலத்து மொழியாகவே இருந்துவிடக்கூடாது. அது கால ஓட்டத்திற்கு ஏற்ப வளர்கின்ற ஒரு மொழியாக மாறவேண்டும்" என்று சொன்னார்.

அதுபோல "நீங்கள் யார்?" என்று பெரியாரிடம் கேட்கிறார்கள். அவர் சொன்னார், "ஒரு பெரிய வலிமையான

நாடு, வலிமை குறைந்த சிறிய நாட்டை ஆதிக்கம் செலுத்தினால், (பிடல் காஸ்ட்ரோவின் நண்பர் சேகுவேரா அடிமைப்பட்டு கிடக்கிற நாடெல்லாம் என் நாடு என்று சொன்னதுபோல) நான் இந்த சிறிய நாட்டின் பக்கம் நின்று எவ்வளவு வலிமைமிக்க நாடாக இருந்தாலும் அதனை எதிர்த்துக் குரல் கொடுப்பேன். இந்த சிறிய நாட்டில் மத ரீதியாக ஒருவன் பெரிய எண்ணிக்கையில் இருந்து, ஒரு சிறிய மதத்தைச் சார்ந்தவனை ஒடுக்குவானேயானால் நான் அந்த சிறிய அமைப்பிற்கு ஆதரவாக இருப்பேன். இதில் ஒருவன் பெரிய சாதியாக இருந்து இன்னொரு சாதியை ஒடுக்கினால் நான் ஒடுக்கப்படுகிற சாதிக்கு ஆதரவாக இருப்பேன். இந்த ஒடுக்கப்படுகிற சாதியில் ஒருவன் முதலாளியாக இருந்து தொழிலாளியை அடக்குவானேயானால் நான் தொழிலாளிக்கு ஆதரவாக அந்த முதலாளியை எதிர்ப்பேன். இந்தத் தொழிலாளி நான் உழைக்கிறேன் என்ற பெயரால் அவன் மனைவியை அடிமைப்படுத்தினால் நான் அந்தப் பெண்ணுக்கு ஆதரவாகப் பேசுவேன்" என்று ஒரு விளக்கம் சொன்ன மனிதரை நீங்கள் பார்த்திருக்கவே முடியாது. அது தனி மனிதனில் தொடங்கி, நாடு, அமைப்பு வரை யார் ஒடுக்கப்படுகிறார்களோ அவர்களுக்காக குரல் கொடுப்பேன் என்று கூறிய தலைவர் பெரியார்.

இப்போது சேகுவேராவைத் தெரிகிற இளைஞர்களுக்கு பெரியாரைப் பற்றி முழுமையாகத் தெரியாது. பெரியாரை அவர் கடவுளை மறுத்தார் என்ற ஒரு நிலையோடு மட்டும் நிற்கிறார்கள். பெண்ணடிமைத்தனத்தை ஒழிப்பதற்கு அவர் பட்ட பாடு கொஞ்ச நஞ்சமல்ல. 'பெண் ஏன் அடிமையானாள்' என்று எழுதியதே பெரியார்தான். அவர்களுக்கு உரிமைகள் கிடைக்க வேண்டும், பெண்களை மதிக்கவேண்டும் என்பதற்காக போராடினார். இன்றைக்குப் பெண்கள் தன்னுரிமை பெற்றிருக்கிறார்கள், இன்னும் அதிகாரம் பெற வேண்டும் என்று நினைக்கிறார்கள் என்றால் இதற்கெல்லாம் தொடக்கப் புள்ளியே பெரியார்தான். பெண்களை வெளியே வரவழைத்து, அவர்களுக்கான உரிமைகளை பெற்றுத் தந்து, ஓர் உடலில் வலது கை, இடது கை என்பதில் பேதமிருக்க முடியாது. இரண்டு கைகளும் தேவை என்பது போல ஆண், பெண் இருவரும் சமமானவர்கள் என்றார். ஆகவே, பெரியாரின் சாதி ஒழிப்பு, கடவுள் மறுப்பு, சமூக நீதி இவற்றில் எதையும் நான் முன்னிலைப்படுத்தவோ,

பின்னிலைப்படுத்தவோ முடியாது. பெண்ணுரிமை பேணுவதற்கு அவர் மேற்கொண்ட முயற்சிதான் இன்று பெண்கள் இந்தச் சமுதாயத்தில் பெற்றிருக்கிற எழுச்சிக்கும் ஏற்றத்திற்கும் காரணம்.

- நீங்கள் பா.ஜ.க.வை எதேச்சதிகார கட்சி, பாசிசம் என்றெல்லாம் சொல்கிறீர்கள். இதை எல்லாம் அன்றே சொன்னவர் பெரியார் என்கிறபோது, பி.ஜே.பி.க்கு எதிரான ஓர் அரசியல் செய்யும்போது தி.மு.க.வுக்குள் பெரியாரின் தாக்கம் எந்த அளவுக்கு வேலை செய்கிறது. இன்னும் எந்த அளவுக்கு தேவைப்படுகிறது?

அதுதான் முதலிலேயே சொல்லிவிட்டேனே! பெரியார் என்பது நிரந்தரம். திருச்சி சிவா ஒரு தலைமுறை. எனக்குப் பின்னால் இரண்டு தலைமுறையினர் வந்துவிட்டார்கள் என்று சொல்லலாம். கலைஞருடைய காலத்திற்கும் இன்றைய இளைய தலைமுறைக்கும் இடையில் தளபதி ஸ்டாலின், நாங்கள் எல்லாம் ஒரு பாலம் என்று சொல்லலாம். எங்களுக்குப் பின்னர் ஒரு தலைமுறை வந்து, அவர்கள் எல்லாம் எம்.எல்.ஏ., மாவட்ட செயலாளர்கள் என்றாகி, அடுத்து உதயநிதி தலைமையிலே ஒரு தலைமுறை வந்துவிட்டது. இது தொடர்ந்துகொண்டே இருக்கும். பெரியார் என்பது பெயரல்ல; ஒரு தத்துவம்! ஒரு சகாப்தம்! அதுபோல ஒரு நிரந்தரம்.

பாரதிய ஜனதா என்றில்லை. யார் இந்த சமுதாய நீதிக்கு எதிராக நின்றாலும், யார் ஏற்றத்தாழ்வுக்கு ஆதரவாக இருந்தாலும் அவர்களை எதிர்த்து ஒலிக்கிற குரல் திராவிட முன்னேற்றக் கழகக் குரலாகத்தான் இருக்கும். அது ஒரு காலத்தில் கலைஞர், பேராசிரியர், துரைமுருகன், தளபதி மற்றும் நாங்கள், எங்களுக்குப் பின் உதயநிதி இன்னும் பலர்... எனத் தொடர்ந்துகொண்டே இருக்கும். ஒலிப்பவர்களின் பெயர்கள் மாறுமே தவிர தத்துவம் என்பது நிரந்தரம். அந்த தத்துவத்துக்குப் பெரியார் என்று பெயர்.

- ஒருவர் என்னிடம் ஒரு நேர்காணலின்போது சொன்னார், பெரியாரின் புத்தகங்களை ஆய்வுக்காகப் படிக்கத் தேடியபோது, பெரியாருடைய புத்தகங்கள் தமிழைத் தாண்டி வேறு மொழிகளில் கிடைக்கவில்லை. ஒரே ஒரு புத்தகம்தான் ஆங்கிலத்தில் இருக்கிறது என்றார். பெரியாரின் புத்தகங்களை நாட்டுடைமை ஆக்கினால் எல்லோருக்கும் கொண்டு போய்ச் சேர்க்கலாம் அல்லவா...

பெரியாரைப் பற்றி ஏராளமான நூல்கள் வெளிவந்துள்ளன. 'குடியரசு' இதழ் தொகுப்புகள் மொத்தமாக வெளிவந்து விட்டன. பெரியாரை வே.ஆனைமுத்து முழுமையாக ஆராய்ச்சி செய்து, சாக்ரடீஸைப் பற்றி பிளாட்டோ எழுதியதை போல இவர் பெரியாரைப் பற்றி எழுதியிருக்கிறார். தேடுகிறவர்கள் முழுமையாகத் தேட வேண்டும். உ.வே.சா. பழந்தமிழ் நூல்களை எல்லாம் தேடிக் கண்டுபிடித்தார். ஏடுகளில், சுவடிகளில் இருந்ததை எல்லாம் தேடிக் கண்டுபிடித்து உயிர் கொடுத்ததைப் போல் பெரியாரைப் பற்றி மற்றவர்கள் எழுதியதும் இருக்கிறது.

பெரியார் எழுதியது மட்டுமல்ல, பேசியதும் நூல்களாக வெளிவந்திருக்கின்றன. ஆங்கிலத்தில் ஓரளவு இருக்கின்றன. உங்கள் எதிர்பார்ப்பை நான் மறுக்கவில்லை. இன்னும் பரவலாக செல்ல வேண்டும். கலைஞர் ஆட்சிக் காலத்தில் நிறைய நூல்கள் நாட்டுடைமை ஆக்கப்பட்டன. இப்பொழுது மாபெரும் தமிழ்க் கனவு என்கிற அண்ணாவைப் பற்றிய நூல் திராவிட மொழிகளில் மொழிபெயர்க்கப்படும் என்று கல்வி அமைச்சர் தம்பி அன்பில் பொய்யா மொழி மகேஷ் அறிவித்திருக்கிறார். அந்த முயற்சிக்குப் பின்னால் தளபதி இருக்கிறார்.

இந்த எண்ண ஓட்டம் என்னுடைய தாயிடமிருந்து என்னிடம், என்னிடமிருந்து என் மகனிடம், அவனிடமிருந்து இன்னொருவரிடம் எனப் போகிறபோது இது அதிகாரத்தின் மூலமாக அல்ல; எண்ணத்தின், தத்துவத்தின், கொள்கையின் அடிப்படையில் போகிறது. என் வீட்டில் இருக்கிற நூல்களை எப்போதாவது தெரியாமல் அவன் தொடுகிற நிலை வரும். படிக்கிற நிலை வரும், நான் பேசுவதைக் கேட்கிற நிலை வரும். அப்போது அதன் தாக்கம் வரத்தான் செய்யும்.

திருக்குறள் என்பது பைபிளுக்கு அடுத்தபடியாக அதிகமாக மொழிபெயர்க்கப்பட்ட ஒரு நூல். ஆனால் திருக்குறளுக்கு இந்த நாட்டில் இன்னும் முழுமையான அங்கீகாரம் கிடைக்கவில்லை.

மராட்டியத்தில் பிறந்த புலேவைப் பற்றி இங்கே எப்படிப் பேசுகிறோமோ அதுபோல நம் பெரியாரை உத்திரபிரதேசத்தில் பேசத் தொடங்கியிருக்கிறார்கள். நாராயண குருவில் ஆரம்பித்து சீர்திருத்தவாதிகள் எல்லோரையும் உயர்த்திப் பிடிக்கிற பழக்கம் நமக்கு உண்டு.

இரண்டு தினங்களுக்கு முன்னால் உச்சநீதிமன்ற நீதிபதியாக இருந்த ஒருவர், "நான் வீரமணியைப் பார்க்கவேண்டும்" என்றார். எனக்குப் புரியவில்லை. பிறகு "திராவிடர் கழகத்தின் தலைவர்" என்று சொல்லிவிட்டு, "நான் அவரைப் பார்த்து 20-30 ஆண்டுகள் ஆகின்றன. எனக்கு ஒரு மனநிறைவு தமிழ்நாட்டில் நீங்களாவது இருக்கிறீர்களே. அதனால்தான் உயர்ந்த தன்மைகள் இன்னும் உயிரோடு இருக்கின்றன" என்றார். அப்படியானால், இது பெரியாருடைய நீட்சி.

பெரியாருடைய கருத்துக்கள், காலத்தின் தேவை என்பதால் அவரை நினைவுப்படுத்திக்கொண்டே இருக்கும். ஆகவே, அவருடைய எழுத்துகளை, பேச்சுகளை, கருத்துகளை எல்லாம் ஆவணப்படுத்த வேண்டும். பல மொழிகளில் கொண்டு செல்ல வேண்டும். அதை நிறைவேற்றுகிற கடமையில் கழகமும், தளபதி தலைமையிலான கழக அரசும் ஈடுபடும்.

- பெரியார் பற்றிப் பேசுகிறபோது, அவருக்கு முதலமைச்சர் ஆகிற வாய்ப்பு வந்தபோதும், அதைத் தவிர்த்துவிட்டு இயக்கவாதியாகவே இறுதிவரை இருந்தார். பெரியாரைப் பின்பற்றிய அரசியல் இங்கே இருக்கிறது. ஆனால், பெரியாரைப் போன்ற தலைவர் யாரும் இங்கே உருவாகவே இல்லையே...

என்னுடைய இடத்திற்கு இன்னொருவர் வரலாம். ஆனால், என்னைப் போல் ஒருவர் வரமுடியாது. ஓர் அண்ணாதான். ஒரு பெரியார்தான். ஒரு கலைஞர்தான். ஒரு தளபதிதான். ஒரு திருச்சி சிவாதான். ஒரு விஷன்தான் (பேட்டி காண்பவர்). பெரியார் ஏன் அதிகாரத்திற்குப் போகவில்லை என்றால், அவரே சொன்னார்: "நான் அதிகாரத்தைத் தேடிச் செல்வேனேயானால் நான் தவறுகளைச் செய்கிற ஆளாகிவிடுவேன். ஆட்சி அதிகாரத்தைத் தேடுகிற யாராக இருந்தாலும் அவன் தன்னிலை மறந்து தவறுகள் செய்வதற்கு நிர்ப்பந்திக்கப்படுவான். அதனால் என்னுடைய பணி கெட்டுப் போகும். இந்தக் காரியத்தை நான் ஏன் செய்ய முன் வந்தேன் என்றால், நான் ஒருவன்தான் தகுதியானவன் என்பதால் அல்ல. வேறு யாரும் செய்ய முன்வராத காரணத்தால்..." என்றார்.

பெரியார் போல இன்னொருவர் வரமுடியுமா என்றால், பெரியாருடைய எண்ண ஓட்டத்தோடு நாங்கள் அரசியல் பாதைக்கு வந்திருக்கலாம். ஆட்சி அதிகாரத்திற்கு வந்திருக்கலாம்.

அவருடைய கொள்கைகளை நடைமுறைப்படுத்தலாம். பெரியார் போல பெரியார்தான்.

பெரியார் தனது கருத்துகளை மக்களுக்குச் சொன்னார், தெளிவுபடுத்தினார், விழிப்புணர்வை ஏற்படுத்தினார். அதையே எல்லோரும் செய்து கொண்டிருக்க வேண்டிய அவசியமில்லை. அதனால்தான் அண்ணா அரசியல் கட்சியைத் தோற்றுவித்தார். அதன் மூலமாகத்தான் ஆட்சிக்கு வந்தோம். அதன் மூலமாகத்தான் புரட்சிகரமான சட்டங்களை இந்தியாவில் எங்கும் இல்லாத அளவுக்கு கொண்டு வந்தோம். இருமொழிக் கொள்கை, தமிழ்நாடு பெயர் மாற்றம், சுயமரியாதைத் திருமணம் போன்றவை எல்லாம் பெரியாருடைய கொள்கைகள்தான்.

- நீங்கள் சிறுவயதிலேயே நேரடியாக கட்சிக்குள் சேர்ந்துவிட்டீர்கள். தேர்தல் அரசியலில் ஈடுபடாமலே ஒரு மனிதர் இங்கே ஒரு மிகப் பெரும் புரட்சியை செய்திருக்கிறார். ஆட்சி அதிகாரத்தில் உள்ள கட்சி என்ன செய்யவேண்டும் என்பதைத் தீர்மானிக்கிறார். பல விசயங்களைச் சொல்கிறார் என்கிறபோது, அதற்குப் பிறகு அவர்போல அரசியல் சார்ந்து பேசுகிறவர்களோ அல்லது அவ்வாறு செயல்பட நினைக்கிறவர்களோ ஏன் உருவாகவில்லை?

பெரியார் எதை எல்லாம் செய்தால் மனிதனுக்கு, சமூகத்திற்கு, பெண்களுக்கு விடுதலை கிடைக்கும், எதைச் செய்தால் நாடு முன்னேறும் என்றெல்லாம் அடையாளம் காட்டி, அதற்கான காரணங்கள், தடைகள், அந்தத் தடைகளை எவ்வாறு தகர்க்க வேண்டும் என்பதையும் சொல்லி அவர் வழிகாட்டி விட்டார். அதையே நாங்களும் திருப்பிச் செய்யவேண்டிய தேவையில்லை என்கிறேன். பேசிக்கொண்டே இருக்க வேண்டியதில்லை. அப்படி பேசிக்கொண்டே இருந்தால் ஒரு கட்டத்தில் நீர்த்துப் போகும். காலத்தின் ஓட்டத்திற்கு தகுந்தாற்போல் தேவைகள் மாறும்.

சிலர் சொல்வார்கள், பொதுக்கூட்டத்திற்கு முன்பு போல மக்கள் கூடுவதில்லை என்று. ஏன் மக்கள் வருவதில்லை என்றால் கூட்டங்கள் முன்பு போல நடைபெறுவதில்லை என்பது இருக்கட்டும். பேசுபவர்கள் பேசினால் கூட்டம் வரத்தான் செய்யும்.

முன்பு ஒரு திரைப்படம் பார்ப்பதற்கு பல மைல்கள் நடந்த நிலை மாறி, பின்னர் தூர்தர்ஷனில் வெள்ளிக்கிழமை

'ஒலியும் ஒளியும்' பார்த்திருந்த நிலை மாறி, இப்போது உட்கார்ந்த நிலையிலேயே ஆயிரக்கணக்கான திரைப்படங்களை, வரப்போகிற படங்களையும்கூட பார்க்கிறீர்கள். அதுபோல அரசு தொலைக்காட்சிக்கு மாற்றாக தனியார் தொலைக்காட்சிகள் வந்தன. அதைத் தாண்டி இப்போது யுடியூப் சேனல்கள் வந்துவிட்டன. இரவு நேரங்களில் யுடியூப்பைத் திறந்தால் யார் எதை வேண்டுமானாலும் பார்க்கலாம். எதை பார்ப்பது, எதை தவிர்ப்பது என்று தெரியாமல் நம் தூக்கம் தொலைகிறது.

இந்தச் சூழ்நிலையில், ஒரு பொதுக் கூட்டம் நடைபெறுகிறது என்றால் ஒருவன் இவற்றையெல்லாம் விட்டுவிட்டு வரவேண்டும். என்றாலும், நாங்கள் கூட்டம் சேர்க்கிறோம் என்றால் எங்களுடைய வல்லமையும் திறனும்தான் காரணம் என்று சொல்லவேண்டும்.

மக்களின் தேவைகள் மாறுகிறபோது அந்த தேவைகளுக்கு ஏற்றாற்போல் திட்டங்கள்; அணுகுமுறைகள் மாறுகிறபோது அந்த அணுமுறைகளுக்கு ஏற்றாற்போல் வழிமுறைகள் என ஒரு பரிணாம வளர்ச்சிக்கு ஈடுகொடுக்கின்ற ஓர் அமைப்பு திராவிட முன்னேற்றக் கழகம்.

கடந்த காலத்தில் என்ன செய்ய வேண்டுமோ அதை செய்தோம், இந்தக் காலத்தில் எதைச் செய்ய வேண்டுமோ அதைச் செய்கிறோம். எதிர் காலத்தில் எது தேவையோ அதற்கேற்றாற்போல் அப்போது செய்வோம். எங்களுக்கான குறிக்கோளும் தெரியும். அதை அடைவதற்கான வழிமுறையும் தெரியும். எதிரிகளை சமாளிப்பதற்கான யுக்தியும் தெரியும்.

● பெரியாருக்கு சிலை, நூலகம், அருங்காட்சியகம் என கிட்டத்தட்ட இன்னொரு 'பெரியார் திடல்' போல அமைப்பதற்கான முயற்சி நடக்கிறது. அதற்கான அனுமதியை முதலமைச்சரும் கொடுத்திருக்கிறார். ஆனால் அதற்கும் எதிர்ப்பு வருகிறது. பெரியாருக்கு எதற்கு மீண்டும் சிலை? தமிழ்நாட்டில் அவருக்கு இல்லாத சிலைகளா? என்று சித்தாந்த ரீதியாக எதிர்ப்பது என்பது ஒரு பக்கம் நடந்து கொண்டிருந்தாலும், சீமான் போன்றவர்களும் எதிர்க்கிறார்களே?

எப்போதும் சிலவற்றை வேண்டாம் என்று எதிர்ப்பவர்கள் இருக்கத்தான் செய்வார்கள். அதற்காக எதையும் நிறுத்த முடியாது. வெள்ளையனை எதிர்த்துக் கடுமையாக குரல் கொடுத்த காந்திக்கு பிரிட்டன் நாடாளுமன்றத்தில் சிலை

வைத்திருக்கிறார்கள். முன்பு எந்தப் பகுதிகளிலெல்லாம் பெரியார் பெயர் சொல்லத் தயங்கினார்களோ அங்கெல்லாம் பெரியாரைக் கொண்டாட ஆரம்பித்துவிட்டார்கள். சிலைகள் என்பது தத்துவத்தின் அடையாளம்.

பெரியார் இருந்த காலத்திலேயே அவருக்கு முதன் முதலில் சிலை வைத்தது திருச்சியில்தான். அப்போது பெரியாரிடம், "சிலை வழிபாட்டை எதிர்க்கிற நீங்கள் எப்படி இதை ஏற்றுக் கொண்டீர்கள்?" என்று கேட்டார்கள். அதற்கு பெரியார் "இவன்தான் கடவுளை எதிர்த்தவன் என்று எல்லோருக்கும் தெரியவேண்டும் என்பதற்காகத்தான்..." என்று சொன்னார். அவர் பேச்சு அப்படித்தான் இருக்கும். தன்னை இவன் என்று தான் சொல்வார். வள்ளலாரையே 'இராமலிங்கம்' என்றுதான் சொல்வார்.

"எனக்கு முன்னாடி ராமலிங்கம்னு ஒருத்தன் பேசிக்கிட்டிருந்தான். அவனை கொளுத்திட்டானுங்க" என்று சொல்வார். சிலைகள் வைப்பது என்றால், அதைப் பார்க்கிறவர்கள் "இது யாரு?" என்று கேட்பார்கள். அவர்களைப் பற்றி தெரிந்து கொள்வார்கள் என்பதற்காகத்தான். சென்னை கடற்கரையில் கால்டுவெல், ஜி.யு.போப், வீரமாமுனிவர் சிலைகள் இருக்கின்றன. அந்தச் சிலைகள் இல்லை என்றால் அவர்கள் யாரென்றே பலருக்குத் தெரியாது.

நீங்கள் உங்கள் பிள்ளைகளை அழைத்துக் கொண்டு சென்னை கடற்கரைக்குச் செல்லும்போது "இவர்தான் வீரமாமுனிவர். இத்தாலியிலிருந்து வந்த ஒரு பாதிரியார். இங்கு தமிழ் வளர்த்தார். அதனால் அண்ணா அவருக்கு இங்கே சிலை வைத்திருக்கிறார்" என்று சொல்லிக் கொடுக்க வேண்டும்.

கல்லணைக்கு குழந்தைகளை அழைத்துச் செல்லும்போது "இதுதான் உலகத்திலேயே கட்டப்பட்ட முதல் அணை. இரண்டாயிரம் ஆண்டுகளுக்கு முன்பு கட்டப்பட்டது. இதோ இந்த யானையில் உட்கார்ந்திருக்கிறாரே இவர்தான் நம்ம தாத்தா கரிகாற்சோழன்" என்று குழந்தைகளுக்குக் கற்றுக் கொடுங்கள்.

கல்லணையில் கரிகாற்சோழன் யானையில் உட்கார்ந்திருப்பதும், தஞ்சை பெரிய கோயில் வாசலில் இராஜராஜசோழன் சிலை இருப்பதும் வரலாற்றின் அடையாளங்கள். தலைவர்களின் சிலைகள் என்பது சமுதாயத்தின் மாற்றத்திற்கான அடையாளம் என்பதை காட்டுகிறது. இதை

எதிர்ப்பவர்கள் இருக்கத்தான் செய்வார்கள். அவர்கள் அந்த சிலைகளுக்குப் பின்னால் இருக்கிற கருத்துகளை பார்க்கிறபோது, அந்தக் கருத்துக்கு மாறானவர்கள் விமர்சித்துக் கொண்டுதான் இருப்பார்கள்.

- சே குவேராவைப் பற்றி குறிப்பிட்டீர்கள்... இப்போது சேகுவேரா டிசர்ட் போடுவது, பெரியார் டிசர்ட் போடுவது என்பதை ஒரு ஃபேஷனாக இந்த தலைமுறையினர் பார்க்கிறார்கள். ஆனால் சேகுவேராவை, பெரியாரை எந்த அளவுக்கு படித்திருக்கிறார்கள் என்று தெரியவில்லை. ஆனால் இவர்களைப் பற்றி பேசும்போது முற்போக்குவாதி என்கிற ஓர் அடையாளம் கிடைக்கிறது எங்களைப் போன்ற இளைஞர்களுக்கு. அப்படிப்பட்ட இளைய தலைமுறையினருக்கு நீங்கள் பெரியாரிடமிருந்து இதை கண்டிப்பாக கற்றுக்கொண்டே ஆக வேண்டும் என்று எதைச் சொல்வீர்கள்?

விடாமுயற்சி, எதிர்ப்புகளைக் கண்டு சோர்ந்து போகாதிருத்தல், நீர்த்துப் போகாமல் ஒரு முடிவில் தெளிவாக இருப்பது, எதிர்ப்பின் வலிமை கண்டோ அல்லது அவர்களின் பின்புலத்தைப் பார்த்தோ நான் என்னுடைய நிலையில் நீர்த்துப் போவேனேயானால், என்னுடைய முயற்சியில் தோற்றுப் போனேன் என்றே பொருள். அதனால் தெளிவாக முடிவெடுத்த பின்னால் அதில் உறுதியாக இருக்கவேண்டும். எவ்வளவு எதிர்ப்புகள் வந்தாலும் அதைப் பற்றி கவலைப்படக் கூடாது. யாருமே இல்லை என்றாலும், நான் அவர் வழியில் போய்க் கொண்டேதான் இருப்பேன் என்கிற ஒரு மனத்திட்பம் வேண்டும்.

- பெரியார், அண்ணா குறித்து குறைந்த நேரத்தில் எவ்வளவு அதிகமான தகவல்களைச் சொல்லமுடியுமோ அவ்வளவு தகவல்களைச் சொல்லி இருக்கிறீர்கள். மிகவும் நன்றி சார்.

நன்றி, வணக்கம்.

நேர்கண்டவர்: விஷன்.வி
கலாட்டா வாய்ஸ்,
செப்டம்பர் 17, 2021

9
அண்ணா எந்த அளவுக்கு உங்களுக்கு வியப்புக்குரிய மனிதராகத் தெரிகிறார்?

● இன்று அறிஞர் அண்ணாவின் பிறந்த நாள். அவர் தி.மு.க.வை தோற்றுவித்தவர். அவர் இறக்கும்போது உங்களுக்கு பதினைந்து வயதிருக்கும் என்று நினைக்கிறேன். ஒரு சிறுவனாக அவரை நீங்கள் பார்த்திருக்கிறீர்கள். அந்தக் காலம் பற்றிய உங்களின் நினைவுகள் என்னவாக இருக்கிறது?

அண்ணா மறைந்து 52 ஆண்டுகள் ஆகின்றன. ஒரு நூறு ஆண்டு கால வரலாறு தமிழ்நாட்டில் மாறியது அல்லது தொடங்கி வைக்கப்பட்டது என்பது அறிஞர் அண்ணா அவர்களால்தான். ஓர் எளிமையான மனிதரால் மிகப்பெரிய சரித்திரம் படைக்க முடியும் என்பதற்கு இலக்கணமாகத் திகழ்ந்தவர் அறிஞர் அண்ணா. பெரிய குடும்பத்தில் பிறந்தவர்கள், புகழ் பெற்றவர்களால்தான் ஏதாவது சாதிக்க முடியும் என்றிருந்த காலகட்டத்தில், அடையாளம் காட்டமுடியாத பின்னணி கொண்ட ஒரு குடும்பத்தில் மிக எளிமையான பின்னணியோடு பிறந்து, வறுமையில் வாழ்ந்து, தன்னுடைய அறிவினாலும், திறமையினாலும், உழைப்பினாலும், சிந்தனையினாலும், தொடர்ச்சியான எழுத்தாலும் பேச்சாலும் உலக சரித்திரத்தில் அண்ணா இடம் பெற்றிருக்கிறார்.

அண்ணாவை ஒரு கட்சியினுடைய நிறுவனராக மட்டுமே பார்க்காமல் ஓர் இனத்தின் எழுச்சியாக, ஒரு வரலாற்றின் மாற்றமாக, தொடக்கமாக பார்க்கவேண்டும் என்பதுதான் நான் முதலில் சொல்ல விரும்புவது.

தமிழ் இனம், தமிழ் நாடு, தமிழ் மொழி என்கின்ற உணர்வுகள் மீண்டும் தழைக்க ஆரம்பித்தது அறிஞர் அண்ணாவின்

காலத்திற்குப் பிறகுதான். தமிழன் தான் கீர்த்தி பெற்றவன் என்பதையும், தமிழ் மொழி எவ்வளவு தொன்மையானது, தனிச்சிறப்பு வாய்ந்தது என்பதையும் மறந்திருந்த காலம். பிற மொழிக் கலப்பும், பண்பாட்டு படையெடுப்புகளும், கலாசார ஊடுருவல்களும் மற்ற எல்லா இனங்களையும் மொழிகளையும் பாதித்திருந்தது போல தமிழையும் பாதித்திருந்தது உண்மை. அதிலிருந்து எல்லாவற்றையும் மீட்டெடுத்த மனிதர் அவர். ஆகவே, அண்ணா என்பவர் ஒரு தனி மனிதர் அல்ல; அவர் ஒரு சரித்திரம்; சகாப்தம்!

அண்ணாவைப் பற்றி ஒரு நாள் முழுவதும் பேசிக்கொண்டே இருக்கலாம் என்பதுகூட குறைவான ஒன்றுதான். தமிழனுக்கு மொழி என்பது ஒரு காலத்தில் வெறும் பேச்சுக்கான, கருத்துகளை வெளிப்படுத்துவதற்கான சாதனம் என்ற நிலையிலிருந்து மாறி மொழியை ஒரு பண்பாட்டின் அடையாளமாக, ஓர் இனத்தின் அடையாளமாக உணர வைத்ததே அண்ணாதான்.

உலக சரித்திரத்தைப் பார்ப்பீர்களானால் ஓர் இனமோ, ஒரு நாடோ ஒரு காலகட்டத்தில் விழிப்புணர்வு பெற்று எழுச்சி பெற்றதென்றால் அதற்குக் காரணம் யாரோ ஒரு தனி மனிதர் அல்லது தலைவராக மட்டுமே இருக்க முடியும். இதற்கு உலகின் பல நாடுகளில் பல உதாரணங்கள் உண்டு. தமிழ்நாட்டைப் பொறுத்தவரை, தமிழ்நாட்டில் பிறந்து இந்திய அளவில் பெரும் பாதிப்பை ஏற்படுத்தியவர் அறிஞர் அண்ணா.

அண்ணா ஒரு தென்றலைப் போல் தவழ்ந்தார். ஆனால் புயலைப் போல் மாற்றங்களை ஏற்படுத்தினார். புயல் என்பது எல்லாவற்றையும் புரட்டிப் போடக்கூடியது. இருந்ததை எல்லாம் தலைகீழாக இப்படி இருந்ததா என்கிற நிலைகூட தெரியாமல் மாற்றிவிடும். ஆனால் இந்த அண்ணா எனும் புயல் என்பது ஓர் ஆக்கப்பூர்வமானது. நம்மிடம் பரவியிருந்த மூடத்தனங்கள், மடமை போன்றவற்றை எல்லாம் அகற்றுகின்ற ஒரு தென்றல் புயலாக மாறிய வரலாறு அவருடையது.

அவருடைய தனிச்சிறப்பு கற்றோரையும் கவர்ந்தார்; பாமரர்களையும் ஈர்த்தார். இப்படி இரு தரப்பினரையும் ஒருசேர தன் பக்கம் கொண்டு வந்த தலைவர்களை நீங்கள் காண்பது அபூர்வம். சிலர் மேல்மட்டத்தோடு நின்று விடுவார்கள்; சிலர் கற்றவர்களை மட்டுமே வசீகரிப்பார்கள்; சிலர் பாமரர்களின்

தலைவர்களாக இருப்பார்கள். ஆனால் எல்லா தரப்பினரையும் ஈர்க்கின்ற, எல்லா தரப்பினர் மனங்களையும் ஆக்கிரமிக்கின்ற ஒரு தலைவனாக அண்ணா இருந்தார் என்பதுதான் ஆச்சர்யம். அதனால்தான் அவர் மறைந்தபோது கண்ணீர் வடித்த கூட்டம் இதுவரை உலகத்தில் வேறு எந்த தலைவருக்கும், எந்த நாட்டிலும் வராத அளவுக்கு இறுதி நிகழ்ச்சிக்கு வந்தார்கள் என்பதை கின்னஸ் பதிவு செய்திருக்கிறது.

அண்ணாவின் எழுத்துகளைப் பார்த்து எழுத ஆரம்பித்தவர்கள் பலருண்டு. அண்ணாவின் எழுத்துப் பாணி என்று ஒன்றுண்டு. அண்ணாவின் பேச்சுப் பாணி என்று ஒன்று உண்டு. அதாவது, புலவர்களின் மன்றங்களில் இருந்த தமிழை ஆலமரத்தடியில் இருக்கிற ஒரு சராசரி மனிதனுடைய புழக்கத்திற்கு கொண்டு வந்தவர் அண்ணாதான்.

மேடைகளில் நல்ல தமிழ்; பிற மொழிகள் கலவாத உரையாடல். இன்றைக்கு நீங்களும் நானும் பேசும்போதுகூட சமஸ்கிருதச் சொற்களைத் தவிர்க்கிறோம். நான் டெல்லியில் வேறு சில மாநிலத்தினரை, வேறு மொழி பேசுகிறவர்களை "உங்கள் மொழியில் வணக்கம் என்ற சொல்லுக்கு ஈடான சொல் உண்டா?" என்று கேட்டால் தடுமாறுகிறார்கள். இங்கே 'நமஸ்தே' என்று சொல்கிறார்கள். அது சமஸ்கிருதச் சொல் என்றுகூட அவர்களுக்குப் புரிவதில்லை. ஆனால், ஒரு காலகட்டத்தில் மணிப்பிரவாளத் தமிழ் என்று சொல்வார்கள். அதையும் தாண்டி சமஸ்கிருத கலப்புடனே தமிழ் மேடைகளில், பேச்சில், எழுத்துகளில் இருந்தது.

நம்முடைய பழங்கால இலக்கியங்கள் கடுமையான சொற்களால் ஓர் ஆசிரியரின் உதவி இல்லாமல் அதை புரிந்துகொள்ள முடியாது என்கிற நிலையில் இருந்தபொழுது இலக்கியம் படைப்பவனாக ஓர் உழைப்பாளி மாறுகிறான். இதற்கான காரணங்களை எல்லாம் ஆராய்கிறபோதுதான் அது ஓர் ஆய்வுக்குரிய மனிதரின் வரலாறாகவே தெரியும்.

● நீங்கள் திராவிட முன்னேற்றக் கழகத்தின் ஒரு முக்கியமான பேச்சாளர். ஒரு பேச்சாளராக அறிஞர் அண்ணா எந்த அளவுக்கு உங்களைப் பாதித்திருக்கிறார்?

உதாரணமாக, ஒரு விவாதத்தில் பேசி வெல்கிறபோது "தி.மு.க.காரர்கள் அப்படித்தான் பேசுவார்கள்" என்று

சொல்வார்கள். எல்லோருக்கும்தான் பேசத் தெரியும். தி.மு.க.காரர்களுக்கு மட்டுமா பேசத்தெரியும்? ஆனால், தெளிவாகவும் சரியாகவும் தி.மு.க.காரர்களால் பேசமுடியும். அதற்குக் காரணம், எங்கள் தலைவர்கள் எங்களை வெறும் தொண்டர்களாக மட்டுமே வளர்க்கவில்லை. தங்களில் ஒருவராக, தங்களுக்குத் தெரிந்ததை எங்களிடம் கொண்டு சேர்ப்பவர்களாக, அவர்கள் மூலமாக என்ன மாற்றம் ஏற்பட வேண்டும் என்பதைப் புரிந்து நாங்கள் களத்திற்கு வரவேண்டும் என்று எங்களைத் தயார்படுத்தினார்கள்.

அதனால்தான் அண்ணாவின் பேச்சுக்கள் போலவே அண்ணாவின் கடிதங்கள், எழுத்துக்கள் எல்லாமே உலக வரலாற்றை, பல்வேறு நாடுகளில் நடந்த பல சரித்திர சம்பவங்களை, தனி மனித வாழ்க்கையின் பின்னணிகளை சொல்லிச் சொல்லி உருவாக்கினார். சித்தாந்த கருத்து விவாதமாகவோ, கொள்கை அளவிலான பேதங்களாகவோ அல்லது ஒரு கருத்தை வலியுறுத்துவதாகவோ இருக்கலாம். அதில் கழகத்தைச் சேர்ந்தவர்கள் தெளிவாகப் பேசுவார்கள்.

அண்ணா 'தம்பிக்கு' என்று கடிதங்கள் எழுதினார் என்றால், அண்ணாவின் வழியில்தான் கலைஞரும் 'உடன்பிறப்பே' என்று எழுதினார். அதாவது தலைவர் என்ன நினைக்கிறார் என்பது கடைக்கோடி தொண்டனுக்கும் தெரியும். ஏன் இப்படி செய்கிறார் என்பதும் தெரியும். ஒரு செயலில் கழகம் ஈடுபடுகிறபோது அதற்கான விளக்கத்தை கொடியைத் தாங்குகின்ற ஒரு தொண்டன் சொல்வான் என்கிற அளவுக்கு பக்குவப்படுத்தினார்.

நீங்கள் கேட்டது போல, அண்ணா மறைகிறபோது நான் ஒன்பதாவது வகுப்பு படித்துக் கொண்டிருந்தேன். ஆனால் அதற்கு முன்பாகவே எனக்கு அண்ணாவைத் தெரியும். அண்ணா மறைந்த போது வீடுகள்தோறும் வாசலில் அண்ணாவின் படத்தை வைத்து எல்லோரும் ஒரு மாலை அணிவித்து இரங்கல் தெரிவித்த ஒரு காட்சியை நான் பார்த்திருக்கிறேன். நன்றாக நினைவிருக்கிறது. ஒரு தைப் பூசம் அன்று இரவு அண்ணா மறைகிறார். நான் பிறந்து வளர்ந்த திருச்சியில் நான் குடியிருந்த ஆண்டாள் தெருப் பகுதியில் அந்த இரவு முழுவதும் சாமி ஊர்வலங்கள் சென்று கொண்டிருக்கும். அவையெல்லாம் ஒரு குறிப்பிட்ட நேரத்திற்குப் பின்னால் முழக்கங்கள் இல்லாமல், இசைக்கருவிகள் இசைக்காமல் அமைதியாகச் செல்ல ஆரம்பித்தன.

மிகச் சரியாக சொல்லவேண்டுமானால், நான் அப்போது நான்காம் வகுப்போ ஐந்தாம் வகுப்போ படித்துக் கொண்டிருந்தேன். வயது எட்டோ ஒன்பதோ இருக்கலாம். நான் வாழ்ந்த பகுதியில் நகராட்சி மன்ற தேர்தலில் ஒரு கவுன்சிலர் பொறுப்புக்கு கழகத்தைச் சேர்ந்த நாகசுந்தரம் என்பவர் போட்டியிடுகிறார். பின்னாளில் அவர் சட்டமன்ற உறுப்பினர் ஆனார். அப்போது தான் வண்ண துண்டுப் பிரசுரம் ஒன்றில் உதயசூரியன் படம், 'எங்கள் ஓட்டு உதயசூரியனுக்கே' என வீடுகளில் ஒட்டச் சொல்லித் தருவார்கள். அதுவரை அப்படியொரு பளிச்சென்ற துண்டுப் பிரசுரங்களை நான் பார்த்தது கிடையாது. அதுவரை வெள்ளை நிற சாதாரண தாளில் ஊதா நிறத்தில்தான் எழுத்து இருக்கும். கூட்டத்துக்குக்கூட அப்படித்தான் விளம்பரம் செய்வார்கள்.

அந்தத் தேர்தலில் நாகசுந்தரம் தோற்றுப் போகிறார். காங்கிரஸ் கட்சிக்காரர் வெற்றி பெறுகிறார். வெற்றி பெற்றவர் வீடுதோறும் ஒரு இனிப்பு லட்டு கொடுக்கிறார். லட்டு என்பது அப்போது சிறந்த பலகாரம். தீபாவளிக்குக்கூட வெல்லம் கலந்த பலகாரங்களைத்தான் நம்முடைய சாதாரண குடும்பங்களில் பயன்படுத்துகிற காலம். அப்படிப்பட்ட காலத்தில் எனக்கும் ஒரு லட்டு கிடைத்தபோது மகிழ்ச்சியாக இருந்தது. நான் எதை வாங்கினாலும் அப்படியே சாப்பிடுகிற பழக்கம் எப்போதுமே எனக்குக் கிடையாது. ஆகவே, நான் இந்த லட்டோடு வீட்டுக்குப் போனபோது அம்மா "இது ஏது தம்பி?" என்று கேட்டார்கள். நான் "தேர்தலில் வெற்றி பெற்றாரே அவர் கொடுத்தார்" என்று சொன்னேன். "அவர் யார் தெரியுமா?" என்று அம்மா கேட்டார். "தெரியாது" என்றேன். "அவர் யாரைத் தோற்கடித்தார் தெரியுமா?" என்று கேட்டார். "நாகசுந்தரத்தை" என்றேன். "அவர் அண்ணா கட்சிக்காரர். அண்ணா கட்சியில் இருப்பவர்கள் ஏழைகளுக்கு உதவுபவர்கள். சாதாரணமானவர்கள். எந்த நேரத்திலும் அவர்களைப் போய் பார்க்கலாம் என்ற நிலையில் உள்ளவர்கள். அவர்களின் ஆட்கள் தோற்பதைக் கொண்டாடக் கூடாது. அதனால் நீ அதை வாங்கியது தவறு" என்றார். நான் "அம்மா... லட்டுமா..." என்று ஆசையாகச் சொல்கிறேன். "இருந்தாலும் அதை திருப்பிக் கொடுத்துவிடு. அப்படி திருப்பிக் கொடுப்பது உனக்குச் சரியாகப் படவில்லை என்றாலோ, அவர்கள் வாங்கிக்கொள்ளவில்லை என்றாலோ, வேறு யாருக்காவது கொடுத்துவிடு. நீ சாப்பிடாதே" என்று சொன்னார்கள். அப்போது என் மனதில் 'அண்ணா கட்சி

என்பது ஏழை எளியவர்களுக்குப் பாடுபடுகிற கட்சி. அதன் தோல்வி கொண்டாடப்படக்கூடிய ஒன்றல்ல' என்று அப்போது என் மனதில் பதிந்தது. இதெல்லாம் ஆரம்ப காலத்தில்.

பின்னர் நான் பள்ளிப் படிப்பு படிக்கிறபோது அண்ணா மறைகிறார். அவர் முதலமைச்சர். அவருடைய சாதனைகள் எல்லாம் தெரியாத வயது. காங்கிரஸ் என்றால் சிவாஜி என்றும், தி.மு.க. என்றால் எம்.ஜி.ஆர். என்றும் பள்ளிக் கூடத்தில் மாணவர்கள் மத்தியில் அப்படியொரு கருத்து இருந்தது. விபரம் தெரிந்து கூட்டங்களுக்குப் போகிறபோது கலை நிகழ்ச்சிகள் நிறைய நடக்கும். சிவகங்கை சேதுராஜன், முருகு பாண்டியன் போன்றவர்களின் கலைநிகழ்ச்சிகள் நடக்கும். பெருங்கூட்டம் கூடும். அதையெல்லாம் நான் எதிரே உட்கார்ந்து கேட்டவன்.

கல்லூரிக்குள் நுழையும்போது நான் சேர்ந்தது அரசு பெரியார் கல்லூரி. அங்கே எனக்குப் பெரியாரின் ஈர்ப்பு இருந்தது. நான் அண்ணாவைப் படிக்க ஆரம்பித்தபோது அந்த ஈர்ப்பு என்பது எல்லை மீறி போகிறது. அண்ணாவின் பேச்சைக் கேட்டு மயங்குகிற வயதைப் பெறாதவன் நான். ஆனால் அண்ணாவின் எழுத்துகளைப் படிக்கிறபோது அவர் மீது மோகம் ஏற்பட்டது. மோகம் என்றுதான் சொல்ல வேண்டும். அண்ணாவின் எழுத்து நடை, அதிலிருந்த கருத்துப் பிரவாகம், அழுத்தம், வாதங்கள், இலட்சிய நோக்கங்கள் இவையெல்லாம் என்னை ஈர்த்து எனக்குள் கழகம் என்பது இரண்டறக் கலந்து விட்டது.

- இன்றைக்கு தி.மு.க. ஒரு மாபெரும் இயக்கமாக வளர்ந்திருக்கிறது. அன்றைக்கு தி.மு.க. ஆரம்பிக்கும்போது அண்ணா, கலைஞர் போன்றவர்களெல்லாம் பேசும்போது வீதி வீதியாக பிரச்சாரம் செய்யும்போது இளைஞர்கள் பூங்காக்களில் நின்று துண்டுப் பிரசுரம் கொடுத்து பிரச்சாரம் செய்யும்போது இது ஒரு தீவிரவாத இயக்கம். அமெரிக்காவில் இருந்தெல்லாம் இதற்கு காசு வருகிறது என்றெல்லாம் பேசியதாக பலரும் சொல்லக் கேள்விப்பட்டிருக்கிறேன். ஆக, அன்றைக்கு இவ்வளவு விமர்சனங்கள், குற்றச்சாட்டுகள் எல்லாவற்றையும் தாண்டி அண்ணா என்கிற ஒரு மனிதரால் பிரச்சாரம் செய்து, கட்சியை மக்களிடம் கொண்டு சேர்த்து வெற்றி பெற்று ஆட்சியில் அமர்வதற்கான ஒரு காலகட்டம் இருக்கிறதல்லவா, அந்த காலகட்டங்களை இன்று நீங்கள் யோசிக்கும்போது அண்ணா எந்த அளவுக்கு உங்களுக்கு வியப்புக்குரிய மனிதராகத் தெரிகிறார்?

வெற்றி பெறுகிற எல்லோர் மீதும் விமர்சனங்கள் இருக்கும். முன்னேறுகிற எல்லோர் மீதும் ஏதாவது குறை கண்டுபிடிக்கும் ஒரு கூட்டம் எப்போதும் இருக்கும். உங்கள் பின்னால் நின்று யாராவது நாலு பேர் விமர்சிக்கிறார்கள் என்றால், நீங்கள் அவர்களுக்கு முன்னால் இருக்கிறீர்கள் என்று பொருள். இந்தத் தெளிவு வரவேண்டும். அப்படி பார்ப்போமானால், கழகத்தின் மீதும், அண்ணாவின் மீதும் நிறைய விமர்சனங்கள் வைக்கப் பட்டிருக்கின்றன. ஆனால், நீங்கள் ஒரு ஜனநாயக நாட்டில் வென்றெடுக்க வேண்டியது மக்களைத்தான். எவ்வளவு பெரிய கூட்டத்திலும் இரண்டாயிரம், பத்தாயிரம் பேர் கூடியிருக்கிற கூட்டத்திலும்கூட இரண்டு பேர் முணுமுணுத்துக் கொண்டுதான் இருப்பார்கள். அது நமக்கு நெருடலாகத்தான் இருக்கும். ஆனால், அதை கடந்துதான் செல்லவேண்டும். அதனால்தான் "வாழ்க வசவாளர்கள்" என்று அண்ணா சொன்னார்.

அண்ணாவின் இப்படியான சொற்றொடர்கள் மிகவும் புகழ்மிக்கவை. "மாற்றான் தோட்டத்து மல்லிகைக்கும் மணமுண்டு", "ஒன்றே குலம் ஒருவனே தேவன்", "எல்லோரும் இந்நாட்டு மன்னர்", "கடமை கண்ணியம் கட்டுப்பாடு", "இப்படை தோற்கின் எப்படை வெல்லும்" அண்ணா இவ்வாறு சின்னச் சின்ன சொற்றொடர்களைப் பயன்படுத்துவார். இவற்றை எல்லாம் அவர் சொல்கிறபோதே நாங்கள் எல்லாம் உணர்ச்சிப்பிழம்பாக மாறுவோம்.

அண்ணா நிறைய கற்றார். கன்னிமாரா நூல் நிலையத்தில் உள்ள ஒட்டுமொத்தமான நூல்களையும் படித்தார் என்று சொல் கிறார்கள். "நான் படிக்கிற காலம் வரை என்னைப் போல் சாதுவான பிராணி இல்லை; இப்போது என்னைப் போல் தொல்லை தருகிற மிருகம் யாரும் இல்லை" என்று அண்ணாவே சொல்வார். கற்க கற்க நம்மிடம் இருக்கிற ஐயங்கள் விலகும். ஐயங்கள் எழுகிறபோது அதைத் தீர்க்கின்ற ஆற்றல் பெற்ற மனிதராக அண்ணா தன்னை பக்குவப்படுத்திக் கொண்டார்.

அண்ணாவின் சிறப்புகளில் ஒன்று, அவர் ஒரு கருத்தைச் சொல்கிறபோது, எதிரே இருப்பவர் ஒரு கேள்வி கேட்க நினைப்பார் என்று நினைத்தால், அந்தக் கேள்வியை அண்ணாவே சொல்லி, அதற்குரிய பதிலையும் சொல்லி விடுவார். ஆகவே, அவர் பேச்சு முடிகிறபோது எதிரே இருப்பவர்களுக்கு கேள்வி கேட்கிற வாய்ப்பு இல்லாமல் போகும்.

அண்ணா 'திராவிட நாடு' கோரிக்கையைக் கை விடுகிற போது, 'நண்பர்களுக்கு அண்ணா' என்று எழுதினார். அவர்களுக்கு என்னவெல்லாம் கேள்விகள் வருமோ அவற்றை எல்லாம் இவரே கேட்டு விட்டு, அதற்கு விடை சொன்னார். ஆக, நாங்கள் 'திராவிட நாடு' கேட்ட வேகமும் உண்டு; அதைக் கைவிட்டபோது அதை நியாயப்படுத்தியதும் உண்டு.

தேர்தலில் தோற்ற அடுத்த நாளே ஒரு பெரிய கூட்டத்தைக் கூட்டி 'ஏன் தோற்றோம்' என்பது பற்றி பேசுகிற வல்லமை படைத்த தலைவர் அவர். நாங்கள் கல்லூரி மாணவர் தேர்தலில் ஈடுபட்ட நாட்களில் பல தேர்தல்களில் தோற்றிருக்கிறோம். ஆனால் தோற்றுவிட்டு ஊர்வலம் போவோம். பார்ப்பவர்களுக்கு நாங்கள் தான் வெற்றி பெற்றதைப் போல தோன்றும். காரணம் நாங்கள் எண்ணிக்கையில் தோற்றிருக்கலாமே தவிர, எங்களிடம் எழுச்சி அதிகரித்து இருக்கும்.

வெளிநாட்டுப் பணம் என்பதெல்லாம் இப்போது யார் யாரோ பேசுவது, அதைப் பற்றி எல்லாம் அப்போது வாய்ப்பே கிடையாது.

மக்களின் அன்றைய தேவைகள், அவர்களுக்குச் செய்ய வேண்டியது என்ன என்று ஓர் இலக்கைத் தேர்ந்தெடுத்து, அந்த இலக்கை வென்றடைவதற்கான வழிமுறைகளைக் காட்டி முதலில் அவர்கள் இருந்த நிலை, பின்னர் இழந்தது, இழந்ததற்கான காரணம், மீண்டும் பெறுவதற்கான அவசியம், பெறுவதற்கு என்ன செய்ய வேண்டும் என்று திட்டமிட்டு, அவர்களைத் தயார்படுத்தி களத்தில் இறக்கினால், அந்தப் படையின் வலிமையை நீங்கள் கற்பனை செய்யவே முடியாது. பெயரளவிற்கு ஆட்களை சேர்த்துக் கொண்டு போவதல்ல. இதுதான் இலட்சியம். அந்த இலட்சியத்திற்குக் காரணம் இது என்று சொல்கிறபோது அதில் ஈடுபடுகிறவர்கள் - வியட்நாம் வெற்றி பெற்றதற்கு என்ன காரணம்? வயல் காட்டில் இருந்து கொண்டு விமானத்தை நோக்கி கல்லை எறிந்து கொண்டிருந்தார்கள். இப்படி உலகில் பல உதாரணங்களைச் சொல்லலாம்.

பாமர மக்கள் பெரும் வல்லமையான சக்தியை எதிர்த்து வந்திருக்கிறார்கள். அதுபோல அப்போது பணபலம் படைத்த காங்கிரஸ் கட்சியைப் பார்த்து அண்ணா சொல்வார். "நான் கொட்டிக் கிடக்கிற செங்கல்; நேரு கட்டி முடிக்கப்பட்ட கோபுரம்" என்று. அன்று கொட்டிக் கிடந்த செங்கற்கள்தான்

இன்றைக்கு மிகப்பெரிய கோட்டையாகி இருக்கிறது. இதற்கு பணம் காரணம் அல்ல; தலைவர்களுடைய திறமை, வல்லமை, ஈடுபாடு.

"மக்களிடம் சென்று அவர்களோடு வாழ்ந்து, அவர்களோடு பழகி, அவர்களை நேசித்து, அவர்களுக்கு என்ன தெரியும் என்பதிலிருந்து ஆரம்பி" என்று வழிகாட்டினார் அண்ணா. அவர்களிடம் என்ன இருக்கிறதோ அதிலிருந்து தொடங்கு என்றார்.

அண்ணாவை எங்கு வரக்கூடாது என்றார்களோ அந்த இடத்திற்குச் சென்று ஆங்கிலத்தில் பேசினார். புலவர்களிடம் சென்று இலக்கியம் பேசினார். சாதாரண மக்களிடம் சென்று அரசியல் பேசினார். அவர் இடம் அறிந்து, பொருள் அறிந்து, ஆட்களின் குணம் அறிந்து பேசியிருக்கிறார். நீங்கள் வரலாற்றில் இப்படி ஒரு மனிதரைக் கண்டறிவதே மிகவும் கடினம்.

- இவ்வளவு விசயம் சொல்கிறீர்கள். ஆனால், பெரியார் பற்றி இன்னும் பேசுகிறோம். தமிழகத்தில் பெரியாரைப் பற்றி பேசாத தினங்கள் இல்லை என்றுகூட சொல்லலாம். அவர் மீதான விமர்சனம், பிரச்சாரம் என எப்படியோ ஒரு வகையில் பெரியாரைப் பற்றி இங்கே பேசிக்கொண்டே இருக்கிறார்கள். அதற்குப் பிறகு கலைஞர் பற்றியும் பேசுகிறார்கள். கலைஞர் நீண்ட காலம் அரசியலில் இருந்திருக்கிறார். பல முறை முதலமைச்சராக இருந்திருக்கிறார். இதற்கிடையில் அண்ணாவைப் பற்றி இப்போது நீங்கள் பேசிய விசயங்கள் இன்றைய இளைஞர்களுக்குத் தெரியுமா என்றால், தெரிந்திருக்க வாய்ப்பில்லை. ஏனென்றால் அண்ணாவைப் பற்றி பெரிய அளவில் பேசப்படவில்லை. ஓர் இயக்கத்தை கட்டி அமைத்த, இவ்வளவு வேலைகளையும் செய்த, போராடிய அண்ணாவைப் பற்றிய விவாதங்கள் இப்போது நடைபெறாததற்கு என்ன காரணம்?

அதற்கு இரண்டு காரணங்கள். பெரியார் எடுத்து வைத்த கருத்துகளும், அவரது இலட்சியங்களும் பெரும் எதிர்ப்பை சந்திக்கக் கூடிய ஒன்று. அவர் ஒரு குறி வைக்கிறார். அந்தக் குறிக்கு ஆளாகிறவர்கள் எதிர்க்கிறார்கள். அண்ணாவின் அணுகுமுறை என்பது வேறு. அவர் எல்லோரையும் இணக்கமாகக் கொண்டு வருகிற நிலையில் இருந்தார். இதுதான் பெரியாருக்கும் அண்ணாவுக்கும் உள்ள சிறிய வேறுபாடு. பெரியார் புயலாகவும், அண்ணா தென்றலாகவும் இயங்கியவர்கள். பெரியார் பிறந்ததற்குப் பின்னர்

தான் இழிவு என்பது என்ன என்பதே நமக்குத் தெரிந்தது. நான் முன்பே அண்ணாவைப் பற்றி சொல்கிறபோது மொழி, இனம், அடையாளம் பற்றி சொன்னேன்.

பெரியார் ஒரு கூட்டத்தில் பேசுகிறபோது, எதிரில் இருக்கிறவனைப் பார்த்து "வேசிக்குப் பிறந்தவனே..." என்று பேசினார். என்ன இப்படி பேசுகிறார் என்று எல்லோரும் அதிர்ந்து போனார்கள். அந்த தைரியம் அவருக்கு மட்டும்தான் இருந்தது. பிறகு அதற்கு அவர் விளக்கம் சொல்வார். சூத்திரன் என்பதற்கு விளக்கம் அதுதான் என்பார். அவன் மறைமுகமாகச் சொன்னான். நான் நேரடியாகச் சொல்கிறேன் என்று சொன்னார். யார் அப்படி சொல்லிக் கொண்டிருந்தார்களோ அவர்கள் எதிர்முகாமுக்கு வருகிறார்கள். அது இன்னமும் தொடர்கிறது.

தலைவர் கலைஞரைப் பொறுத்தவரை ஆட்சியில் இருந்த போது, ஆட்சிக்கு வரமுடியாத எதிர்ப்பு, அதற்கும் அப்பாற்பட்டு அவர் சில விசயங்களைக் கையாளுகிறபோது அவரது வளர்ச்சியை, திறமைகளை ஏற்றுக்கொள்ள மனமில்லாதவர்களால் விமர்சனங்கள் இருக்கும். உலகம் முழுவதும் வாழ்ந்த மிகப்பெரிய தலைவர்கள் மீது யாராவது எதையாவது கருத்து வேறுபாடின் காரணமாக சொல்லிக் கொண்டுதான் இருப்பார்கள்.

அண்ணாவைப் போலவே அவரைவிடவும் நலிந்த குடும்பத்தில் பிறந்த கலைஞர் திறமையினால், உழைப்பினால், தியாகத்தினால் உயர்கிறார். அதை ஏற்றுக்கொள்ள இயலாதவர்கள் அல்லது சகித்துக்கொள்ள முடியாதவர்கள், பொறாமை குணம் கொண்டவர்கள் அந்த இடத்திற்கு வருவதற்கு முயல்வதைவிட யார் அந்த இடத்திற்கு வந்திருக்கிறார்களோ அவர்களை வெறுப்பது, எதிர்ப்பது, விமர்சிப்பது அந்த நிலையில் தலைவர் கலைஞர் இருந்தார்.

அண்ணாவின் மீது விமர்சனமே இல்லையா என்று நீங்கள் கேட்கலாம். இருந்தது. அண்ணாவை 'கேவலமான தாய்க்குப் பிறந்தவர்' என்று ஒரு பலகையில் எழுதி வைத்ததுகூட உண்டு. அந்தப் பலகையைக் கழகத்தினர் அகற்றச் சென்றபோது அண்ணா எடுக்க வேண்டாம் என்கிறார். மாலை நேரம் கருத்த பிறகு அந்த இடத்தில் பெட்ரோமாக்ஸ் விளக்கு வைக்கச் சொல்கிறார். இது அவருடைய குணம். அப்படி ஒரு சூழ்நிலையில் அண்ணாவின் மீதும் விமர்சனம் இருந்தது.

வெகுவிரைவில் அறுபதுக்கு சற்று குறைவான வயதில் அண்ணா மறைந்துவிட்டார். பாரதியார் 39 வயதில் மறைந்தார். விவேகானந்தரும் 39 வயதில் மறைந்தார். பட்டுக்கோட்டை கல்யாணசுந்தரம் 27 வயதிலேயே மறைந்தார். ஆனால், இன்றைக்கும் திரை இசைப் பாடல்களில் பட்டுக்கோட்டைக்கு நிகர் யாருமில்லை.

அண்ணா வாழ்ந்த காலம் குறைவு. ஆனால், அவரால் ஏற்பட்ட அரசியல், சமூக மாற்றம், மொழி வளர்ச்சி என்பது அதிகம். விமர்சனங்களை விட அவருடைய வளர்ச்சி அதிகமாக இருந்தது. ஆட்சிக்கு வந்த குறுகிய காலத்திலேயே அண்ணாவின் அணுகுமுறைகள் மத்திய அரசோடு இணக்கம் காட்டுவதாக இருந்தாலும் உரிமையில் நிலையாக நின்று பேசினார்.

அதுபோல, நாடாளுமன்றத்தில் அவர் எடுத்து வைத்த வாதங்கள். "தமிழ்நாடு என்ற சொற்றொடரை நீங்கள் கண்டுபிடித்தீர்களா?" என்று கேட்டதற்கு, "தமிழ்நாடு என்ற சொல் சிலப்பதிகாரத்திலும் மணிமேகலையிலும் இருக்கிறது" என்று அண்ணா மேற்கோள் காட்டுகிறார். "தமிழ்நாடு என்று பெயர் வைப்பதால் உங்களுக்கு என்ன லாபம்?" என்று கேட்டதற்கு, "நீங்கள் இந்தியிலே லோக்சபா, ராஜ்யசபா, ராஸ்ட்ரபதி என்று அழைப்பதில் இருக்கிற ஆனந்தம் எனக்கும் இருக்கிறது. என் மண்ணை என் மொழியின் பெயரால் அழைப்பதில் உங்களுக்கு என்ன ஆதங்கம்?" என இப்படியான வாதங்களைத் தொடர்ச்சியாக எடுத்து வைக்கிறார்.

தொடர்பு மொழியாக ஏன் ஆங்கிலம் இருக்கவேண்டும் என்பதற்கு "நாங்கள் ஆங்கில மோகி அல்ல. ஆனால் பல மொழிகள் உள்ள இந்த நாட்டில் ஒருவருக்கு ஒருவர் தொடர்பு மொழியாக ஏற்கனவே அறிமுகமான, நம்மிடையே வேரூன்றிவிட்ட, நம்மை எல்லைக் கடந்து அழைத்துச் செல்லக்கூடிய ஒரு கருவியாக ஆங்கிலம் இருக்கிறது. நம்மில் இருக்கிற மொழிகளில் ஒன்று இந்தி மொழி. பேசுபவர்களின் எண்ணிக்கையின் காரணமாக அம்மொழி ஆளுமை செய்ய வருமானால் நான் ஏற்றுக்கொள்ள முடியாது. எண்ணிக்கைதான் தீர்மானிக்க வேண்டும் என்றால், இந்த நாட்டில் காகம்தான் தேசியப் பறவையாக இருக்க முடியும்; மயில் இருக்க முடியாது" என்றார். இதுபோன்ற வாதங்களை எல்லாம் அண்ணா நாடாளுமன்றத்திலே வைத்தார். மக்கள் மன்றத்திலும், பத்திரிகைகளிலும்கூட எடுத்து வைத்தார். அந்தக் காலகட்டத்தில் கழகத் தலைவர்களிடம் சற்றேறக்குறைய

86 இதழ்கள் இருந்தன. கழகத்தில், எல்லா மட்டத்திலும் இருந்த தலைவர்கள் ஓர் இதழின் ஆசிரியர்களாக இருந்தார்கள். எல்லோரிடமும் எழுதுகிற ஆற்றல் இருந்தது. எல்லோரும் பேச்சாளர்களாக இருந்தார்கள். எல்லோரும் திரைப்படத்திற்கு வசனம் எழுதினார்கள். அதில் நிலைத்து நின்றவர் கலைஞர். ஆனால், பின்னோக்கிப் பார்த்தால் அரங்கண்ணல், ஆசைத்தம்பி என பலரும் எழுதினார்கள். அவர்களிடமிருந்து நூல்கள் எல்லையில்லாமல் வெளிவந்தன.

● பெரியாரைப் பற்றி 'திராவிடர் கழகம்' தொடர்ந்து அவரைப் பற்றிய பிரச்சாரத்தை செய்து வருகின்றன. அவருடைய புத்தகங்களை மறுபதிப்பு செய்து வெளியிடுகின்றன. அவரைப் பற்றிய உரையாடல்கள் நடந்து கொண்டிருக்கின்றன. அதுபோல அண்ணாவைப் பற்றி பிரச்சாரம் செய்வது, அவரது புத்தகங்களை மறுபதிப்பு செய்வது, உரையாடல் நிகழ்த்துவது என்பதில் இன்னும் அதிக வீரியம் காட்ட வேண்டியிருக்கிறதா?

பெரியாருடைய கொள்கைகளுக்கு ஒரு வடிவம் கொடுத்தது அண்ணா. அதாவது கசப்பு மாத்திரைக்குத் தேன் தடவித் தருவது போல கொடுத்தவர் அண்ணா.

ஒரு சிறு உதாரணம்: பெரியார் ஒரு ஊரில் நடந்த கூட்டத்தில் "கடவுள் இல்லை" என்று பேசுகிறார். கூட்டத்தில் குழப்பம் ஏற்படுகிறது. பிறகு அதே ஊரில், அதே இடத்தில் அண்ணா ஒரு நாடகம் போடுகிறார். அந்த நாடகத்தில் அண்ணா ஒரு நிலச்சுவான்தாராக நடிக்கிறார். வேலை ஆள் வந்து நிற்கிறான். அவரிடம் "என்னப்பா மூன்று நாட்களாக வேலைக்கு வரவில்லை? காரணமும் சொல்லவில்லை. எங்கே போனாய்?" என்று கேட்கிறபோது, "தில்லையில் இருக்கிற எம்பெருமாள் நடராசரைத் தரிசிப்பதற்கு ரொம்ப நாள் ஆசை. எங்கள் ஊரில் இருப்பவர்களின் சுமைகளைத் தூக்கிக்கொண்டு வந்தால் என்னை அழைத்துக் கொண்டு போவதாகச் சொன்னார்கள். அவர்களின் சுமைகளை நான் சுமந்து கொண்டு போனேன். எனக்கு நடராசரின் தரிசனம் கிடைத்தது" என்று சொல்கிறார். "ஓ அப்படியா! நான் கூட நடராசரை பார்த்ததில்லை. அந்த நடராசர் எப்படி காட்சியளித்தார்?" என்று கேட்கிறார். "அய்யா, அதைக் காண கண் கோடி வேண்டும். ஒரு காலை உயர்த்தி, மற்றொரு காலின் கட்டை விரலை தரையில் ஊன்றி அவர் நிற்கும் தோற்றம் சொல்லில் அடங்காது" என்று புல்லரித்து கூறுகிறான்.

"அப்படியா, நான் பார்த்ததில்லை. நீ பார்த்திருக்கிறாய். அவர் போல் நின்று காட்டு" என்கிறார். ஓரளவிற்கு அவனும் நின்று காட்டுகிறான். "கொஞ்சம் நேரம் அப்படியே நில்" என்கிறார். நிற்கிறான். "இன்னும் கொஞ்ச நேரம், இன்னும் கொஞ்ச நேரம்" என கூறிக்கொண்டே இருக்கிறார். ஒரு கட்டத்தில் அவன், "ஐயா, கால் ரொம்ப வலிக்கிறது. நான் கீழே வைக்கட்டுமா?" என்று கெஞ்சுகிறான். "என்னய்யா உன் நடராசர் காலம் காலமாக நிற்கிறார். உன்னால் கொஞ்ச நேரம் நிற்கமுடியாதா?" என்று கேட்கிறபோது, "அது கல் நிற்கும். நான் மனிதன். என்னால் எப்படி நிற்கமுடியும்?" என்கிறான். கூட்டம் கை தட்டுகிறது. இதுதான் அண்ணாவின் அணுகுமுறை.

'ஆரியமாயை' எழுதியதும் அண்ணாதான். 'கம்பரசம்' எழுதியதும் அண்ணாதான். ராமாயணத்தை நாம் ஏன் கொளுத்த வேண்டும் என்பதற்கு 'தீ பரவட்டும்' என்ற புத்தகத்தை எழுதியதும் அண்ணாதான். அந்தக் கருத்துகளை ஏற்க முடியாதவர்கள் கூட மறுக்க முடியாத அளவுக்கு வலிமையான வாதங்களை வைத்தவர் அண்ணா.

அண்ணா எதையும் மென்மையாகத்தான் கையாண்டார் என்பதில்லை. சிலவற்றை கடுமையாகவே எடுத்து வைத்திருக்கிறார். ஆனால், அதே நேரத்தில் எழுச்சியூட்டினார், உணர்ச்சியூட்டினார், உரிமைகளைப் பெறவேண்டும் என்கிற எண்ணத்தை விதைத்தார். எல்லாவற்றையும் கடந்து அவருடைய எளிமையும், அணுகுமுறையும் பேச்சும், நல்ல தமிழும் இலக்கிய வளமும் எல்லோரையும் வசீகரித்தது.

அரை நூற்றாண்டு கழித்து இன்னும் அண்ணாவைக் கொண்டாடுகிறோமே, அண்ணா இறந்து மூன்று தலைமுறைகள் வந்த பிறகும் அவரைப் பற்றி நினைவுகொள்கிறோமே. டெல்லியில் இருக்கிறவர்கள் இன்னும் அண்ணாவை நினைவு கூர்வதை காணமுடிகிறதே. இப்போது மெல்ல மங்கி வருகிறது. வயதின் காரணமாக கலைஞர் என்ற அளவில் நிற்கிறது. இது கால ஓட்டம். ஆனால் அடிப்படைத் தத்துவம் அண்ணா என்பதுதான்.

டெல்லியில் ஒரு முறை 'தமிழ் ரேஸ்' என்று குறிப்பிட்டு, நான் பேசியபோது ஒருவர் "கழகத்தைச் சேர்ந்த நீங்கள் இந்த சொல்லை பயன்படுத்தக்கூடாதே. நீங்கள் அண்ணாவின் வழி

வந்தவர்களாயிற்றே. 'தமிழ் ஸ்டாக்' என்று வேண்டுமானால் சொல்லுங்கள்" என்று சொன்னார். அண்ணா 'திராவிடியன் ஸ்டாக்' என்று சொன்னாரே தவிர 'திராவிடியன் ரேஸ்' என்று சொல்லவில்லை. 'திராவிடியன் ஸ்டாக்' என்பது அதுவரை வேறு யாரும் பயன்படுத்திடாத ஒரு பதம். ஏற்கனவே அகராதியில் இருக்கிற சொல்தான். அண்ணா புதிதாக கண்டுபிடிக்கவில்லை. ஆனால் எதை, எங்கே பயன்படுத்துவது என்பதுதான் முக்கியம். ஆகவே, கடுமையான கருத்துகளை மென்மையாக சொல்கிற அணுகுமுறையில் பலரை வென்றெடுத்ததுபோல சில விமர்சகர்களும் வந்ததுண்டு. ஆனால் விமர்சகர்கள் இப்போது ஓய்ந்துவிட்டார்கள். நீங்கள் சொன்னதுபோல அண்ணாவை அறியவில்லை, யாரும் விமர்சிக்கவில்லை. பெரியாரை விமர்சிக்கிறார்களே என்றால், இந்த மூன்று தலைவர்களின் பெயர் சொல்லாமல் தமிழ் நாட்டில் இனி அரசியல் இயங்காது.

இந்தியாவின் ஒட்டுமொத்த இனங்களை, பல மொழிகளை, பல பண்பாட்டுக் குழுக்களை உள்ளடக்கிய இந்த நாட்டினுடைய முன்னெடுப்பை இனி கழகம்தான் முன்னெடுக்கும் என்கிற நிலை உருவாகி இருக்கிறது.

பெரியாரின் கருத்துகள் நன்றாக இருந்தன. ஆனால், நடைமுறைக்கு வரவில்லை. நடைமுறைக்கு வரவேண்டும் என்றால் அதிகாரம் வேண்டும். அதிகாரத்தின் மூலமாக சட்டமாகத்தான் நிறைவேற்ற வேண்டும். அதுதான் அண்ணா அரசியல் இயக்கம் தோற்றுவித்ததின் முக்கியமான நோக்கம்.

அதிகாரத்தில் இருப்பவர்களிடம் ஒன்றை சொல்கிறபோது முதலில் அவர்கள் அதைப் புரிந்துகொள்ள வேண்டும். புரிந்து கொண்டால் மட்டும் போதாது, அதை ஏற்றுக்கொள்ள வேண்டும். ஏற்றுக்கொண்டாலும் அவர்களுக்கு செயல்படுத்துகிற மனநிலை வேண்டும். மனநிலை இருந்தாலும் துணிவு வேண்டும். இப்படி நாம் அதிகாரத்திலிருப்பவர்களிடம் போராடுவதற்குப் பதிலாக நாமே அந்த இடத்திற்கு வந்து விடலாமே என்றுதான் அண்ணா அந்த இடத்திற்கு வந்தார். இப்போது மாநில உரிமைகளாகட்டும், மொழி உரிமைகளாகட்டும் இந்தியா முழுவதும் பரவி வருகின்றன என்றால் அதன் தொடக்கமே அண்ணா உருவாக்கிய கழகம்தான்.

நான் தமிழ்நாட்டில் பல கூட்டங்களில் பேசுகிறபோது "பெரியார், அண்ணா, கலைஞர் இந்த மூவரும் பிறந்திருக்கா

விட்டால் நாம் யாராக இருந்திருப்போம்?'' என்ற சிறிய கேள்வியைக் கேட்பேன்.

என் பாட்டன், என் தாத்தா, என் அப்பா என்பதைவிட என் உடன்பிறந்தவர்களே பெறாத பட்டங்களை நான் பெற்றிருக்கிறேன். நான் முதல் தலைமுறை பட்டதாரி. அதுபோல் இங்குள்ள பலருக்கும் பட்டப் படிப்பு, வேலை வாய்ப்பு, சமூகத்தில் மரியாதை, பெண்கள் வீட்டை விட்டு வெளியே வரமுடியாது என்கிற நிலை மாறி நிர்வாகத்திற்கு வந்திருப்பது.

பெண்களுக்கு வேலை வாய்ப்பில் இடஒதுக்கீடு என்பது தமிழ் நாட்டில்தான் முதலில் கொண்டுவரப்பட்டது. 30 விழுக்காடு என்றிருந்ததை இப்போது தமிழக முதல்வர் தளபதி அவர்கள் 40 விழுக்காடாக உயர்த்தியிருக்கிறார். நான் நாடாளுமன்றத்தில் தனிநபர் மசோதா ஒன்று கொடுத்திருக்கிறேன், 30 விழுக்காடு பெண்களுக்கு வேண்டும் என்று.

இப்படியான சூழலில் இம்மூன்று தலைவர்களும் அடுத்தடுத்து வருகிறார்கள். பெரியார் பழுதடைந்திருந்த மண்ணை உழுதார், உழுத மண்ணை அண்ணா பக்குவப்படுத்தி பயிர் வளர்த்தார். கலைஞர் அதை காத்தார். இன்றைக்கு அதற்கு வேலியாகவும் இருந்து பயிரையும் வளர்க்கிற பணியை தளபதி செய்து கொண்டிருக்கிறார்.

தி.மு.க. என்பது ஓர் அரசியல் கட்சி என்று சொல்வதைவிட, இது ஒரு நீண்ட வரலாற்றின் தொடர்ச்சி. இதற்கு எங்களைப் போன்றவர்களின் ஆதரவும், உங்களைப் போன்ற இளைஞர்களின் புதிய வரவும் இருக்கும். விமர்சனங்களும் இருக்கும். எல்லாவற்றிற்கும் எதிர்முனைகள் இருந்துகொண்டுதான் இருக்கும். நூறு சதவீதம் யாரையும் யாரும் ஏற்றுக் கொண்டதாக சரித்திரமே கிடையாது. அது கடவுளாக இருக்கலாம்; தலைவர்களாக இருக்கலாம். தத்துவங்களாக இருக்கலாம். ஒரு குடும்பத்தில்கூட ஒருவரை எல்லோரும் ஏற்றுக் கொள்வதில்லை. மாறுபட்ட கருத்துகள், விமர்சனங்கள் இருக்கும். ஆகவே, விமர்சனங்களையும் ஏற்றுக்கொண்டு நமது பயணம் வேகமாக, வெற்றிகரமாக இருக்க வேண்டும் என்பதுதான் முக்கியம்.

நேர்கண்டவர்: **விஷன்.வி**
கலாட்டா வாய்ஸ்.

10
மு.க. ஸ்டாலினைப் பொருத்தவரை உங்கள் கனவு எப்படிப்பட்டதாக இருக்கிறது?

● தி.மு.க.வைப் பொருத்தவரை ராஜ்யசபா பதவி என்பது மிகவும் மதிக்கத்தக்க பொறுப்பாக அறியப்படுகிறது. அறிஞர் அண்ணா, முரசொலி மாறன், வைகோ போன்ற ஜாம்பவான்கள் அந்த பொறுப்பில் இருந்திருக்கிறார்கள். உங்களை கட்சி நான்காவது முறையாக தேர்ந்தெடுத்திருக்கிறது. இதை எப்படி உணர்கிறீர்கள்?

திராவிட முன்னேற்றக் கழகத்தில் மாநிலங்களவை உறுப்பினர் பொறுப்பைவிட இங்கே கிளைக் கழகச் செயலாளர் பொறுப்பு என்பது குறிப்பிடத்தக்க ஒன்று. காரணம், மற்றவை அரசியல் கட்சிகள். திராவிட முன்னேற்றக் கழகம் கொள்கை சார்ந்த ஓர் இயக்கம். இலட்சியங்களுக்காகப் பாடுபடுகின்ற காலத்தில் இன்னல் வருமேயானால் ஏற்றுக்கொள்கிற இயக்கம். குறிக்கோள்களை நடைமுறைப்படுத்துவதற்கு தேர்தல் அரசியலில் ஈடுபட்டு அதிகாரத்தின் மூலம் அதை நிறைவேற்றப் பாடுபடுகிற ஒரு மிகப்பெரிய அமைப்பு. பாடுபடுபவர்கள் எந்தப் பொறுப்புக்கு வந்தாலும், அது கட்சிப் பொறுப்பாக இருந்தாலும், சட்டமன்ற நாடாளுமன்ற உறுப்பினர்கள் என்பதோடு, உள்ளாட்சி அமைப்புகளுக்கு வருகிறவர்களாக இருந்தாலும்கூட கழகத்தின் பிரதிநிதி என்கிறபோது அதற்கு ஒரு தனி முக்கியத்துவம் கொடுக்கப்படுகிறது. நீங்கள் குறிப்பிட்டதைப் போல மாநிலங்களவை உறுப்பினர் என்பது அரிதான ஒன்று. அதில் தொடர்ந்து நான்காவது முறையாக கழகத்தின் தலைவர் தளபதி அந்தப் பொறுப்பைத் தந்திருக்கின்றார். அதை மிகுந்த நெகிழ்ச்சியோடு இந்த முறை உணர்கின்றேன்.

கடந்த முறை நமக்கு வாக்குகள் குறைவு என்கிற சிக்கலான நேரத்தில் என்னை தளபதி முன்மொழிந்து, 'நீங்கள் நில்லுங்கள், உறுதியாக வெற்றிபெறுவீர்கள்' என்று சொல்லி, அப்போது அந்த வாய்ப்பை வழங்கினார். அது யாராலும் கற்பனை செய்ய முடியாத ஒரு வெற்றி.

இந்த முறை நான் அவரிடம் சென்று இந்த வாய்ப்பைத் தாருங்கள் என்று கேட்கவில்லை. அதுதான் இந்த இயக்கத்தின் சிறப்பு. கலைஞர் என்னிடம், "உனக்கு என்ன செய்ய வேண்டும் என்று எனக்குத் தெரியும். எனக்கு நினைவுபடுத்தத் தேவையில்லை" என்று சொல்லியிருக்கிறார்.

நான் இப்போது தளபதி அவர்களை திராவிட இயக்கத்தின் ஒட்டுமொத்த காவலனாகப் பார்க்கிறேன். இது எங்கள் தலைவர் என்பதால் மிகைப்படுத்திச் சொல்கின்ற வார்த்தை அல்ல. கலைஞருக்குக்கூட பக்கத்தில் மிகப்பெரிய ஆளுமை பேராசிரியர் இருந்தார். இவ்விருவரும் நீதிக்கட்சி காலத்திலிருந்து, அதாவது திராவிடர் கழகம் முகிழ்த்து செயற்பட ஆரம்பித்த காலத்திலிருந்து திராவிட முன்னேற்றக் கழகத்தின் தோற்றம், வளர்ச்சி, போராட்டங்கள், ஆட்சிக் காலம், சாதனைகள், பின்னர் சந்தித்தப் போராட்டங்கள், பல்வேறு அவமானங்கள் இத்தனையிலும் ஒன்றாகவே இருந்திருக்கிறார்கள். ஆகவே, நீண்ட நெடிய பாரம்பரியத்தோடு வளர்ந்தவர்கள்.

பிட்டி தியாகராயர், நடேசனார், பனகல் அரசர் என்ற மதிப்பிற்குரியவர்களின் வரிசையில் வந்தவர் கலைஞர். இவ்வளவு தலைவர்களின் உணர்வுகளை உள்ளடக்கிய ஒரு தலைவராக, ஒரு பெரிய நம்பிக்கைக்குரியவராக, அடுத்தத் தேர்தலில் அவர் முதல்வர் என்பது இந்த நாட்டுக்குத் தேவையான ஒன்று. இந்த மகா பெரிய இயக்கத்தை பாதுகாக்கிற மிகப்பெரிய பொறுப்பை அவர் ஏற்றிருக்கிறார். அந்தப் பொறுப்புக்கு அவர் ஏற்றவர் என்பது அவருடைய ஒவ்வொரு அசைவிலும் உணர்த்துவதைப் பார்க்கிறேன்.

எனக்கு தளபதியை சற்றேறக்குறைய நாற்பத்தைந்து ஆண்டுகளாகத் தெரியும். அவசர நிலை காலத்துக்குப் பின்னால் இளைஞரணி தொடங்கியபோது மிக நெருக்கமாக முழுநேரமும் அவருடன் இருந்திருக்கிறேன். அவருடைய ஒவ்வொரு அங்குல வளர்ச்சியையும் நான் பார்த்திருக்கிறேன்.

கட்சியின் பல்வேறு கட்டங்களில் தொட்டுத் தொட்டு இந்த உயரத்திற்கு வந்திருக்கிறாரே தவிர, ஒரு சந்தர்ப்ப சூழ்நிலையினாலோ, வேறு வழியில்லை என்பதனாலோ, குறுக்கு வழியினாலோ அவர் தலைவர் பொறுப்புக்கு வரவில்லை. முழுமையான பயிற்சி, நிதானமான முன்னேற்றம்.

அறிஞர் அண்ணாவைப் பார்த்து ஒரு கேள்வி கேட்டார்கள். "உங்களுக்கு இருக்கிற கடமை, உங்களோடு இருக்கிற தொண்டர்கள், உங்கள் கட்சியின் கொள்கை பலம், இவ்வளவு இருந்தும் நீங்கள் ஏன் அடைய வேண்டிய உயரத்தை அடையவில்லை?" என்று கேட்டதற்கு அண்ணா சொன்னார், ''நான் காத்திருக்கப் பழகியவன்'' இது போன்ற பதில், அரசியல்வாதிகளில் யாரும் சொல்லமுடியாது. அந்த நிதானமும் பொறுமையும் எங்கள் தளபதியிடம் இருக்கிறது.

ஒரு தலைவரிடம் நான் இன்னார் என்று சொல்ல வேண்டுமென்றால், நான் சரியாக செயற்படவில்லை அல்லது அவர்கள் சரியாக புரிந்துகொள்ளவில்லை என்று அர்த்தம்.

எங்கோ ஒரு மூலையில் இருக்கக்கூடிய கட்சித் தொண்டனுடைய கட்சி செயற்பாடுகள், அவரின் குணநலன்கள் எல்லாவற்றையும் நம்முடைய கட்சித் தலைமை கவனிக்கும். அது கலைஞர் காலத்தில் என்று சொல்வார்கள்.

இதன் மூலமாக நாட்டு மக்களுக்கு, கழகத் தோழர்களுக்குத் தெரிய வேண்டியது என்னவென்றால், கழகத் தலைமை என்பது ஒருவருடைய உழைப்பை, அவருடைய செயற்பாடுகளை, தானாகவே உணர்ந்து, உரிய அங்கீகாரத்தைத் தரும் என்பதை நான் ஒரு செய்தியாகவே சொல்ல விரும்புகிறேன்.

எனக்கு எந்தப் பின்புலமும் கிடையாது. எனக்கு சிபாரிசு செய்வதற்கோ, வேறு ஏதாவதோ எதுவும் கிடையாது. என்னுடைய நீண்டகால உழைப்பு. நான் பணியாற்றிய முறை இவற்றை எல்லாம் பார்த்து தலைமை எனக்குக் கொடுத்திருக்கிறார்கள். இதில் நான் மிகுந்த பெருமை அடைகிறேன்.

● உங்களுக்கு நான்காவது முறையாக கொடுக்கப்பட்டுள்ள பொறுப்பை எப்படி உணர்கிறீர்கள்?

இது நான்காவது முறை என்பதால் எனக்குக் களிப்பு ஏற்படவில்லை, பொறுப்பு அதிகமாகி இருக்கிறது. அவர்களின்

நம்பிக்கைக்கு ஏற்றவாறு நடந்துகொள்ள வேண்டும் என்ற எண்ணம் ஏற்படுகிறது. அண்ணா முதல்வரான போது சொன்ன வார்த்தை, 'இவ்வளவு பெரிய பொறுப்பை இவ்வளவு சீக்கிரம் என்னிடம் ஒப்படைத்திருக்கிறார்கள். அதை நான் கொண்டு செல்ல முடியுமா?' என்று கேட்டார்.

கலைஞர் முதல்வரானபோது, 'இது என் தலையில் சூட்டப் பட்டிருக்கிற முள் கிரீடம்' என்று சொன்னார். ஆக, இது பதவி அல்ல பொறுப்பு. எனக்கு கட்சியின் கொள்கை மீது பற்று இருந்தது. என் அடையாளம் என்பது என் பெயரோ, என் படிப்போ, என்னுடைய குணநலன்களோ அல்ல. என்னுடைய அடையாளம் என்பது தி.மு.க. நான் தி.மு.க. என்கிற அடையாளத்தோடு நடக்கிறேன் என்கிறபோது இந்த இயக்கத்தின் கொள்கைகளைப் பிரதிபலிக்கிறவனாக எந்த இடத்திலும் நடந்துகொள்ள வேண்டும். பொதுக்கூட்டத்திலும் சொல்வேன், நான் திருச்சி சிவா அல்ல, தி.மு.க.வின் பிரதிநிதி. என் வார்த்தைகள் என் இயக்கத்திற்கு வலிமை சேர்க்கவேண்டும். நான் இப்போது தளபதியின் தூதுவன் என்கிறபோது என்னுடைய பணிகள் இன்னும் சிறப்பாகவும் வேகமாகவும் இருக்கவேண்டும் என்று உணர்கிறேன்.

ஆகவே, கடந்த காலத்தில் நான் ஆற்றிய பணிகளை என் கட்சியின் தலைமை அங்கீகரித்திருக்கிறது. அதனால்தான் நான் கேட்காமலே இந்தப் பொறுப்பைத் தந்திருக்கிறார்கள். அதனால் சிலிர்த்துப் போய் நெகிழ்ச்சியோடு என்று சொன்னேன். நான் எனது உழைப்பைத்தான் தந்தேன். கட்சி எனக்கு மிகப்பெரிய மரியாதையைத் தந்திருக்கிறது.

இப்போதுகூட நாங்கள் தலைவரின் நினைவிடத்திற்குச் சென்ற போது, நான் அதற்கான சான்றிதழைப் பெற்றுக்கொண்டு வருகிற போது, என்னை அவர் அழைத்துச் சென்ற விதம் உண்மையிலேயே என் கண்கள் பணித்தன. அதை வெளிக்காட்டிக் கொள்ளாமல் அவரை வழியனுப்புகிற போதுகூட குனிந்துகொண்டே சென்றேன்.

- இருவரும் சமகாலத்தில் ஒரே வகையான பொறுப்பிலிருந்து பயணிக்கத் தொடங்கியவர்கள். அவர் உயர்ந்த இடத்திற்குச் சென்ற போது ஏற்பட்ட நெகிழ்ச்சியான அனுபவங்கள்...

நம்மோடு ஒன்றுசேர்ந்து நடக்கிற ஒருவர் தன்னுடைய தனித் திறமையினால் முன்னேறுகிறபோது, அதில் நான் பெருமை அடைகிறேன். நான் அவருடைய வளர்ச்சியைப் பார்த்துப் பரவசப்பட்டிருக்கிறேன். இப்போது பூரித்திருக்கிறேன். காரணம், கலைஞர் இல்லாத நேரம், பேராசிரியர் இல்லாத நேரம். துரைமுருகன் உடனிருக்கிறார். கட்சியின் மூத்தவர். இன்னும் சிலர் இருக்கிறார்கள்.

இன்றைய அவருடைய செயற்பாடுகள், பிற கட்சித் தலைவர்களுடன் அவர் நடந்துகொள்கிற முறை, முடிவுகள் எடுக்கிற தன்மை, அதுதான் முக்கியம். நாங்களெல்லாம் அவரோடு இருக்கிறோம், அவரோடு பயணம் செய்கிறோம். அப்போதெல்லாம் அவரை உற்றுக் கவனிக்கிறோம். காரணம், நாங்கள் பலரோடு பழகுகிறோம். ஒருவரின் செயற்பாடுகளைக் கவனிக்கிறோம். தலைவர் இருந்த இடத்தில் தளபதி என்கிற போது அந்தப் பொறுப்புக்கு வந்த பின்னால் அவருடைய எல்லா செயற்பாடுகளும் அவரைப் போலவே இருக்கிறது. என்ன வேறுபாடு என்றால், இவர் அரைக்கைச் சட்டை, அவர் முழுக்கைச் சட்டை. அவ்வளவுதான் வித்தியாசம்.

முடிவுகள் எடுக்கிற திறன் அவரிடம் சிறப்பாக இருக்கிறது. அதுபோல, யாராவது அவரிடம் ஏதாவது சொல்லிவிட்டால் அதை மனதில் வைத்துக்கொண்டு பொய்யாகப் பேசாமல், வெளிப்படையாக தவறென்றால் உடனே தவறு என்று சொல்லி, அவர்களைச் சரிப்படுத்துவார். இது ரொம்ப நல்லது.

தி.மு.க. என்பது குடும்பப் பாசமிக்க ஒரு கட்சி. கட்சித் தொண்டர்களிடம் பழகுவது போலவே பயணத்தின்போது சந்திக்கிற பொதுமக்களிடமும் பழகுவது இவருக்குரிய இன்னொரு சிறப்பு. இதுதான் பொதுமக்களிடம் மிகப்பெரிய நம்பிக்கையை ஏற்படுத்தி இருக்கிறது. எல்லாருடனும் பழகுகிறார், எளிமையாக இருக்கிறார். சந்தர்ப்பம் கிடைக்கும்போதெல்லாம் தன்னை நிலை நிறுத்துகிறார். நாடாளுமன்றத் தேர்தலில் அவர் கூட்டணி அமைத்த விதம், தலைவர்களை மதித்த விதம், வகுத்த வியூகங்கள் அதனால்தான் இந்தியாவிலேயே அதிக எண்ணிக்கையில் வெற்றி பெற முடிந்தது. உள்ளாட்சி மன்றத் தேர்தலிலும் அப்படித்தான். அதிகார வர்க்கத்தின் ஆள் பலமும் அதிகார பலமும் இல்லா திருந்தால் 90 சதவீதம் வெற்றி பெற்றிருப்போம்.

டெல்லியில் இப்போது தளபதிக்குப் பெரிய மரியாதை உண்டாகி இருக்கிறது. நீங்கள் ஆரம்பத்தில் சொன்னதுபோல, தத்துவங்களுக்கு இடையிலான போராட்டங்கள். பாரதிய ஜனதாவுக்கு என்று ஒரு தத்துவம் இருக்கிறது. நம்முடைய எதிர் தரப்பில் இருக்கிறார்கள் என்பதற்காக அவர்கள் ஒன்றுமில்லாதவர்கள் என்று சொல்லமுடியாது. ஆனால், அவர்களின் தத்துவம் ஏற்புடையதா? என்பதுதான் கேள்வி. அதை நடைமுறைப்படுத்துவதற்கு, செயற்படுத்துவதற்கு அவர்களுக்குள்ள அதிகாரத்தைப் பயன்படுத்துகிறார்கள். இப்படிப்பட்ட நிலையில் அவர்களை முழுமையாக எதிர்க்கிற ஒரே கட்சி தி.மு.க. என்கிற கருத்து வெளியில் நிலவுகிறது.

பஞ்சாபில் இருக்கிற சீக்கிய வகுப்பைச் சார்ந்தவர்கள், ஒடிசாவில் இருக்கின்றவர்கள், வேறு சில மாநிலங்களில் இருப்பவர்கள் என்னிடம் பேசியிருக்கிறார்கள். "மாநிலங்களைக் காப்பாற்ற வேண்டுமென்று உங்கள் தலைவரிடம் பேசுங்கள்" என்று சொல்கிறார்கள். அதாவது, இந்தியாவில் வரக்கூடிய பிரச்சினைகளைச் சமாளிக்க ஒரு முன்னெடுப்பு தேவைப்படும் என்றால், அது தி.மு.க. தலைமையினால்தான் முடியும் என்கிற நம்பிக்கை அவர்களுக்கும் ஏற்பட்டிருக்கிறது. அவருடைய பிரதிநிதிகள் என்கிறபோது எங்களுடைய செயற்பாடுகள் இன்னும் அதிகரிக்கிறது.

- டெல்லி தி.மு.க. பிரதிநிதிகளை ஒருங்கிணைப்பதற்கு சரியாக வழி காட்டுவதற்கு இப்போது அண்ணாவைப் போன்ற ஒரு பெரிய தலைமை இல்லை என்று சொல்லப்படுகிறது. இந்நிலையில் தி.மு.க. பிரதிநிதிகளுக்கான பணிகள் எவ்வாறு திட்டமிடப்படுகின்றன?

மக்களவைக்கு டி.ஆர்.பாலு தலைமை. துணைத்தலைவராக கனிமொழி இருக்கிறார். கொறடாவாக தம்பி ராஜா இருக்கிறார். மாநிலங்களவையில் நான் தலைவராக இருக்கிறேன். துணைத் தலைவராக பாரதி, கொறடாவாக இளங்கோவன் இருக்கிறார். சற்றேறக்குறைய எல்லோருமே கட்சியில் அனுபவப்பட்டவர்கள் தான். எங்களை முழுமையாக, ஒட்டுமொத்தமாக வழிநடத்துகிற தலைமை இங்கே தளபதி இருக்கிறார். எங்கள் அனுபவங்கள் தான் எங்களுக்கு கைகொடுக்கிறது. சில நேரங்களில் கொள்கை சார்ந்த முடிவுகளை அவசரமாக அவையில் எடுக்கவேண்டிய

சூழல் உருவாகும். உதாரணமாக ஒரு மசோதாவோ, விவாதமோ நடக்கிற போது நிறைய உறுப்பினர்களோடு அவை நடக்கிறபோது வெளியில் வந்து யாரிடமும் ஆலோசனை பெறுவதற்கான அவகாசம் இருக்காது. அந்த நேரத்தில் குழப்பம் இல்லாமல் நாங்கள் முடிவெடுப்போம். காரணம், எங்களுக்கு எங்கள் கட்சியினுடைய முடிவுகள் தெரியும். பயணத்தின் பாதை தெரியும். தலைமை என்ன நினைக்கும் என்பதும் தெரியும். அந்த முடிவை தலைவர் தளபதி ஏற்றுக்கொள்வார். காரணம், இவர்கள் சரியாகத்தான் செய்வார்கள் என்கிற நம்பிக்கை. கலைஞர் காலத்தில் சில முடிவுகளை நாங்கள் எடுக்கிறபோது, அதை அவரிடம் சொல்கிறபோது, "ஆ... தெரியும்" என்பார். குழப்பமான சூழ்நிலையில் யாரிடமும் வெளியே சென்று கேட்காமல் இரண்டு அவைகளிலும் நன்றாக உழைத்து, கொள்கைகளைப் புரிந்து, இதுதான் கட்சியின் போக்கு, இந்த நேரத்தில் இந்த முடிவுதான் எடுக்கவேண்டும் என்கிற அனுபவம் எங்களில் பலருக்கும் இருக்கிறது. பெயரளவிற்குத்தான் இங்கே நான் தலைவர். அங்கே டி.ஆர்.பாலு தலைவர். எல்லாரும் அனுபவம் பெற்றவர்கள்தான். மக்களவையைப் பொறுத்தவரை இப்போது சில இளைஞர்கள் புதிதாக வந்திருக்கிறார்கள்...

- அடுத்த தலைமுறையைச் சேர்ந்தவர்களும் இப்போது உள்ளே வரத் தொடங்கி இருக்கிறார்கள். கடந்த தேர்தலிலும், இப்போது நடந்த தேர்தலிலும் புதிதாக எம்.பி.க்கள் தேர்ந்தெடுக்கப்பட்டு வந்திருக்கிறார்கள். டெல்லி என்பதை அதிகாரச் சூதாட்ட இடம் என்று வர்ணிப்பார்கள். அந்த இடத்தில் புதியவர்களை எவ்வாறு வழிநடத்துவது, ஒருங்கிணைப்பது எப்படி இருக்கிறது என்றுதான் கேட்கிறேன்?

நன்றாக இருக்கிறது. நன்றாகச் செயல்படுகிறார்கள். ஆர்வம் இருக்கிறது. பேசுகிற ஆற்றல் இருக்கிறது. கருத்துச் செறிவும் இருக்கிறது. அங்கே மூன்றாவது பெரிய கட்சி என்கிறபோது நேரமும் அதிகமாகக் கிடைக்கிறது. தி.மு.க.வில் உறுப்பினர்களின் எண்ணிக்கை இப்போதுதான் ஏழு ஆகியிருக்கிறது. அவைத் தலைவர் வெங்கையா நாயுடு கட்சி சார்பு இல்லாதவர். அதுபோல தி.மு.க.வில் அவைத் துணைத்தலைவர் வாய்ப்பு எனக்கு முதன் முதலாகக் கிடைத்தது. அது எனக்குத் தரப்பட்ட வாய்ப்பு அல்ல;

தி.மு.க.வுக்குத் தரப்பட்ட வாய்ப்பு. அதுபோல பல நேரங்களில் அந்த முக்கியத்துவத்தை நமக்குத் தருகின்றார்கள். காரணம், தி.மு.க. மீதான நம்பிக்கை. அதை நிலைநிறுத்துவது போல எங்களுடைய நடவடிக்கைகள் இருக்கும். சிலர் சிறந்தவர்களாக இருப்பார்கள், அவர்கள் சார்ந்திருக்கும் கட்சியின் போக்கு வேறு மாதிரியாக இருக்கும். சில கட்சிகள் சிறந்ததாக இருக்கும். ஆனால், அக்கட்சி உறுப்பினர்களின் போக்கு வேறு மாதிரி இருக்கும். இங்கே நம் இயக்கத்தில்தான் கட்சியின் போக்கும் உறுப்பினர்களின் போக்கும் ஒரே நேர்க்கோட்டில் இருப்பதனால் அந்த அங்கீகாரம் எங்களுக்குக் கிடைக்கிறது.

புதிதாக இப்போது 55 உறுப்பினர்கள் இருக்கிறார்கள். கடந்த முறையும் 55 பேர் புதியவர்கள். அப்படி புதிதாக வருபவர்களுக்கு நாடாளுமன்றத்தில் பயிற்சி வகுப்பு நடத்துவார்கள். என்னையும் 'கேள்வி நேரம்' என்பது பற்றி ஒரு வகுப்பெடுக்கச் சொன்னார்கள். இதெல்லாம் மிகப்பெரிய வாய்ப்பு. நான், குலாம் நபி ஆசாத், அலுவாலியா, ரங்கா நாயுடு போன்ற ஆளுமைகள் பேசுகிற இடத்தில் நம்மையும் பேசவைத்தார்கள் என்கிறபோது நம் கட்சியின் மீது, நம்முடைய செயல்பாடுகளின் மீது வைத்திருக்கிற மரியாதை.

அண்ணா காலத்திலிருந்து தி.மு.க. என்று சொன்னால், முரசொலி மாறன் காலத்திலிருந்து தொடர்ந்து நாங்கள் அதை நிலைநிறுத்தி வருகிறோம். அங்கே மதிக்கப்படக்கூடிய தலைவராக அப்போது கலைஞர் இருந்ததுபோல, இப்போது தளபதி இருக்கிறார்.

ஓர் அரசியல் கட்சியில் இருக்கிறோம், ஏதோ ஒரு பொறுப்பு கொடுத்திருக்கிறார்கள் என்றில்லாமல், நாங்கள் நடக்கிற போதே ஒரு கம்பீரம் இருக்கும். நான் அடிக்கடி கூட்டத்தில் கூட சொல்வேன். எங்கள் கட்சித்தோழன் பையில் பத்து ரூபாய் மட்டுமே வைத்திருப்பான். ஆனால், நடையில் ஒரு கம்பீரம் இருக்கும், தோளில் போட்டிருக்கிற கருப்பு சிவப்பு துண்டினால். அதுபோல ஒரு மரியாதை அங்கே நிலவுகிறது. இங்கே நம் தலைவர் பொறுப்பேற்றுக் கொண்ட பின்னால் அவர் எடுக்கின்ற முடிவுகள், அவர் நடந்துகொள்கின்ற விதம், செயற்பாடு இவை மிகமுக்கியம்.

- **மாநில உரிமைகள், கூட்டாட்சி தத்துவம் என்பது முக்கியமான விவாதப் பொருளாகி இருக்கிறது. 2019 தேர்தலையொட்டி ஒரு பெரிய விவாதம் நடந்தது. காங்கிரஸ் தேர்தல் அறிக்கையிலேயே கூட்டாட்சிக்கான வாக்குறுதிகள் கொடுக்கப்பட்டது. அப்படி வாக்குறுதி கொடுக்கிற அளவுக்கு தேசிய கட்சிகள் மாறியிருக்கும் சூழலைப் பார்க்க முடிகிறது. ஆனால், இப்போது ஆட்சிக்கு வந்தபிறகு கூட்டாட்சி, மாநில சுயாட்சி என்பதை எப்படி அணுகுவது என்கிற கேள்வி எழுகிறது. கூட்டாட்சி என்பது மத்திய அரசு தனது அதிகாரங்களை மாநிலங்களோடு பகிர்ந்துகொள்வது என்பதைத் தாண்டி, மாநில அரசுகளின் அதிகாரங்களை எங்களிடம் கொடுங்கள் என்று மத்திய அரசு எடுத்துக் கொள்கிற நிலை உருவாகி இருக்கிறது. இந்தக் காலகட்டத்தில் டெல்லியில் நாடாளுமன்றத்தில் செயல்படுவதும், மாநில உரிமைகளுக்காக குரல் கொடுப்பதும் எப்படி இருக்கிறது?**

நீங்கள் சொன்னதுபோல மாநில உரிமைகளை எல்லாம் கேட்கவில்லை. அவர்களாகவே எடுத்துக்கொள்கிறார்கள். அதாவது, இதற்கு முன்பு மழைக்காலக் கூட்டத்தொடருக்கு முன்னால் ஒரு கூட்டம் நடந்தது. அப்போது அவையின் கால அளவை ஒரு வார காலம் நீட்டித்து, மொத்தம் 35 மசோதாக்கள் ஒரே கூட்டத் தொடரில் நிறைவேற்றி சாதனை படைத்தார்கள். சில விவாதங்களை முரட்டுத்தனமாக, அங்கிருக்கும் பெரும்பான்மை மூலம் நிறைவேற்றியதைப் போல, இங்கேயும் அடாவடித்தனமாக நிறைவேற்றினார்கள். அவற்றில் பெரும்பாலானவை மாநிலங்களின் அதிகாரங்களை எடுத்துக்கொள்வதுதான். பெரும்பாலானவை அவசரச் சட்டங்களின் மூலமாக கொண்டுவரப்பட்டு, பின்னர் சட்டமாக்கப்பட்டன. அவசரச் சட்டத்துக்கு அவசியமே இல்லை. ஆனால், 'அவசரச்சட்டம் இப்போது நிறைவேற்றாவிட்டால் காலாவதி ஆகிவிடும்' என்றார்கள். 'காலாவதியானால் என்ன? இன்னொரு மசாதா கொண்டுவாருங்கள்' என்றோம். இந்த இடைப்பட்ட காலத்தில் அவசரச்சட்டம் பிறப்பித்து, அதாவது என்றைக்கு பிறப்பிக்கப்படுகிறதோ அன்றைக்கே நடைமுறைக்கு வந்துவிடுகிறது. அந்த அவசரச் சட்டத்தின் மூலம் சிலர் பயன்பெற்றிருப்பார்கள் அல்லது பாதிக்கப்பட்டிருப்பார்கள். அந்தச் சட்டம் காலாவதியானதன் மூலமாக மிகப்பெரிய சட்ட சிக்கலை சந்திக்க வேண்டியிருக்கும் என்று சொல்கிறபோது வேறு வழியில்லாமல் அதற்கு கொஞ்சம் இசைவு தெரிவிக்க

வேண்டிய கட்டாயம் எங்களுக்கு உண்டாகிறது. ஆனாலும், எங்கள் எதிர்ப்பைத் தெரிவிப்போம். கடுமையாகப் பேசுவோம்.

டெல்லி கலவரம் பற்றி பேசுகிறபோது, உள்துறை அமைச்சரை வைத்துக்கொண்டே சொன்னேன். 'உங்களை ராஜினாமா செய்யச் சொல்லி எல்லாரும் சொல்கிறார்கள். நான் அப்படிச் சொல்ல மாட்டேன். ஏனென்றால், நீங்கள் லால் பகதூர் சாஸ்திரியைப் போன்றவர். அவர் ரயில்வே துறை அமைச்சராக இருந்தபோது ரயில் விபத்து ஏற்பட்டதற்காக பதவியை ராஜினாமா செய்தார். 56 பேர் கொல்லப்பட்ட பின்னரும் எவ்வித அசைவும் இல்லாமல் இருக்கிறீர்கள். குறைந்தபட்சம் உங்கள் அலுவலகம் 'நார்த் பிளாக்' கிலிருந்து நாடாளுமன்றத்திற்கு வந்து பதிலாவது சொல்லியிருக்க வேண்டும். நீங்கள் உங்கள் கடமையை செய்யத் தவறினீர்கள்!' என்று நாசுக்காகச் சொன்னேன். ஆனால், இது கடுமையான விமர்சனம்.

அதுபோல, மாநிலங்களின் அதிகாரம் பறிக்கப்பட்டபோது, கடுமையாக எதிர்த்துப் பதிவு செய்திருக்கிறோம். இதையெல்லாம் மீறி அவர்களின் பெரும்பான்மையின் மூலமாக நிறைவேற்ற முயற்சி செய்கிறபோதெல்லாம் திருத்தங்கள் கொண்டுவந்திருக்கிறோம். பெரும்பாலான மசோதாக்களுக்கு திருத்தங்கள் கொண்டு வந்து, வாக்கெடுப்புக்கு விட்டிருக்கிறோம். பயந்து போவார்கள். உடனடியாக ஆள் அனுப்பி எல்லா மந்திரிகளையும் வரச்சொல்லி வேகமாக செயல்படுவார்கள். அவர்களுக்கு அப்படியொரு அழுத்தம் கொடுத்திருக்கிறோம். சி.ஐ.ஏ.கூட தோற்றுப் போயிருக்கலாம். அ.தி.மு.க. அசிங்கப்பட்டதற்கு அதுதான் காரணமாக இருந்தது.

● அரசியல் ரீதியாக அதைத் தடுக்க முடியாமல் போனாலும், இந்தந்த கட்சிகள் இப்படித்தான் செயல்படுகின்றன என்பதை அம்பலப்படுத்துவதற்கான செயல்பாடாகவும் இருந்திருக்கிறது.

நிச்சயமாக. சிலர் 'எதற்கு வாக்கெடுப்பு. அதுதான் தோற்றுப் போகுமே' என்பார்கள். தோற்றுப்போனால் என்ன? தோற்கும் என்பதற்காக விட்டுவிட்டுப் போகமுடியாது. போராடி தோற்போமே என்பதுதான். பல நேரங்களில் என்னுடைய தனி நபர் மசோதாக்கள் '22 மொழிகளை ஆட்சி மொழிகளாக்க வேண்டும்' போன்றவற்றை வாக்கெடுப்புக்கு விட்டபோது, 'யார் எதிர்த்தார்கள் என்று தெரியவேண்டும்' என்று சொன்னேன். எதிர்கால வரலாறு தெரிந்துகொள்ளட்டும்.

இங்கே 'நீட்'டுக்கு நாங்கள் எதிர்ப்பு தெரிவிக்கிறோம் என்று சொல்கிற அ.தி.மு.க. வாக்கெடுப்புக்கு விடுகிறபோது வெளிநடப்பு செய்தார்கள். ரொம்ப அசிங்கமான அணுகுமுறை அது.

நாடாளுமன்றத்தில் பேசுவதற்குத் தயார் செய்வது, அங்கே சூழலுக்கு ஏற்றாற்போல பேசுவது, குறைந்தநேரத்தில் கருத்துகளைச் சொல்ல எங்களைப் பக்குவப்படுத்திக் கொள்வது. தி.மு.க.வினர் பேசுகிறார்கள் என்றால், மற்றவர்கள் உட்கார்ந்து கேட்கக்கூடிய அளவுக்கு நம்முடைய செயற்பாடுகள் இருக்கின்றன.

இன்றைக்கு இந்தியாவில் பெரிய கட்சிகளாக காங்கிரஸ் போன்ற கட்சிகள் இருக்கின்றன. பாரதிய ஜனதாவின் அணுகு முறைகளை அவர்கள் செய்கிற தவறுகளை துணிச்சலாக, தெளிவாக, உறுதியாக எடுத்து வைக்கிற முதல் கட்சி தி.மு.க. என்ற பெயருண்டு. அதனால் பலருக்கு நம்பிக்கை நம்மை நோக்கி திரும்பியிருக்கிறது. நாளைக்கு ஒரு பெரிய அமைப்பு உருவாக வேண்டுமென்றால் அதை தளபதிதான் முன்னின்று நடத்த வேண்டும் என்கிற கருத்து உருவாகி இருக்கிறது. அதை ஒருங்கிணைப்பதோ, கொண்டு செல்வதோ நாங்கள் செய்ய வேண்டியிருக்கிறது.

அவர்களைப் பார்த்து சிலர் அஞ்சுகிறார்கள், சிலர் சபலத்துக்கு ஆட்படுகிறார்கள். இரண்டுக்கும் ஆட்படாத கட்சி தி.மு.க. இதுதான் சரித்திரம். அது கலைஞர் காலத்தில் இருந்தது. இப்போது தளபதி காலத்தில் தொடர்கிறது.

- சமீப காலமாக நாடாளுமன்ற சனநாயகத்தின் மதிப்பீடுகள் குறைந்திருக்கிறதோ என்று எண்ணத் தோன்றுகிறது. எல்லாவற்றையும் நீதிமன்றங்களுக்குக் கொண்டு சென்று, சட்டப் போராட்டம் நடத்தி, அதிலிருந்துதான் மக்களையும், மசோதாக்களையும் காப்பாற்ற வேண்டும் என்கிற சூழலில், எதிர்த்து குரல் எழுப்புவது, எதிர்ப்பைப் பதிவு செய்வது என்பதை எவ்வளவு முக்கியமானதாக நினைக்கிறீர்கள்?

சனநாயகத்தைத் தாங்கி நிற்கிற முக்கியமான தூண் நீதித்துறை. நாடாளுமன்றம், சட்டமன்றம் என்பவை விவாதிக்கக் கூடியவை. ஆனால், இப்போதைய பிரதமர் அவைக்கு வருவதே இல்லை. காரணம், அவருக்கு விவாதிப்பதில் ஈடுபாடு இல்லை

என்று கருதலாம். பண்டித நேரு அவர்கள் பிரதமராக இருந்த போது, வெள்ளிக்கிழமை மாலை நடைபெறுகிற தனிநபர் மசோதாவில்கூட உட்கார்ந்து குறுக்கீடு செய்திருப்பதாகப் படிக்கிறோம். ஆனால், இவர் தன்னுடைய கேள்வி நேரத்தைத் தவிர வேறு எதற்கும் வருவதில்லை, பதில் சொல்வதுமில்லை. அவர்களைப் பொறுத்தவரை அவருக்கு அதில் நம்பிக்கை இருப்பதில்லை என்பதைவிட பெரும்பான்மை பலம் என்று வருகிறபோது ஆட்சியாளர்களைப் பொறுத்துத்தான், அதாவது பெரும்பான்மை இருந்தால்கூட ஜனநாயகத்திற்கு, அடுத்தவர் கருத்துக்கு மரியாதை தருவார்கள். தி.மு.க. ஆளும் கட்சியாக இருந்தபோது எதிர்க்கட்சியின் கருத்துக்கு மதிப்பளித்து பேச உரிமை தருவார்கள். கலைஞரைப் போல் எதிரியைப் பேசச் சொல்லிக் கேட்டு பின்னர் வார்த்தைக்கு வார்த்தை மறுப்பு சொல்கிற ஆற்றல் வேறு யாருக்கும் இல்லை. அதாவது, என்னை எதிர்த்துக் கருத்து சொல்வதற்கான உரிமை உங்களுக்கு உண்டு என்பதை வலியுறுத்த நான் என்னையே தரத் தயார் என்பதுதான் அதன் கருத்து.

இவர்கள் பெரும்பான்மையின் மூலமாக முரட்டுத்தனமாக சிலவற்றைச் செய்தார்கள். எதிர்ப்பு பலமாக இல்லாவிட்டால் குரல் வலிமையில்லாமல் போய்விடும். ஆனால், நாங்கள் குரலை வலிமையாகப் பதிவு செய்கிறோம். கருத்துகளை விதைக்கிறோம். நாளை யாராவது இந்தக் காலத்தில் என்ன நடந்தது, எல்லாரும் வாய் மூடி மௌனிகளாக இருந்தார்களா? எல்லாரும் அஞ்சிக் கொண்டிருந்தார்களா? என்கிறபோது, இல்லை. இன்னின்னார் எதிர்த்துப் பேசியிருக்கிறார்கள். இன்னின்னார் இந்தந்த கருத்துகளைச் சொல்லி இருக்கிறார்கள் என்று வரலாறு பதிவு செய்யும். ஆனால், அதை அப்படியே விட்டுவிட முடியாது. அடுத்த நம்பிக்கையான நீதிமன்றத்திற்குச் செல்கிறோம். நீதிமன்றத்தின் மீது இன்னமும் நம்பிக்கை இருக்கிறது. மக்கள் அதன் மீதும் நம்பிக்கை இழக்கிற போதுதான் ஜனநாயகத்தின் மீது நம்பிக்கையை இழப்பார்கள்.

- **நீதிமன்றத்திற்குச் செல்லாமல் எல்லாவற்றையும் நாடாளு மன்றத்திற்குள் முடித்துக்கொள்வதற்கான வாய்ப்பு இருக்கிறது. அதற்கான நம்பிக்கை இருக்கிறதா?**

ஜனநாயகம் என்பது பெரும்பான்மைக்கு உரியது. ஆனால், பெரும்பான்மை என்பது ஒன்றை சிரமமில்லாமல்

நிறைவேற்றுவதற்கு பயன்படக்கூடாது. நல்லவை நடைபெறுவதற்கு பயன்படலாம். ஆனால் அது எதாச்சதிகாரமாக மாறுகிறபோது அதன் தன்மைகள் வேறுமாதிரி ஆகிவிடும். அவர்கள் சில நேரங்களில் அப்படி நடந்துகொள்கிறபோது, பலத்தின் காரணமாக எங்களால் அதைத் தடுக்க முடியாதிருக்கலாம். ஆனால், எதிர்க்காமல் இருந்ததில்லை. இப்போது தமிழகத்தில் ஆள்கின்ற அ.தி.மு.க. அதனை எதிர்ப்பதும் இல்லை; தடுப்பதும் இல்லை. இன்னும் சொல்ல வேண்டுமனால், அவர்களை வணங்கத் தயாராக இருக்கிறார்கள். நாம் எதிர்ப்புத் தெரிவிக்கிறபோது அது சம்பந்தப்பட்ட மக்களுக்கு, நமக்கு ஆதரவாக, பக்கபலமாக தி.மு.க. இருக்கிறது. அதன் தலைவர் நமக்காகக் குரல் கொடுக்கிறார். அக்கட்சியின் பிரதிநிதிகள் நாடாளுமன்றத்தில் பேசுகிறார்கள் என்கிற நம்பிக்கை பிறக்கிறது அல்லவா. அதுதான் அடுத்தத் தேர்தலில் இப்படிப்பட்ட ஓர் ஆட்சியை மாற்றி, நம்முடைய எதிர்பார்ப்புக்கு ஏற்ப, நம்முடைய பிரச்சினைகளை தீர்க்கிற கட்சி தி.மு.க.தான் என்று இப்போதே பக்குவப்படுத்திக்கொள்வார்கள். தேர்தல் நேரத்தில் பணத்தை விட்டெறிந்து பெறுவது அல்ல, வெற்றி. மக்களை மெல்ல மெல்ல பக்குவப்படுத்தி, பண்படுத்தி, நம்முடைய செயல்களின் மூலமாக அவர்களின் மனதில் கருத்துருவாக்கத்தை ஏற்படுத்தி, அதனுடைய எதிரொலி தேர்தலில் வாக்குகளாக மாறும். அதுதான் சரியான ஜனநாயகம். அந்தப் பாதையில் தி.மு.க. உறுதியாக, சரியாக செயல்படுகிறது.

- **தத்துவப் போராட்டம் என்பதைவிட, அவதூறுகளின் தாக்குதல் அதிகமாக இருந்தது. நீங்கள் ஒரு கொள்கை பரப்புச் செயலாளர். முக்கியமான அவதூறுகளையும் அல்லது வன்மங்களையும் கட்சியின் தத்துவார்த்த ரீதியாக, கொள்கை அளவில் அதனை எதிர்கொள்கிற விதம் இன்றைக்கு திருப்திகரமாக இருக்கிறதா?**

நிச்சயமாக. நாம் எந்தக் காலத்திலும் அதில் சோர்ந்து போனதில்லை. பின்தங்கி நின்றதும் இல்லை. எதிரிக் கட்சியினர் தத்துவ ரீதியாகவோ அல்லது வேறு மாதிரியாகவோ அணுகுகிறார்கள் என்றால், எந்த மட்டத்திலும் எதிர்கொள்கிற அளவுக்கு நம்முடைய வரிசை இருக்கிறது. தத்துவரீதியாக, கொள்கைரீதியாக, நாடாளுமன்ற உரைகளின் மூலமாக, அவர்கள் ஏதாவது கிண்டல் பேசினால், கிண்டல்களின் மூலமாக, யாராவது

கடுமையாகப் பேசினால், அதே அளவுக்கு இல்லாவிட்டாலும் கட்டுப்பாட்டுக்கு உட்பட்டு அதனை அணுகக்கூடிய வலிமை, திறமை தி.மு.க.வுக்குத்தான் உண்டு. காரணம், மேடைப் பேச்சுகளின் மூலம் ஒரு பெரிய சரித்திர மாற்றத்தை, அரசியல் மாற்றத்தை, சமுதாய மாற்றத்தைக் கொண்டுவந்த பின்னணியும் வரலாறும் தி.மு.க.வுக்கு உண்டு.

- "இன்றைக்கு செல்போன் மூலமாகத்தான் அரசியலே நடக்கிறது" என்று பிரதமரே சொல்கிறார். வாட்ஸ்அப் மூலமாக அவதூறுகளை அதிகமாகப் பரப்புகிறபோது அதை எதிர்கொள்கிற விதத்தில் முழுமையாகப் பணியாற்றிக் கொண்டிருக்கிறதா தி.மு.க.?

கால வளர்ச்சியில் இது போன்ற மாற்றங்களை நீங்கள் தவிர்க்க முடியாது. இப்போது அவர்கள் சமூக வலைதளங்களில் தாக்குதல் நடத்துகிறார்கள். விமர்சிக்கிறார்கள். நம்முடைய தோழர்கள் நம்முடைய தளத்திலிருந்தும் பதில் சொல்கிறார்கள். நம்முடைய கொள்கைகளை விளக்கிக்கொண்டிருக்கிறார்கள். தலைவர்கூட ட்விட்டரில் அடிக்கடிப் பதிவிடுகிறார்.

நீங்கள் இருக்கிற இடத்தில், பயணம் செய்கிற இடத்தில், உறங்குகிற நேரத்தில், எந்த நேரத்திலும், நீங்கள் விரும்புகிற பாடல்களைக் கேட்கலாம். இது இன்றைய வளர்ச்சி. முன்பெல்லாம் வானொலி தேவை, தொலைக்காட்சி தேவை. இப்போதெல்லாம் கையில் இருக்கிற கைபேசியில் கேட்கலாம். அவ்வளவு வசதிகள் இருக்கின்றன. ஆனால், உங்களுடைய ஊரில் ஒரு எஸ்.பி.பாலசுப்பிரமணியம், இளையராஜா கச்சேரி என்றால், ஏன் நேரில் போகிறீர்கள். நீங்கள் கேட்டுக்கொண்டிருக்கிற பாடல்களைத்தான் அங்கேயும் பாடப்போகிறார்கள். ஆனால், அங்கே போகவேண்டும் என்கிற தூண்டுதல், நேரடியாக ஒன்றைப் பார்த்துக் கேட்கிறபோது ஏற்படுகிற உணர்வு, பரவசம் கைபேசியில் கேட்பதில் கிடைக்காது.

அதுபோல, நீங்கள் என்னதான் சமூக வலைதளங்களில், தொலைக்காட்சிகளில் பேச்சினைக் கேட்டாலும், ஒரு பொதுக் கூட்டத்திற்குப் போய் நேரடியாக கேட்கிறபோது ஏற்படுகிற உணர்வு என்பது தனியானது. தொலைக்காட்சியில் பேசப்படுவதை பார்க்கிறவர்கள் விரும்பாவிட்டால் உடனே மாற்றி விடுவார்கள். ஆனால், பொதுக்கூட்டத்தில் அவர்கள் கடைசிவரை உட்கார்ந்து கேட்பார்கள். இன்றைக்கு மாலை

பேசியதற்கு இரவு மேடையில் பதில் சொல்வார்கள். இதுதான் பொதுக்கூட்ட பிரசார மேடைகளில் உள்ள பெரிய வசதிவாய்ப்பு. அது எவ்வளவு பெரிய வளர்ச்சியாக இருந்தாலும் மாறாது. இந்த வித்தையில் தேர்ந்த கட்சி தி.மு.க.

சிலர் சொல்வதைப் போல, கால ஓட்டத்தில் மேடை பிரசாரம் முடியும் என்பதெல்லாம் தவறு. அமெரிக்காவிலும் அந்த நிலைமைதான். தலைவர் 'ராஜாராணி' படத்தில் சொன்னதைப் போல, 'பேசுங்களேன், பேசித்தான் பாருங்களேன். பேசித் தோற்றவர்கள்' என்றொரு வசனம் இடம்பெற்றிருக்கும். அதுபோல, பேச முடியாதவர்களோ, பேசித் தோற்றவர்களோ இது முடிந்துபோனது' என்று பேசுவார்கள். ஆனால், அதில் வலிமையாக காலூன்றி நிற்கும் நமக்குத்தான் அதன் பலம் தெரியும்.

● கொள்கை ரீதியான பிரசாரம் நடக்கிறதா என்று கேட்பதற்கான காரணம், அடுத்த தலைமுறையைச் சேர்ந்தவர்களை தத்துவார்த்த ரீதியாக வளர்த்தெடுக்கும் பணிகளை நேரடியாக கொள்கைப் பிரசார அணியோ அல்லது கொள்கை பிரசாரகர்களோ செய்கிறார்களா? அப்படியான ஓர் உரையாடல் அடிமட்ட அளவிலான தி.மு.க.வுக்குள் நடைபெறுகிறதா? சில இடங்களில் இளைஞர்கள் தி.மு.க. கூட்டங்களிலேயே கேட்கக்கூடிய கேள்வி, தி.மு.க.வின் தன்மை மாறிவிட்டதோ என்கிற தோற்றத்தை ஏற்படுத்துகிறதா?

இப்படியான கேள்விகள் யார் மனதில் எழுகிறதோ அவர்கள் விடை தேடுகிறார்கள் என்று பொருள். ஆக, இன்றைய தலைமுறை கேள்வி கேட்கிறது என்றால், அவர்கள் தங்களைத் தெளிவுபடுத்திக் கொள்ள முனைகிறார்கள். இப்போது நான் மேடைப் பிரசாரத்தைப் பற்றிச் சொன்னதைப்போல சமூக வலைதளங்களில் வருகின்ற விமர்சனங்களுக்கு தம்பி உதயநிதி ஸ்டாலின் ஒரு பயிற்சி நடத்துகிறார். அதில், வருகிற விமர்சனங்களுக்குப் பதில் சொல்கிறார். இது ஒரு புதிய அணுகுமுறை. அடுத்து, நான் தளபதி அவர்களோடு இளைஞரணியில் இருந்த காலத்தில் நிறைய பாசறைக் கூட்டங்கள் நடத்தினோம். பெரிய அளவில் நடத்தியது பின்னால் நடந்தது. முன்பெல்லாம் பகல் நேரத்தில் ஓர் அரங்கத்தில் பேசிவிட்டுப் போகிற பழக்கம்.

உதயநிதி இப்போது இளைஞரணியினரை அழைத்து அவர்களுக்குப் பயிற்சி முகாம்கள், பாசறைக் கூட்டங்களை நடத்திக் கொண்டிருக்கிறார். அதில் கொள்கை ரீதியான விளக்கங்களைத் தருகின்றார். அவர்கள் தங்கள் மனதில் ஏற்படக்கூடிய ஐயங்களை, நெருடலான கேள்விகளை, வெளியில் தி.மு.க. இப்படி, அப்படி என்று விமர்சிப்பதை கேள்விகளாகக் கேட்கிறபோது, எங்களைப் போல அந்தப் பயிற்சி முகாம்களில் பேசப் போகிறவர்கள் ஐயத்தைப் போக்குகிறோம். அங்கே வருகிறவர்கள் இளைஞரணியின் நிர்வாகிகள் என்கிறபோது, அந்தத் தோழர்கள் சென்று பல நூறு பேரிடம் பேசக்கூடியவர்கள். அது ஒரு வலிமையான போர்க்கருவி. அந்தக் கடமையை தலைவர் தலைமுறை, எங்கள் தலைமுறை, இப்போது உதயநிதி தலைமுறை அதனை செம்மையாகச் செய்து கொண்டிருக்கிறது. ஆக, இந்த இயக்கம் தொய்வின்றி தொடர்ந்து தம்பி உதயநிதி தலைமையில் ஆழமாகச் செயல்படுகிறது. அது இன்றைய வளர்ச்சிக்கேற்ப சமூக வலைதளங்களுக்குப் பதில் சொல்கிறது. தத்துவ ரீதியாக அவர்கள் வளரவேண்டும் என்பதற்குப் பயிற்சி தருகிறோம். பேச்சுக்கு பயிற்சி தருகிறோம். ஆகவே, சரியாகவே போய்க்கொண்டிருக்கிறது என்று நான் நம்புகிறேன்.

- முக்கியமான அவதூறுகளை தி.மு.க.வை நோக்கி எழுப்புகிறபோது, வடசென்னை நிலம் குறித்து, அறிவாலயம் நிலம் குறித்து, கட்சித் தலைவர் குறித்து அவதூறுகளை எழுப்பும்போது, அதை சர்ச்சைக்குரிய விசயமாக மாற்றுவதன் மூலமாக நிரந்தரமான சர்ச்சையை எதிராளிகளால் கொண்டுவந்துவிட முடிகிறது. அதை வலிமையாக எதிர்ப்பதன் மூலமாகத்தான் அந்த சர்ச்சைகளுக்கு முடிவு கட்டமுடியும்.

இப்போதாவது தகவல் தொழில்நுட்ப வளர்ச்சி இருக்கிறது. இல்லாதபோது, அண்ணாவின் பிறப்பைப் பற்றி விமர்சித்திருக் கிறார்கள். கலைஞரின் குலத்தைச் சொல்லி விமர்சித்திருக்கிறார்கள். அந்த வீட்டுப் பெண்களை விமர்சித்திருக்கிறார்கள். இவற்றை எல்லாம் தாங்கிக்கொண்டுதான் வளர்ந்திருக்கிறோம். பெரியார் சொல்வார் "பொதுவாழ்க்கைக்கு வந்தவன், தாங்கள் பாதுகாத்து வைக்கிற சுயமரியாதையோ தன்மானமோ இவற்றிற்கு ஒரு ஊறு என்றால், அவற்றை மறந்துவிட்டால்தான் அதில் நீங்கள் வெற்றி பெற முடியும்" என்று சொல்வார்கள். இப்படி சகித்துக்கொண்டு வளர்ந்த கட்சி. இப்போது இவர்கள் இந்த நிலம் உங்களுடையது

அல்ல. அதைச் சான்றுகள், ஆதாரங்கள் மூலம் நிரூபிக்கிறோம் என்பதும், தளபதி மிசாவில் சிறைக்குச் சென்றார் என்பது சரித்திர உண்மை. அதைப் பற்றிப் பேசுபவர்கள் என்ன பேசுகிறோம் என்று தெரியாமலே ஒரு கேள்வியை வைக்க, ஊடகங்கள் அதைப் பெரிதாக்க, அதற்கு விளக்கம் சொல்ல வேண்டிய ஒரு நிர்ப்பந்தத்திற்கு ஆளானோம். ஆனால், சொல்ல வேண்டிய அவசியம் இருந்தது. அவர் சிறைக்குச் சென்றார். அங்கே அடி, உதைபட்டார். பின்னர் விசாரணைக் கமிஷன் நடந்தது. இது எல்லாருக்கும் தெரிந்ததுதான். முன்பிருந்தே அதைப் பேசிக்கொண்டிருக்கிறோம். நேற்றைக்கு முன்தினம் ஒரு சந்தர்ப்பத்தினால் நான்கு கட்சியைத் தாண்டி வந்த ஒருவர் ஒரு விமர்சனத்தை வைத்தார் என்கிறபோது, ஆயிரம் பேர் கூட்டத்தில் கை தட்டுகிறபோது, ஒருவர் எழுந்து கூச்சல் எழுப்பினால், அதுதான் உள்ளத்தை உறுத்தும். ஆகவே, பொதுமக்களின் ஆதரவு ஏராளமாக இருந்தாலும்கூட இப்படி யாராவது விமர்சிக்கிறபோது, அதை சிலர் சுமந்துகொண்டு, முன்பெல்லாம் கையில் பேனா எடுப்பவர் எழுத்தாளர். இப்போது கைபேசி வைத்திருப்பவர்கள் எல்லாம் நீதிபதிகள். விசாரிக்காமலே தீர்ப்பு எழுதலாம், தண்டனை வழங்கலாம் என்பதைப் போல, ஒரு கருத்தை வேகமாக எடுத்துக்கொண்டு செல்வதோ, அதற்கு அவரவர் கருத்துகளை மேலேற்றுவதோ நிறைய நடக்கிறது. அதே தளத்தில் இருந்து பதில் சொல்கிற ஒரு படை வரிசை நம்மிடம் இருக்கிறது. ஆக, இன்றைய காலகட்டத்திற்கு ஏற்ப, அதை சமாளிக்கக் கூடிய ஓர் அமைப்பும் நம்மிடம் இருக்கிறது. ஆகவே, இவர்கள் விமர்சிக்கிறார்கள் என்பது புதுமை அல்ல. நமக்கு இவற்றையெல்லாம் தாங்குவது பழக்கமான ஒன்று. இதைவிட இன்னும் பெரிதாக வந்தாலும் தாங்குகிற திறமையும் வலிமையும் கழகத்திற்கு உண்டு.

- **“தத்துவார்த்த ரீதியாக தி.மு.க.வைத் தாக்குகிறபோது. அது ஒரு பகுத்தறிவுக் கட்சி, சமய சிக்கல்களுக்குள், மதநம்பிக்கைகளுக்குள் தங்களைப் பெரிதாக ஈடுபடுத்திக் கொள்ளாது. இன்றைய அரசியலில் ‘ஆன்மீக அரசியல்’ என்கிற முழக்கம் இருக்கிறது. இந்து மதத்திற்கு எதிரானவர்கள் என்கிற முழக்கம் இருக்கிறது. இதையெல்லாம் தாண்டி கட்சியின் கொள்கைத் தீவிரத் தன்மை நீர்த்துப் போய்விடாமல் கால ஓட்டத்தில் தக்க வைத்துக்கொள்ள முடியும் என்கிற நம்பிக்கை இருக்கிறதா?”**

மிகச்சிறந்த கேள்வி. பலரின் மனதில் எழுவது. அதாவது திராவிடர் கழகம் என்றொரு அமைப்பு. அதில் எங்களின் முன்னோர்கள் இருந்தார்கள். அது ஒரு சமுதாய சீர்திருத்த அமைப்பு. அடிப்படையில் சாதியின் பெயரால் இங்கே இருந்த ஏற்றத்தாழ்வுகளை அகற்றுவதற்காக மதத்தையும், மதத்திற்கு அடிப்படையான கடவுகளையும் சாடியது. பின்னர் அரசியல் கட்சியாக மாறுகிறபோது, 'ஒன்றே குலம், ஒருவனே தேவன்' என்று அண்ணா எல்லாவற்றிற்கும் தீர்வாக சொல்லிவிட்டுப் போனார். மனித குலம் ஒன்றுதான். அதுபோல இறைவன் என்று சொன்னால் ஒருவன் தான் என்று வைத்துக் கொள்ளுங்கள். அடுத்ததாக, திராவிடர் கழகத்தினர் பிள்ளையாரை உடைத்தார்கள். நீங்கள் என்ன செய்வீர்கள் இப்போது. அவர் வழியில் நடப்பதாகச் சொல்கிறீர்களே என்கிறபோது, 'நான் பிள்ளையாரையும் உடைக்க மாட்டேன். பிள்ளையாருக்குத் தேங்காயும் உடைக்கமாட்டேன்' என்று சொன்னார். அதாவது, அவருடைய நிலையிலிருந்து மாறவில்லை. 'உங்களுடைய மனம் கோணாத அளவுக்கு நடந்து கொள்கிறேன்' என்று சொன்னார்.

இன்னும் தெளிவாகச் சொல்லவேண்டுமென்றால், எங்களிடம் பல தோழர்கள் இருந்தார்கள். அவர்கள் எல்லாரும் தீவிரமான உறுப்பினர்களோ, தீவிரமான தொண்டர்களாகவோ மட்டும் இருக்க முடியாது. ஏதாவது பயன் பெற்றவர்கள், இந்த இயக்கத்தினால் நலன் பயக்கக்கூடும் என்று நம்புகிறவர்கள், ஆதரவாளர்களாக இருப்பார்கள். வேறு உணர்வுள்ளவர்களாக இருப்பார்கள். ஆக, அவர்கள் வருகிறபோது "நீ, நான் விரும்புகிற மாதிரிதான் வரவேண்டும்'' என்று சொல்லமுடியாது. அவர்களுடைய தன்மைகளுக்கு ஏற்ப நாங்கள் அனுமதிக்கிறோம். ஆனால், நாங்கள் நாங்களாகவே இருக்கிறோம். நீங்கள் அதை வைத்து விமர்சிப்பது என்பதோ, அல்லது நாங்கள் பேசுவதை வைத்து இன்னொருவரை புறக்கணிக்கிறோம் என்பதோ கிடையாது. எங்களிடம் அப்படிப்பட்ட தோழர்கள் வந்து நிற்கிறபோது, நாங்கள் அவர்களைப் புறக்கணிப்பதில்லை. அவர்களைப் பார்த்து எங்களின் நிறம் மாறி விட்டதா? குணம் மாறிவிட்டதா? என்று விமர்சிக்கக் கூடாது. தெளிவாகவே சொல்கிறோம், எங்களை நாடி வந்து நிற்கிற ஒவ்வொருவருக்கும் ஒரு தன்மை இருக்கும். அவர்களை ஏற்றுக் கொள்வோம்.

அதாவது, திராவிட முன்னேற்றக் கழகம் என்று பெயர் வைத்ததே, இந்த பூகோள பகுதிக்கு உட்பட்ட எல்லோருக்கும்

பாடுபடுவதற்கான இயக்கம் என்பதற்காகத்தான். திராவிடர் கழகம் என்பது திராவிட இனத்திற்கான இயக்கம். திராவிட முன்னேற்றக் கழகம் என்பது திராவிட பூகோள அமைப்புக்குள் இருப்பவர்களுக்கான அமைப்பு.

இந்தியா ஒரு மதசார்பற்ற நாடு என்றால், மதங்கள் இருக்கும். அரசாங்கத்திற்கு மதம் கிடையாது. அதுபோல நாங்கள் எல்லாரையும் அரவணைத்துச் செல்கிறோம். எங்களுக்கு கொள்ளையில் எந்தக் குழப்பமும் இல்லை. எங்களின் தனித்தன்மை அப்படியே இருக்கிறது.

- **அடுத்து வருகின்ற காலங்கள் 2021 தேர்தலையொட்டி பரபரப்பு நிறைந்த காலம். மு.க.ஸ்டாலின் அவர்கள் உங்களுடைய உற்ற நண்பர், நீண்ட காலமாக உங்களோடு களப் பணியாற்றியவர். அவர் தலைவரான பிறகு உங்களுக்கு ராஜ்யசபா எம்.பி., கொள்கை பரப்பு செயலாளர் போன்ற பொறுப்புகளைக் கொடுத்திருக்கிறார். அவரை முதலமைச்சர் பொறுப்பில் அமர்த்த வேண்டும் என்கிற உங்கள் கனவு எப்படிப்பட்டதாக இருக்கிறது?**

இது கனவு அல்ல. தேவை. இன்றைய நிலையில் இந்த நாட்டுக்கு நல்ல ஆட்சி தேவை. நல்லாட்சியை ஒரு கட்சியினால் தான் தரமுடியும். நல்ல கட்சி தி.மு.க. ஆற்றலுள்ள, அனுபவமுள்ள ஒரு தலைவனால்தான் அந்தக் கட்சியின் மூலமாக அந்த நல்லாட்சியை செம்மையாக நடத்த முடியும். அப்படி ஆற்றலும், திறமையும், அனுபவமும் உள்ள தலைவராக தளபதி இருக்கிறார். எங்கள் கட்சி தி.மு.க. அதனுடைய தலைவர் தளபதி. அவரை முதலமைச்சர் பதவியில் உட்கார வைக்கவேண்டும் என்பதல்ல. இவர் தகுதியின் அடிப்படையில் அந்த இடத்திற்கு ஏற்றவராக இருக்கிறார். தேவையின் அடிப்படையில் மக்களுக்கு அந்த இடத்தில் தேவையானவராக இருக்கிறார்.

இப்போது ஆட்சியை நடத்துகிற எடப்பாடி எப்படி அந்த இடத்துக்கு வந்தார் என்பது எல்லாருக்கும் தெரியும். மத்திய அரசுக்கு அவர்கள் துணை போவதன் மூலமாக அவர்கள் செய்கிற எல்லா வகையான அத்துமீறல்களுக்கும் ஆதரவு தெரிவிப்பதன் மூலமாக அதிலே தொற்றிக்கொண்டிருக்கிறார்கள்.

அண்ணாவை, கலைஞரை எப்படிப் பார்த்தார்களோ, அதுபோல இப்போது தளபதியைப் பார்க்கிறார்கள். சிதைந்திருக்கிற அல்லது பாழ்பட்டுப் போயிருக்கிற இந்த நாட்டில், நலிந்து

கொண்டிருக்கிற பொருளாதாரம், பல்வேறு பிரச்சினைகள் இருக்கின்றன. அவற்றைப் பட்டியலிடத் தேவையில்லை. எல்லாருக்கும் தெரியும். தமிழ்நாடு தாழ்ந்துகொண்டிருக்கிறது. தமிழ்நாட்டு மக்களின் உரிமைகள் வடக்கே பறிபோய்க் கொண்டிருக்கின்றன. அதனை தடுத்து நிறுத்தி மீண்டும் சம நிலைக்குக் கொண்டு வர ஆற்றல்மிக்க தலைவர் தளபதி ஸ்டாலினால் மட்டுமே முடியும். நான் தொடக்கத்தில் சொன்னதைப் போல, எங்களுக்கு ஆட்சி அதிகாரம் என்பது ஒன்றே குறிக்கோள் அல்ல.

'கொள்கைகளை சட்டரீதியாக நடைமுறைப்படுத்தவும், நாட்டு மக்களின் தேவைகளை நிறைவேற்றவும் அதிகாரம் வேண்டும்.' இதைத்தான் கார்ல் மார்க்சும் சொன்னார், அறிஞர் அண்ணாவும் சொன்னார். அதிகாரத்தின் மூலமாகத்தான் மாற்றங்களைக் கொண்டு வரமுடியும். பெரியார் சொன்ன கருத்துகளை சமுதாயம் ஏற்றுக்கொண்டது. சட்டம் ஏற்றுக்கொள்ளவில்லை. ஆக, சட்டம் இயற்றுகிற இடத்திற்குச் சென்றால்தான், அந்த மாற்றங்களைக் கொண்டுவர முடியும்.

இப்போது செய்யவேண்டிய மாற்றங்கள் ஏராளமாக இருக்கின்றன. அதை செய்கின்ற ஒரே ஒரு தலைவராக தளபதி மட்டும்தான் இருக்கிறார். இது விருப்பம் அல்ல, தேவை. காலத்தின் கட்டாயம். இந்த நாட்டிற்கு இந்த மாற்றம் என்பது இந்த நாட்டுக்கு இந்த மாற்றம் என்பது அவரை அந்த இடத்திலே உட்கார வைப்பது, இந்த இயக்கத்தின் மூலம் நாட்டு மக்களுக்கு நல்லது செய்ய கடமையுள்ள பல வீரர்களில் நானும் ஒருவனாக களத்தில் நிற்கிறேன்.

- கலைஞர் தொலைக்காட்சி

கருத்து பகிர விரும்புவோருக்கு...

tiruchisiva@gmail.com

ஒரு கவிதை கிழக்கிலிருந்தும்
மற்றொரு கவிதை
மேற்கிலிருந்தும் வரின்
ரசிக்க என் அறிவைப் பயன்
படுத்தப் பழகுவேன் என்னவர்
இரண்டு கொண்ட எதேது!

திருச்சி சிவா